मी धार्मिकता शिकवतो, धर्म नाही!

ओशो

अनुवाद
मृणालिनी गडकरी

मेहता पब्लिशिंग हाऊस

ISBN 81-7766-705-X

मी धार्मिकता शिकवतो, धर्म नाही!

अनुवाद : मृणालिनी गडकरी
व्यंकटेश अपार्टमेंट, २३अ+१ब, सुस रोड, पाषाण, पुणे - २१.

मराठी अनुवादाचे व प्रकाशनाचे हक्क मेहता पब्लिशिंग हाऊस, पुणे.

प्रकाशक : सुनील अनिल मेहता, मेहता पब्लिशिंग हाऊस,
१९४१ सदाशिव पेठ, माडीवाले कॉलनी, पुणे - ३०.

मुखपृष्ठ : मनोहर दांडेकर

प्रकाशनकाल : ऑगस्ट, १९९९ / ऑगस्ट, २००० / जुलै, २००६ /
ऑगस्ट, २००९ / पुनर्मुद्रण : सप्टेंबर, २०१३

P Book ISBN 9788177667059
E Book ISBN 9789386888822

मनोगत

'मैं धार्मिकता सिखाता हूँ, धर्म नही' या पुस्तकात ओशोंनी आपल्या शिष्यांसमोर वेळोवेळी मांडलेले विचार व काही प्रवचनं एकत्रित केली आहेत. या पुस्तकाचा मराठीत अनुवाद करताना मला ओशोंच्या विचारांचा प्रथमच परिचय झाला आणि काही वैशिष्ट्यं ठळकपणे जाणवली.

पहिलं म्हणजे, ओशोंची प्रत्येक गोष्टीकडे सर्वांनिक्षा वेगळ्या रीतीनं पाहण्याची दृष्टी. एका प्रवचनात ओशो म्हणतात की, अनेकवेळा मला मी एकटाच असल्याचं जाणवतं आणि कधी कधी माझ्या मनात येतं की, लोक ज्याचा विचारसुद्धा करत नाहीत, अशा गोष्टीची मीच एकटा उगाचच काळजी करतो. ओशोंचं हे म्हणणं अगदी खरं आहे. त्यांचे दृष्टिकोन अगदी विलक्षण असतात. आपल्या ते एरव्ही लक्षातही आले नसते. ओशोंनी ते मांडले की, आपण चकित होतो. उदाहरणार्थ, ग्रेट ब्रिटन व अमेरिका ह्यांचं इस्राइलबाबतचं राजकारण.

ओशोंचं दुसरं वैशिष्ट्य म्हणजे, त्यांची भाषा. त्यांची भाषा अतिशय मधुर, प्रवाही, एक सुंदर लय असलेली, संगीतासारखं आहे. योग्य शब्दांचा उपयोग, खुसखुशीत चुटके, लहान लहान सूत्रबद्ध वाक्यं यांमुळे त्यांनी मांडलेले विचार आपलं लक्ष चटकन वेधून घेतात. त्यांच्या भाषेत अभिनिवेश नाही, अहंकार नाही,

आग्रहीपणा नाही. ती अतिशय शांत, एका सुंदर लयीत जाणारी, पण अतिशय स्वच्छ व स्पष्ट आहे.

ओशो- त्यांना पटलेले विचार निर्भयपणे योग्य त्या संदर्भासह, मुद्देसूदपणे मांडतात. पण ते कुणालाही- ख्रिश्चन धर्म, अमेरिकेचं सरकार, येशू महम्मद, बुद्ध अशांसारखे महापुरुष अशांसारख्यांना- विरोध करणारे का असेनात, त्यांची निर्भयता व स्पष्टवक्तेपणा लक्षणीय आहे.

मला ओशोंचं आणखी एक वैशिष्ट्य लक्षात आलं. ते म्हणजे ते आपले विचार सुभाषितवजा वाक्यांच्या रूपात मांडतात. त्यामुळे ते चटकन मनावर ठसतात, लक्षात राहतात. उदाहरण घेऊन सांगायचं झालं, तर पुढीलप्रमाणे सांगता येईल. ओशो म्हणतात,

'माझा भर आचरणावर नसून जागरणावर आहे.'

'वाईट कृत्य स्वतःच स्वतःची शिक्षा असते आणि सुंदर कृती स्वतःच स्वतःचं बक्षीस असते.'

एकूण काय, तर या पुस्तकाचा अनुवाद करणं हा अगदी वेगळा, पण आनंद देणारा अनुभव होता.

असा अनुभव मला मिळवून दिल्याबद्दल मी 'मेहता पब्लिशिंग हाऊस'चे श्री. अनिल व सुनील मेहता यांची अत्यंत आभारी आहे.

डॉ. सौ. मृणालिनी गडकरी

अनुक्रम

भाग : १

धर्म नाही धर्मात

धर्म नाही धर्मात

धर्म ही अफूची नशा लोकांना गुंगी आणणारी

भाग १

१

धर्मांचे निर्जीव खडक :
धार्मिकतेची वाहती नदी

प्रिय भगवान?
खरा धर्म काय आहे?

लोक ज्याला धर्म समजतात तो धर्म नाही. ख्रिश्चन धर्म इस्लाम, हिंदू धर्म हे धर्म नाहीत. लोक ज्यांना धर्म मानतात, ते निर्जीव खडक आहेत. मी तुम्हाला धर्म नाही, तर धार्मिकता शिकवतो. धार्मिकता - एक वाहती नदी, पावला - पावलावर वळण घेणारी, सतत मार्ग बदलणारी, पण अखेर समुद्राला जाऊन मिळणारी.

एक खडक खूप प्राचीन असू शकतो. - ऋग्वेदापेक्षाही प्राचीन. थोडा अधिक अनुभवीही. पण शेवटी तो खडकच. निर्जीव खडक. तो ऋतुमानानुसार बदलत नाही, जीवनप्रवाहाबरोबर धावू शकत नाही. त्यात गतिमानता नाही, प्राण नाही. तो आहे तिथंच पडून राहतो. तुम्ही कधी कुठल्या खडकातून गीत किंवा नृत्य उसळून येताना पाहिलंय का?

माझ्या दृष्टीनं धर्म एक विशिष्ट गुणवत्ता आहे, एखादी संघटना अथवा संप्रदाय नाही. जगात जे धर्म आहेत - जगात त्यांची कमतरता नाही. त्यांची संख्या तीनशेच्या घरात जाते - ते सर्व धर्म म्हणजे निर्जीव खडक आहेत. ते प्रवाही नाहीत, ते बदलत नाहीत, ते काळाबरोबर चालत नाहीत आणि जे स्वत: निष्प्राण आहेत ते तुमच्या उपयोगी पडणार नाहीत हे लक्षात असू द्या. हं! पण जर तुम्हाला तुमची कबरच बांधायची असेल तर गोष्ट वेगळी. मग हे दगड कदाचित उपयोगी पडू शकतील.

हे सर्व तथाकथित धर्म तुमच्यासाठी कबरी खोदत आले आहेत. तुमच्यातील प्रेम, तुमचा आनंद, तुमचं जीवन यांचा सर्वनाश करण्याच्या कामात ते सामील झालेले आहेत. ईश्वर, स्वर्ग-नरक, पुनर्जन्म या आणि अशाच कितीतरी व्यर्थ,

निरुपयोगी गोष्टी यांच्याविषयी ते तुमच्या खोपडीत रंगीत कल्पना, मनमोहक भ्रम आणि गैरसमजुती यांचा केरकचरा भरत आले आहेत.

माझा तर विश्वास आहे प्रवाहीपणावर, परिवर्तनावर, गतीवर - कारण हाच जीवनाचा स्वभाव आहे. जीवनाला एकच शाश्वत गोष्ट माहीत आहे आणि ती म्हणजे सतत होणारं परिवर्तन. फक्त परिवर्तनच कधी परिवर्तित होत नाही, बाकी सगळ्या गोष्टी बदलतात. कधी तरी पानगळ येते आणि सर्व वृक्ष नग्न होतात. सगळी पानं चुपचाप, तक्रार न करता, शांतपणे खाली पडतात आणि जिथून आली तिथंच- त्या मातीतच मिसळून जातात.

निळ्या आकाशाकडे हात उंचावून उभ्या असलेल्या या नग्न वृक्षांनाही त्यांचं असं एक सौंदर्य आहे. त्यांच्या मनांत, खोलवर आशा आणि श्रद्धा नक्कीच असणार. कारण त्यांना माहीत आहे की जुनी पानं झडून गेल्यावर नवी येणारच आहेत आणि लवकरच ताजी, मऊ, कोवळी पालवी फुटायला लागते.

धर्म म्हणजे एक निर्जीव संघटना किंवा संप्रदाय नाही, तर एक धार्मिकता असायला हवी - जिच्यामध्ये सत्याला साथ देण्याची क्षमता प्रामाणिकपणा, सहजता, स्वाभाविकता, प्रेमळ हृदयाची स्पंदनं आणि समग्र अस्तित्त्वाबद्दलच सख्यत्त्वाची भावना लयबद्धपणे सळसळतेय अशी जिवंत गुणवत्ता. यासाठी कुठल्याही धर्मग्रंथांची आणि पवित्र पुस्तकांची आवश्यकता नाही.

खरं सांगायचं तर 'पवित्र शास्त्र' असं काही नाहीच. ज्यांना 'धर्मग्रंथ' म्हटलं जातं ते श्रेष्ठ साहित्याच्या पंगतीत बसण्याच्या लायकीचेसुद्धा नसतात. हे धर्मग्रंथ कुणी वाचत नाहीत हे चांगलंच कारण ते गलिच्छ अश्लीलतेनं खचाखच भरलेले आहेत.

खऱ्या धार्मिकतेला मसीहा, उद्धारक, पवित्र ग्रंथ, पाद्री, पोप किंवा चर्च यांची मुळीच आवश्यकता नाही. कारण धार्मिकता म्हणजे तुमच्या हृदयाचा सुंदर फुलोरा. स्वत:च्या अधिकारशक्तीच्या गाभ्यापर्यंत, आत्म्यापर्यंत पोहोचण्याचंच नाव धार्मिकता. ज्या क्षणी अस्तित्त्वाच्या केंद्राला स्पर्श होतो, त्याच क्षणी सौंदर्य, आनंद आणि प्रकाश यांचा स्फोट होतो. तुम्ही एक वेगळीच व्यक्ती होता. तुमच्या जीवनातील अंधार विरून जातो, गैरसमज दूर होतात. यानंतर तुम्ही जे काही करता ते पूर्ण जागरूकतेनं आणि समरस होऊन करता.

मला फक्त एकच पुण्य माहीत आहे - ते म्हणजे जागृतता.

यदाकदाचित सर्व जगभर धार्मिकता पसरलीच तर सर्व धर्म नाहीसे होतील. मग माणूस फक्त माणूस असेल - तो हिंदू, मुसलमान, ख्रिश्चन असा काहीही असणार नाही आणि मानवासाठी हे मोठं वरदान असेल. धर्मांमुळे माणसा - माणसांत पडलेले भाग, त्यामुळे पडलेल्या मर्यादा निर्माण झालेले भेद हे हजारो

युद्धांना कारणीभूत झाले आहेत. इतिहासावर नजर टाकल्यास हे आपल्याला कळतंच. मागे वळून भूतकाळाकडे पाहिल्यास आपण अतिशय विक्षिप्तपणे जगत असल्याचं आपल्या लक्षात येतं. ज्यांना काही प्रमाण नाही अशा गोष्टींसाठी, अशा सिद्धान्तांसाठी, देवाच्या, मंदिर-मशिदीच्या किंवा चर्चच्या नावावर माणूस माणसाचं रक्त सांडत आला आहे.

अजूनपर्यंत पृथ्वीवर खरा धर्म अस्तित्त्वात आलेलाच नाही.

जोपर्यंत धार्मिकतेचं वातावरण निर्माण होत नाही आणि त्या वातावरणात अवघी मानवजात बुडून जात नाही तोपर्यंत खरा धर्म अस्तित्त्वात येऊच शकत नाही. संघटना किंवा संप्रदाय बनू न शकणाऱ्या धर्मालाच 'धार्मिकता, म्हणण्यावर माझा भर आहे. तुम्ही प्रेमाला कधीच संघटित करू- शकत नाही. 'प्रेमाचं मंदिर' 'प्रेमाची मशीद' 'प्रेमाचं चर्च' असं कधी काही तुम्ही ऐकलंय का? 'प्रेम' ही दोन व्यक्तींमध्ये घडणारी वैयक्तिक घटना आहे आणि 'धार्मिकता' ही एका व्यक्तीची संपूर्ण अस्तित्त्वाबरोबर, समष्टीबरोबर घडणारी आणखीनच महान प्रेमपूर्ण घटना आहे.

जेव्हा एखादी व्यक्ती संपूर्ण सुष्टीच्या - म्हणजेच वृक्ष, पर्वत, तारे, नद्या, समुद्र यांच्या - प्रेमात पडते, तेव्हा प्रथमच तिला प्रार्थनेचा अर्थ कळतो. प्रार्थना शब्दांच्या पलीकडे आहे. प्रार्थना म्हणजे हृदयातून उसळून येणारे एक गहन नृत्य. प्रार्थना म्हणजे हृदयातून आपोआप निर्माण होणारं संगीत. या संगीताला स्वर नसतो, ध्वनी नसतो. हे शाश्वत प्रत्येक परिवर्तनात असतं आणि त्याच्यामुळेच समग्र अस्तित्त्वाला सतत ताजेपणा, पुन:पुन्हा नावीन्य येतं. व्यक्तीला एकदा का या शाश्वताचा - अमृताचा - अनुभव आला की ती व्यक्ती कुठल्याही धर्माची असो - हिंदू, मुसलमान, जैन, बौद्ध किंवा खिश्चन - आपल्या धर्माला सोडून खऱ्या अर्थानं धार्मिक होते. तिला प्रथमच आपल्या स्वत्त्वाची जाणीव होते.

धार्मिकता एक वैयक्तिक आणि खासगी बाब आहे.

व्यक्तीकडून समष्टीला पाठवलेला प्रेमसंदेश म्हणजेच धार्मिकता.

धार्मिकतेची हवा सगळीकडे पसरली तरच जगात शांती नांदू शकते; गैरसमज आणि भ्रामक कल्पना दूर होऊ शकतात. अन्यथा हे सर्व धर्म म्हणजे माणसांचं शोषण करणारी बांडगुळं आहेत. हे धर्म लोकांना गुलाम बनवत आले, त्यांच्यावर विश्वास ठेवण्यास भाग पाडत आले आणि लक्षात ठेवा कुठलाही विश्वास हा बुद्धिमत्तेचा शत्रू आहे. ज्यांच्यामध्ये भाव नाही, अर्थ नाही अशा शब्दांतून हे धर्म लोकांना प्रार्थना करायला लावतात. हे प्रार्थनेचे शब्द तुमच्या अंत:करणातून येत नाहीत, तर स्मरणातून येतात.

लिओ टॉलस्टॉयची एक गोष्ट फारच चांगली आहे. पुष्कळ वेळा मी ती तुम्हाला सांगितली आहे. ही गोष्ट तीन अशिक्षित आणि असंस्कृत माणसांची आहे.

हे तिघं एका सरोवरामधील लहानशा बेटावर राहत होते. लाखो लोक त्यांच्या भजनी लागले होते. ही गोष्ट रशियन क्रांतीच्या पूर्वीची आहे. त्या तिघांची प्रसिद्धी ऐकून जुन्या रशियाचा आर्च -बिशप काळजीत पडला. चर्चेस ओस पडली होती. आर्च-बिशपकडे कुणी फिरकत नव्हतं. लक्षात ठेवा की रशियातील धर्मव्यवस्था ही जगात सर्वांत जुनी आणि अत्यंत कर्मठ आहे. लोक ज्या तीन अडाण्यांच्या प्रवचनाला जात होते त्या तिघांनी ख्रिश्चन परंपरेप्रमाणे दीक्षा घेतलेली नव्हती. मग ते संत कसे?

भारतात संत होणं सोपं आहे. पण ख्रिश्चन लोकांत हा मामला एवढा सरळ नाही. 'संत' या शब्दासाठी इंग्लिशमध्ये 'सेंट' शब्द आहे. हा 'सेंट' शब्द ग्रीकमधील 'सेंक्टस' शब्दापासून आला आहे. त्याचा अर्थ आहे 'सँक्शनं'. जोपर्यंत एखाद्या व्यक्तीला पोप किंवा आर्च-बिशप मान्यता देत नाहीत तोपर्यंत त्या व्यक्तीला 'संत' मानलं जात नाही.

पण लोक तर येऊन सांगत की ते तिघं अगदी संतांसारखे आहेत...

अखेर एक दिवस आर्च-बिशप संतापला. त्यानं आपली मोटारबोट घेतली आणि त्या तिघांना भेटायला निघाला. ते तिघं एका झाडाखाली बसले होते. त्यांना पाहून 'ते संत आहेत, यावर आर्च-बिशपचा विश्वासच बसला नाही. आपली ओळख करून देताना 'मी रशियाचा आर्च-बिशप' अशी सुरवात त्यानं केली. त्या तिघांनी त्याचे पाय धरले. आता आर्च-बिशप थोडा निश्चिंत झाला. त्यानं नि:श्वास टाकला. तो मनातल्या मनात म्हणाला, 'हे तर अगदी गावंढळ आणि मूर्ख दिसतात. गोष्ट अजून हाताबाहेर गेलेली नाही, सहज काबूत आणता येईल.'

'तुम्ही संत आहात का?' आर्च-बिशपनं त्यांना विचारलं.

त्यांनी एकमेकांकडे पाहिलं आणि उत्तर दिलं, 'माफ करा. आम्ही तर हा शब्द कधी ऐकलेलाच नाही. आम्ही अडाणी खेडूत आहोत. आमच्याशी ग्रीकमधून बोलू नका. आपल्याला जे काय सांगायचंय ते सरळ साध्या साध्या शब्दांत सांगा.'

'अरे देवा' आर्च-बिशप उद्गारला, 'संत' या शब्दाचा अर्थही तुम्हाला माहीत नाही? ठीक आहे. आता तुम्ही मला सांगा की तुम्हाला ख्रिश्चन प्रार्थना तरी येते की नाही?'

ते पुन्हा एकमेकांकडे बघायला लागले. एकमेकांना कोपरांनी ढोसून 'तू सांग', 'तू बोल' अशा खुणा करायला लागले. ते पाहून आर्च-बिशपला आणखी हुरूप चढला. तो ताठ्यात म्हणाला, 'तुम्ही कशी प्रार्थना करता ते तरी मला पाहू दे.'

त्या तिघांनी नम्रपणे उत्तर दिले, 'आम्ही अगदी अडाणी आहोत. आम्हाला ख्रिश्चन प्रार्थना कशी आहे ते माहीत नाही. पण आम्ही आमचीच अशी एक छोटीशी प्रार्थना तयार केलीय.'

हे ऐकून आर्च-बिशपला हसू आलं. तो म्हणाला, 'असं कुणी आपली आपण प्रार्थना तयार करतं होय? अरे, प्रार्थना ही चर्चकडून सांगितली गेली पाहिजे, म्हणजेच ती अधिकृत असायला हवी. तरीही मला तुमची प्रार्थना ऐकू द्या बरं!'

ते तिघं लाजले आणि घाबरलेसुद्धा. शेवटी त्यांच्यातील एकजण धीर करून म्हणाला, 'आपण विचारताच आहात तेव्हा आम्ही नाही म्हणू शकत नाही. पण आमची प्रार्थना, प्रार्थना म्हणून काही खास नाही. ईश्वराची तीन रूपं आहेत असं आम्ही ऐकलंय - परमपिता ईश्वर, पवित्र आत्मा आणि ईश्वरपुत्र येशू मसीहा. मग आम्ही स्वतःचीच प्रार्थना बनवायची असं ठरवलं. आमची प्रार्थना अगदी सरळ साधी आहे. तुम्ही तीन आहात, आम्ही तीन आहोत म्हणून आमच्यावर कृपा करा.' आर्च-बिशप म्हणाला, 'मूर्खांनो, तुम्हाला ही प्रार्थना वाटते? मी तुम्हाला चर्चनं मान्यता दिलेली प्रार्थना शिकवतो.'

ती प्रार्थना खूपच मोठी आणि क्लिष्ट होती. ती ऐकून ते तिघं म्हणाले 'एवढी मोठी प्रार्थना आमच्या लक्षात राहणार नाही. कृपा करून पुन्हा एकदा ती सांगा. आम्ही ती लक्षात ठेवण्याचा मनापासून प्रयत्न करू.'

त्या तिघांनी तिसऱ्यांदा ती प्रार्थना सांगण्याची विनंती केली. कारण प्रार्थना खरंच खूप कठीण होती.' आम्ही सुरवात लक्षात ठेवली तर शेवट विसरतो, शेवट लक्षात ठेवला तर सुरवात विसरतो आणि हे दोन्ही लक्षात ठेवले तर मधला भाग विसरतो.'

आर्च-बिशप म्हणाला, 'तुम्हाला शिक्षणाची आवश्यकता आहे.'

'आम्हाला लिहिता येत नाही, नाही तर आम्ही तुमची प्रार्थना लिहून घेतली असती. आम्ही आमच्याकडून जिवापाड प्रयत्न करू. आपण फक्त अजून एकदा ती प्रार्थना सांगा.'

लाखो लोक ज्या तीन मूर्खांच्या भजनी लागलेत, त्या तिघांचं आपण परिवर्तन केलं, त्यांना ख्रिश्चन बनवलं म्हणून आर्च-बिशप खूष होता. त्यानं आणखी एकदा ती प्रार्थना म्हटली. त्या तिघांनी पुन्हा त्याचे पाय धरले. मग आर्च-बिशप खुशीत परत निघाला.

तो सरोवराच्या मध्यभागी पोहोचला नाही तोच त्याला वावटळीसारखे काही तरी त्याच्या दिशेनं येताना दिसलं. जे घडत होतं त्याच्यावर आर्च-बिशपचा विश्वासच बसला नाही. घाबरून तो देवाची प्रार्थना करू लागला. जेव्हा ती वावटळ जवळ आली तेव्हा ती वावटळ नसून ते तिघं खेडूत असल्याचं त्याच्या लक्षात आलं. ते तिघं मूर्ख पाण्यावरून चालत त्याच्याकडे आले होते.

'अरे देवा! पाण्यावर तर फक्त येशूच चालू शकला होता.' आर्च-बिशपच्या मनात विचार आला

ते तिघं हात जोडून म्हणाले, ‘आम्ही ती प्रार्थना पुन्हा विसरलो. तेव्हा म्हटलं तुमच्याकडून ती पुन्हा एकदा ऐकावी.’

त्यांना पाण्यावर उभं राहिलेले पाहून आर्च-बिशप काय समजायचं ते समजला. त्याला सत्याची जाणीव झाली. तो म्हणाला, ‘नाही. माझ्या प्रार्थनेची तुम्हाला जरूर नाही. तुम्ही तुमचीच प्रार्थना करा. तीच योग्य आहे. कारण आयुष्यभर मी माझी प्रार्थना करत आहे. रशियाच्या पारंपरिक चर्चच्या सर्वोच्च पदावरही पोहोचलो- पण मी पाण्यावर चालू शकत नाही. ईश्वर तुमच्या पाठीशी आहे. त्यानं तुमची प्रार्थना ऐकली आहे. तुम्ही जा आणि तुमचीच प्रार्थना करत राहा.’

ते तिघं एकदम खूष होऊन म्हणाले, ‘आपली आमच्यावर फारच कृपा झाली. कारण त्या मोठ्या प्रार्थनेनं आमचे प्राण कंठाशी आले होते. ‘

ही गोष्ट फारच उत्तम आहे. या गोष्टीवरून रूढिवादी सनातन, बुरसटलेला धर्म मृत झाला आहे, हे लक्षात येतं-

धार्मिकता तुमच्या हृदयातून सुगंधाप्रमाणे निर्माण होईल- तुमच्या प्रेमाच्या फुलाचा सुवास सर्व अस्तित्त्वालाच व्यापून राहील. धार्मिक व्यक्तीला ईश्वराची आवश्यकता नाही. कारण ईश्वर ही कोणतंही प्रमाण नसलेली फक्त कल्पना आहे आणि कोणतीही प्रामाणिक व्यक्ती प्रमाण नस्लेल्या गोष्टीचा स्वीकार करत नाही. त्याला स्वत:ला आलेल्या अनुभवाचाच तो स्वीकार करतो. तुमचा अनुभव काय आहे बरं? तर हा श्वास, ही हृदयाची धडधड. हे संपूर्ण अस्तित्त्वच श्वास आत घेत आहे आणि बाहेर सोडत आहे. हेच प्रत्येक क्षणी तुम्हाला जीवन देतं. पण तुम्ही कधी या वृक्षांकडे टक लावून पाहिलंच नाही. तुम्ही कधी फुलं आणि त्यांचं सौंदर्य निरखलंच नाही. हे सगळं दिव्य आहे याचा विचारच केला नाही. हे संपूर्ण अस्तित्त्वच एकमेव परमात्मा आहे आणि तो दिव्य आहे. हे संपूर्ण अस्तित्त्वव ईश्वरीय आहे. तुम्ही ज्या क्षणी धार्मिकतेनं ओतप्रोत होता त्याच क्षणी हे अस्तित्त्व ईश्वरीय होऊन जातं.

माझ्या दृष्टीनं हाच धर्म.

◆

२

मनाच्या पोरकट मागण्या आणि धर्मांनी पुरवली खेळणी

प्रिय भगवान,

माणसाला धर्माची आवश्यकता आहे का?

वास्तविक धर्माला ईश्वर आणि सैतान, स्वर्ग आणि नरक यांच्याशी काही देणं-घेणं नाही. धर्मासाठी इंग्लिशमध्ये 'रिलीजनं' शब्द आहे. तो फार महत्त्वाचा आहे, तो समजून घ्या. त्याचा अर्थ आहे तुकड्यांना, भागांना एकत्र करणं. म्हणजे तुकडे तुकडे न राहता पूर्ण होऊन जातील. 'रिलीजन'चा मूळ अर्थ आहे अंश अंश न राहता एक पूर्ण व्हावा, अशी योजना बनवणं. प्रत्येक अंश एकत्र आल्यावरच स्वत:त पूर्णता पावतो. तो वेगळा राहिला तर निष्प्राण असतो. अंश एकत्र आले. अभिन्न झाले की त्यांच्यात एक गुणवता प्रकट होते. -पूर्णतेची गुणवत्ता आणि जीवनात ही गुणवत्ता निर्माण करणं हे धर्माचं लक्ष्य आहे. धर्माचा ईश्वराशी किंवा सैतानाशी काहीही संबंध नाही.

पण धर्मांनी या जगात ज्या प्रकारांनी कार्य केलं... त्यांनी धर्माचा गुणधर्म, रचना संपूर्णपणे बदलून टाकली. हे करताना मनुष्य खंडित न राहता एक व्हावा, त्याच्या हृदयात एकतेचं सूत्र आहे, याचा विचारच केला नाही. सामान्यपणे तुम्ही एक नाही. अनेक आहात. -एक गर्दी आहात. या गर्दीला एकत्र करणं, अनेकातून एकता, समग्रता निर्माण करणं हे धर्माचं कार्य आहे. यामुळे तुमच्यातील एक अंग दुसऱ्या अंगाबरोबर एका सुरात काम करायला लागेल – त्यात विभाजन नसावं, संघर्ष नसावा, कुणी श्रेष्ठ नसावा. कुणी निकृष्ट नसावा, कुठलंच द्वंद्व राहू नये... तुम्ही फक्त एक लयबद्ध अखंडता व्हावं.

जगातल्या या सर्व धर्मांमुळे माणसं 'धर्म' या शब्दाचा अर्थसुद्धा विसरून गेली आहेत. धर्म अखंड, संपूर्ण माणसाच्या विरुद्ध आहेत. कारण अखंड माणसाला ना

ईश्वराची गरज असते, ना पाद्री-पुरोहितांची, ना मंदिर, मशिदी, चर्चची.

अखंड माणूस संतुष्ट असतो - स्वयंपूर्ण असतो. स्वतःच पूर्णत्त्व पावलेला. माझ्या दृष्टीनं त्याची ही पूर्णताच त्याचं पावित्र्य आहे. तो इतका तृप्त असतो की त्याला परमपित्याच्या स्वरूपात दूर स्वर्गात बसलेल्या आणि त्याचा सांभाळ करणाऱ्या कुठल्याही ईश्वराची मानसिक जरुरी राहत नाही. तो आता या क्षणी इतका आनंदी आहे की तुम्ही त्याला भविष्याची भीती दाखवून घाबरवू शकत नाही. परिपूर्ण व्यक्तीसाठी उद्याचं अस्तित्त्व नसतंच. वर्तमानातला क्षणच सर्व काही आहे - न गेलेला काल न येणारा उद्या.

एका अखंडित व्यक्तीला मूर्ख आणि पोरकट लबाड्यांनी तुम्ही फसवू शकत नाही. 'अमुक केलं तर स्वर्ग आणि तिथली सुखं मिळतील आणि तसं नाही केलं तर नरकात अनंत काळ खितपत पडावं लागेल.' असं सांगून तुम्ही त्याला आपल्या इच्छेनुसार नाचवू शकत नाही.

या अडाणीपणाला तो फक्त हसेल. त्याला भविष्याची अजिबात भीती नाही. तुम्ही त्याच्यासाठी नरकाची निर्मिती करू शकत नाही. त्याला भविष्याचा लोभ नाही म्हणून तुम्ही त्याच्यासाठी स्वर्गही बनवू शकत नाही. त्याला न संरक्षणाची गरज आहे, न वाट दाखवणाऱ्या मार्गदर्शकाची. त्याला कुठंही जायचंच नाही. त्याचं कोणतं लक्ष्यही नाही. प्रत्येक क्षण इतका परिपूर्ण आहे की पूर्णतेचा क्षण या जन्मी येईल की पुढच्या याची तो वाट पाहत नाही. प्रत्येक क्षण तुडुंब भरलेला आहे. परिपूर्ण आहे पूर्णातिरेकानं चमकतोय आणि त्याला माहीत आहे - या सुंदर अस्तित्त्वाबद्दल फक्त कृतज्ञतेची भावना. तीही तो शब्दांत सांगत नाही. कारण अस्तित्त्वाला तुमची भाषा समजत नाही. कृतज्ञता त्याचा आत्मा आहे - प्राण आहे.

म्हणून तो जे काही करील त्यात कृतज्ञता असेल आणि काहीही न करता तो गप्प बसला तरी त्याच्या मनात कृतज्ञता असणारच. मुसलमान जसे दिवसातून पाच वेळा नमाज पढून खुदाला शुक्रिया देतात तशी ही बाब नाही. ते त्या पाच प्रार्थनांच्यामध्ये काय करतात याचा जरा विचार करा. हा मधला वेळ प्रार्थनेनं भरलेला, कृतज्ञतेनं भरलेला नसेल तर मग तुमची कृतज्ञता म्हणजे केवळ एक थोतांड आहे, एक कर्मकांड आहे. ते तुमचं जीवन नाही.

जगात 'क्षमा सप्ताह' पाळणारी एक ख्रिश्चन संस्था आहे. त्या संस्थेचं माहिती पत्रक आताच माझ्या सचिवानं मला आणून दाखवलं. फक्त एखादं शहरच त्या संस्थेचं सदस्य बनू शकतं. एकदा ते शहर सदस्य बनलं की त्या संस्थेच्या जगाच्या नकाशावर - वर्ल्ड मॅपवर - त्याची नोंदणी होते. हे काम करणारे लोक फार गंभीरपणे हे काम करतात असं दिसतं. पण ते जे करताहेत ते मूर्खपणाचं आणि पोरकट आहे. कसं... सोमवारी स्वतःच स्वतःला क्षमा करा. मंगळवारी

शेजाऱ्याला क्षमा करा, बुधवारी शत्रूला क्षमा करा, मग देशाला क्षमा करा आणि अखेर सर्व जगाला क्षमा करा... असं हे काम चालतं. असा हा सात दिवसांचा कार्यक्रम आहे. त्या पुस्तिकेबरोबर जे पत्र आलं आहे त्यातला मजकूर असा आहे की 'जर आपण स्वतःला, स्वतःच्या राष्ट्राला, सर्वच राष्ट्रांना आणि जगाला क्षमा केली तर आपल्याला अत्यंत आनंद होईल. पश्चाताप शुभ आहे, सूडभावना अशुभ आहे.'

वर्षातून एक आठवडा क्षमा केल्यावर बाकी वर्षभर तुम्ही काय करता? आणि जर तुम्ही संपूर्ण वर्षभर क्षमा करत राहिलात तर पुढच्या वर्षी तुमचं सदस्यत्त्व रद्द व्हायला पाहिजे. कारण पुढच्या वर्षी तुम्ही 'क्षमा सप्ताह' पाळू शकणार नाही. क्षमा करायला कुणी शिल्लकच राहिलं नसेल. तुम्ही सगळ्यांनाच क्षमा करून टाकली असणार. दरवर्षी हीच भानगड... याचा? अर्थ क्षमाभावना तुमच्यात परिवर्तन करत नाही.

त्या पत्रात पुढं असंही म्हटल आहे की क्षमा करायला तुम्ही सगळ्यांत पुढे राहा. तुम्ही आदर्श व्हा. लोकांनी तुमच्याकडून शिकावं. क्षमा करायला प्रथम क्रमांकावर राहण्याची संधी सोडू नका. हे अनुचित दिसत नाही? - क्षमा करण्याचीसुद्धा स्पर्धा. एक अहंकाराचा खेळ... 'तुम्ही पहिले असा.' परंतु प्रत्येक व्यक्ती पहिल्या क्रमांकावर राहण्याचा प्रयत्न करू लागली तर असे किती लोक पहिल्या क्रमांकावर राहतील? कुणाला तरी दुसऱ्या क्रमांकावर जावंच लागेल. म्हणजे तो बिचारा खेळात सुरुवातीलाच हरला. तो आपल्या नशिबाचा, नियतीचा नियंत्रक होऊ शकत नाही. म्हणूनच घाई करा. दुसरा तुम्हाला क्षमा करण्याआधीच तुम्ही त्याला क्षमा करा. म्हणजे मग तुम्ही आपल्या नशिबाचे धनी व्हा. पुढे राहा प्रथम राहा... आणि तुमचा फायदाच फायदा होईल - मोठा लाभ होईल.

आता कुणाला तरी क्षमा करायची म्हणजे प्रथम तुम्हाला नाराज व्हायला पाहिजे, रागावलं पाहिजे. तिरस्कार, सूड अशा कुठल्या ना कुठल्या स्वरूपात दुसऱ्याचा नाश करण्याच्या विचारांनी तुम्ही भारले गेला पाहिजेत. मनात असे उपद्रवी विचार नसतील तर तुम्ही क्षमा कशी करणार? या सात दिवसांत क्षमा करण्यासाठी तुम्हाला वर्षभर मनावर आघात सोसले पाहिजेत. प्रत्येक वर्षाच्या फेब्रुवारी महिन्यात हे सात दिवस येणार आणि या दिवसांत प्रथम क्रमांक मिळवण्यासाठी तुम्हाला जिवापाड मेहनत करायला पाहिजे. जी व्यक्ती जास्तीत जास्त मेहनत करील तिला फायदाही जास्त मिळणार. पण जास्तीत जास्त क्षमा कोण करील याचा जरा विचार करा. जर तुमच्या मनावर राग, द्वेष यांचं ओझं नसेल, तर तुम्ही क्षमा कशी करणार? कशासाठी क्षमा करणार?

उदाहरणासाठी सांगतो की मी संपूर्ण जगात कुणालाही क्षमा करू शकत नाही.

माझ्यापाशी क्षमा करण्याचं काही कारणच नाही. मी कुठला आघात अथवा नाराजी सोसत जगत नाही. जेव्हा माझी सचिव मला ती पुस्तिका वाचून दाखवत होती तेव्हा मी, मला क्षमा करायची झालीच तर कुणाला करीन याचा हिशेब करण्याचा मनातल्या मनात प्रयत्न केला. पण मला काहीच उत्तर मिळालं नाही. आत एकदम सामसूम होती. क्षमा करण्यासाठी मला कुणाचंही नाव सुचलं नाही. कारण पहिली गोष्ट म्हणजे माझ्या मनात कुणाबद्दलही वैमनस्य नाही. जगात मला शत्रू नाही. जरी जगातील लाखो लोक मला शत्रू मानत असले, तरी माझ्या मते माझा कुणीही शत्रू नाही. मग मी क्षमा करायचा प्रयत्न केला तरी क्षमा कुणाला करणार?

त्या संस्थेबद्दल ऐकून मला खरंच खूप मजा वाटली -आणि ही विश्वव्यापी संस्था आहे. शेकडो शहरं तिची सदस्य आहेत. आपण फार महत्त्वाचं आणि महान कार्य करतोय, असं त्यांना वाटत असेल. पण खोलात जाऊन विचार केल्यास आपल्या लक्षात येईल की प्रत्येक व्यक्तीला प्रथम क्रमांकावर राहण्यास सांगून ते प्रत्येकात अहंकाराचं बीज रुजवत आहेत.

धर्मांनी चांगल्या उद्देशानं का होईना माणसाचं खूपच नुकसान केलंय. त्यांचा उद्देश वाईट होता असं नाही. पण ते लोक मूर्ख होते. ते काय व्यक्त करत आहेत आणि माणसाचं मन कसं काम करतं यांची त्यांना स्पष्ट जाणीव नव्हती. त्यांनी माणसाचं शोषण केलं.

उदाहरण घेऊन सांगायचं झालं तर येशू म्हणतो, 'माणूस केवळ भाकरीवर जगू शकत नाही.' खरं आहे. अगदी खरं - कारण त्याला जगण्यास कपोलकल्पित गोष्टींचा आधार लागतो. फक्त भाकरीनं काम भागत नाही. त्याला ईश्वर पाहिजे, सैतान पाहिजे, स्वर्ग पाहिजे आणि नरकही पाहिजे. त्याला पोप, चर्च, प्रार्थना आणि क्षमेची भावना यांची आवश्यकता आहे. येशू सांगतो की नुसत्या भाकरीवर माणूस जगू शकत नाही. अगदी बरोबर. या सगळ्या खोट्या गोष्टी हिरावून घेतल्या, जर ईश्वर नसेल, सैतान नसेल, तर धर्म कुणासाठी असा प्रश्न अचानक उभा राहील.

या सगळ्या धर्मांनी तुम्हाला कल्पना दिल्या कारण तुमच्या काही मानसिक गरजा आहेत. एक तर तुम्ही मनाच्या पार गेलं पाहिजे आणि तोच खरा धर्म आहे, नाही तर या पोकळ कल्पनांमध्ये गुंतून राहा. म्हणजे तुमचं मन रिकामं राहणार नाही त्याला निरर्थक व एकटं वाटणार नाही. नदीतून वाहत जाणाऱ्या एखाद्या काडीसारखं. त्या काडीला मागच्या प्रवाहाचा पत्ता नसतो. किंवा तिच्यापुढे एखादं लक्ष्यही नसतं.

मानवी मनाच्या काही मोठ्या आवश्यकतांमध्ये एक आवश्यकता आहे - दुसऱ्याला तुमची गरज असल्याची जाणीव.

सामान्यपणे ही सृष्टी तुमच्याकडे उपेक्षेनं पाहतेय असंच दिसतं. 'तुमची तिला

गरज आहे', असं काही तुम्ही म्हणू शकत नाही. म्हणू शकता का? तुमच्याशिवाय सगळं ठीकठाक चाललं होतं. रोज सूर्योदय होत होता, फुलं उमलत होती, ऋतू येत-जात होते. तुम्ही नसता तरी काही फरक पडला नसता. एक दिवस तुम्ही इथं असणार नाही आणि तरीही रेसभरसुद्धा फरक पडणार नाही. हे अस्तित्त्व जसं चालत आलंय, तसंच चालत राहणार. तुमच्या असण्या - नसण्याला काही अर्थ नाही. ही गोष्ट तुम्हाला मानवणारी नाही. तुमची आवश्यकता असणं हीच तुमची सर्वांत मोठी आवश्यकता आहे. या उलट हे अस्तित्त्व तुम्हाला जाणीव करून देतं की त्याचा तुमच्याशी काही संबंध नाही. त्याला तुमची पर्वा नाही. कदाचित तुम्ही आहात याचाही त्याला पत्ता नसेल. ही गोष्ट मनाला धक्का देणारी आहे आणि तुमच्या मनाच्या या कमकुवतपणाचाच तथाकथित धर्मांनी फायदा उठवलाय...

खरा धर्म तुमची ही आवश्यकता दूर करण्याचा आटोकाट प्रयत्न करील. मग कुणालाही तुमची आवश्यकता नाही हे तुम्हाला स्पष्टपणे कळून येईल. कारण जोपर्यंत तुम्ही तुमची कुणाला तरी आवश्यकता आहे असं समजता, तोपर्यंत तुम्ही खोट्या कल्पनांची मागणी करता.

जगात तथाकथित धर्म वेगवेगळ्या रूपांत अस्तित्त्वात आहेत. – हिंदू, इस्लाम, ख्रिश्चन, जैन, बौद्ध आणि कितीतरी - पृथ्वीवर जवळ जवळ तीनशे धर्म आहेत आणि ते एकाच कामात मग्न आहेत - तुमची बरोबर तीच आवश्यकता पुरी करण्याच्या - ते तुम्हाला खोटं समाधान देतात. ते सांगतात की ईश्वर आहे, तो तुमची काळजी घेतो, तुमचा सांभाळ करतो. तो तुमचा एवढा मोठा हितचिंतक आहे की तुम्हाला योग्य जीवनमार्ग दाखवण्यासाठी एक पवित्र ग्रंथ पाठवतो. तुम्हाला मदत करण्यासाठी, योग्य मार्गावर आणण्यासाठी त्याचा एकुलता एक पुत्र पाठवतो. तुम्ही भरकटू नाही म्हणून पैगंबर आणि मसीहा पाठवतो आणि तरीही तुम्ही भरकटलाच तर हे धर्म तुमच्या दुसऱ्या कमकुवतपणाचा फायदा घेतात. - सैतानाचं भय दाखवून. सैतान - तुम्ही चुकीच्या मार्गानं जावं म्हणून जो सर्वतोपरी प्रयत्न करत असतो.

सध्याची माणसाची स्थिती अशी आहे की एका बाजूला त्याला ईश्वराची, संरक्षकाची, मार्गदर्शकाची आणि मदतीची आवश्यकता आहे, तर दुसऱ्या बाजूला नरकाची. म्हणजे मग पाद्री-पुरोहित जे मार्ग चुकीचे समजतात, त्या मार्गांनी जायला माणसं घाबरतील. पण प्रत्येक समाजात बरोबर आणि चूक यांच्या कल्पना वेगवेगळ्या आहेत. म्हणजेच या गोष्टी समाजानं निर्माण केल्यात. त्यांना विद्यमान मूल्य काही नाही.

पण जेव्हा तुम्ही मनाच्या पलीकडे जाता, कुठलाही पूर्वग्रह न बाळगता सर्व गोष्टी सरळपणे, स्पष्टपणे पाहू शकता - डोळ्यांवर कुठल्याही लादलेल्या मतांची

झापडं न बांधता - तेव्हा तुमची स्थिती जागरूकतेची असते. जेव्हा तुम्ही सरळ पाहता, स्वच्छपणे पाहता तेव्हा चूक काय आणि बरोबर काय याचं ज्ञान तत्काळ होतं. मग कुणी सांगायची गरज राहत नाही की कुणाच्या आज्ञेची आवश्यकता नाही.

चूक काय आणि बरोबर काय याच्याबद्दल प्रत्येक समाजाच्या आपापल्या कल्पना आहेत. पण ज्या गोष्टींना ते चुकीच्या समजतात, त्या करण्यापासून तुम्हाला कसं थांबवणार? कारण ज्यांना ते अशुभ आणि पाप समजतात, त्यांतील बहुतेक नैसर्गिक असतात आणि तुम्हाला त्यांचे आकर्षण वाटतं. ते चूक आहे पण स्वाभाविक आहे - आणि स्वाभाविक गोष्टींबद्दल एक गहन आकर्षण आहे. म्हणूनच त्यांना स्वाभाविकतेच्या आकर्षणापेक्षा अधिक मोठ्या भीतीची निर्मिती करावी लागते. नरकाचा जन्म म्हणून तर झाला.

काही धर्मांचे एका नरकावर समाधान होत नाही. ते का होत नाही ते मी समजू शकतो. ख्रिश्चन धर्म एका नरकावर संतुष्ट आहे कारण सरळ आहे. त्यांचा नरक शाश्वत आहे. तो खूप विस्तारलेला आहे. त्याला अंतच नाही. पण हिंदू, जैन, बौद्ध यांचे नरक शाश्वत नाहीत. म्हणून त्यांना आणखी विस्तार करावा लागला. एकावर एक सात नरक. प्रत्येक नरकात अधिकाधिक छळ. एकापेक्षा दुसरा जास्त पाशवी.

आणि ज्यांनी या नरकांचं अतिशय तपशिलानं वर्णन केलंय, ते स्वतःला संत म्हणवून घेत होते... याचं मला आश्चर्य वाटतं. या लोकांना, संधी मिळाली असती तर अगदी सहजगत्या ते ॲडॉल्फ हिटलर, जोसेफ स्टालिन किंवा माओ-त्से-तुंग झाले असते. लोकांना छळायचं कसं याचा पूर्ण विचार त्यांनी केला होता. पण त्यांच्याजवळ बळ नव्हतं. पण खोलात जाऊन विचार केला तर त्यांच्याजवळही एक बळ होतं - पण वर्तमानात वापरता येण्यासारखे नव्हतं, इथं वापरता येण्यासारखं नव्हतं. त्यांची ताकद होती शंकराचार्य, पोप किंवा प्रमुख पाद्री होण्यात. या ताकदीच्या जोरावरच त्यांनी तुम्हाला नरकात पाठवण्याची व्यवस्था केली. आता नाही तर भविष्यात कधी तरी - मरणानंतर. तसं पाहिलं तर मृत्यूच इतका भयंकर आहे... पण त्यांना तो पुरेसा वाटला नाही. कारण नैसर्गिक प्रवृत्ती वास्तवात अधिक प्रबळ आहेत आणि हे लोक नैसर्गिक आकर्षणाच्या इतके विरुद्ध का होते? कारण नैसर्गिक प्रवृत्ती त्यांच्या स्थायी स्वार्थाच्या विरुद्ध जात होत्या.

मी तुम्हाला स्पष्ट करून सांगतो. भारतात कृष्णाच्या सोळा हजार राण्या होत्या. आता ज्यांनी आपल्या स्त्रिया गमावल्या होत्या त्या पंधरा हजार नऊशे नव्याण्णव पुरुषाचं काय झालं? त्या बायका चोरल्या गेल्या होत्या. त्यांना जबरदस्तीनं पळवून नेलं होतं. त्यांतल्या कुणी कुणाच्या आया होत्या, कुणी कुणाच्या पत्नी होत्या. काही अविवाहित होत्या. पण बहुतेक विवाहित होत्या. स्त्री सुंदर असणं एवढीच गोष्ट कृष्णाला पुरेशी होती तिला आपल्या राणीवशात न्यायला. राणीवसा

तरी कसला... यातनागृह किंवा कॉन्सन्ट्रेशन कॅम्पच म्हणायचा तो! ते जवळ जवळ एक शहरच असणार. सोळा हजार स्त्रिया. आता त्या पंधरा हजार नऊशे नव्याण्णव पुरुषांना कसं थोपवणार? ते सगळे एक झाले असते तर त्यांचे प्राण घेतले असते त्यांनी आणि आपल्या बायका परत नेल्या असत्या. त्यांना थोपवणं जरूर होतं.

पंडित-पुरोहितांना मार्ग शोधावे लागले. कारण कृष्ण पंडित-पुरोहितांच्या संरक्षणाची व्यवस्था करत होता. कृष्णाजवळ ताकद होती. राजकीय शक्ती, न्यायालय, कायदे, सेना - सगळं त्याच्या हातांत होतं. त्यानं पंडितांना संरक्षण दिलं. हिंदू कायद्याप्रमाणे जर तुम्ही एखाद्या शूद्राची हत्या केली तर दहा वर्षांचा तुरुंगवास पुरेसा आहे; परंतु जर ब्राह्मणाला मारलं तर त्यासाठी मृत्युदंड आहे - तोही फक्त या जन्मात नाही, तर पुढचे सात जन्म - तुम्हाला पुन:पुन्हा मारलं जाईल तेव्हा कुठं शिक्षा पूर्ण होईल. शासक पुरोहितांना संरक्षण देतात आणि पुरोहित शासकांना. पुरोहित सांगतात की कृष्ण कुणी सामान्य व्यक्ती नाही. तो ईश्वराचा पूर्णावतार आहे. त्यानं आपली सखी बनवण्यासाठी तुमच्या पत्नीची निवड केली म्हणून तुम्ही प्रसन्न व्हायला पाहिजे, तुम्हाला आनंद व्हायला पाहिजे. तुम्ही भाग्यवान आहात, धन्य आहात. स्वर्गात तुम्हाला महान सुख मिळेल. म्हणून रागावू नका, नाराज होऊ नका, विरोध करण्याचा विचारही मनात आणू नका. उलट मनापासून आनंदानं, प्रसन्नपणे या गोष्टीचा स्वीकार करा. खरं म्हणजे, दुसऱ्या कोणाच्या पत्नीची न करता तुमच्याच पत्नीची निवड केली गेली याबद्दल तुम्ही कृतज्ञ असायला पाहिजे.

आता कुठल्याही व्यक्तीची सहज-प्रवृत्ती कृष्णाशी लढण्याची असणार. कारण त्यानं त्या गृहस्थाच्या मुलांची आई हिरावून घेतली. त्याच्या पत्नीला, त्याच्या मनाविरुद्ध उचलून नेलं. हा कसला समाज आहे? पण नाही. त्याची सहज- प्रवृत्ती दोन प्रकारांनी नाहीशी केली गेली. दोन तऱ्हांनी. एक म्हणजे तुम्ही स्वेच्छेनं स्वीकार केला तर तुमचा लाभ होणार - स्वर्गात सुखच सुख मिळणार. तिथं सुंदर अप्सरा असणार - तिथं लुटा हजारोपट मजा. दुसरी म्हणजे तुम्ही रुसलात, रागावलात किंवा कृष्णाच्या विरुद्ध काहीही केलंत तरी तो परमेश्वराचा अवतार असल्यामुळे तुम्ही सातव्या नरकात सडत पडाल. आता निवड करणं तुमच्या हातांत आहे. स्थायी स्वार्थाच्या विरोधात जाणारी अशी कोणतीही गोष्ट...

उदाहरणासाठी गरिबीची गोष्ट घ्या. सर्व धर्मांची शिकवण आहे की गरिबी उपकारक आहे. ही केवळ येशूची शिकवणूक नाही. हं! तो जरा व्यवस्थित, एका वाक्यात वचनाच्या रूपात सांगतो इतकंच! 'जे दरिद्री आहेत तेच कृतकृत्य आहेत, कारण तेच प्रभूच्या राज्यात प्रवेश करण्याचा अधिकार मिळवतात.' पण ही सगळ्याच धर्मांची शिकवण आहे. तुम्ही गरिबीचा एक वरदान म्हणून, ईश्वराची भेट म्हणून स्वीकार केला पाहिजे. ही तुमच्या श्रद्धेची परीक्षा आहे. जर या अग्निपरीक्षेत

तक्रार न करता, चुपचाप, हा अन्याय आहे असं न समजता उतराल, तर ईश्वराचं राज्य तुमचंच आहे.

जेव्हा येशू असं सांगतो तेव्हा लाझारसला फार बरं वाटतं... लाझारस फार गरीब होता. गावातला सर्वांत श्रीमंत माणूस आपल्या वाढदिवसानिमित्त एक मोठी मेजवानी देत होता. भुकेला लाझारस त्याच गावातून चालला होता. त्यानं थोडं पाणी मागितलं. पण नोकराचाकरांनी त्याला धक्के मारून बाहेर काढलं. ते म्हणाले, 'आमचे मालक एक मेजवानी देताहेत. बडे बडे पाहुणे जमलेत हे तुला दिसत नाही? तू आहेस एक मामुली भिकारी... आत घुसून पाणी मागण्याची तुझी हिम्मत कशी झाली? चल, नीघ. पळ. लवकरात लवकर तोंड काळं कर.'

येशु लाझारसला म्हणतो, 'नाराज होऊ नकोस. स्वर्गात सर्व सुखांचा तू उपभोग घेशील आणि या माणसाला नरकाच्या आगीत होरपळताना पाहशील - तो तहानेनं तडफडत असेल आणि तुझ्याकडे याचना करील की लाझारस, थोडं पाणी दे.'

केवढी मोठी सांत्वना! पण ही लबाडी आहे. गरिबांचा राग आणि मत्सर यांच्यापासून श्रीमंतांना वाचवायची क्लृप्ती आहे. श्रीमंत थोडे आहेत, पण गरीब खूप आहेत. एकदा जरी गरिबांना जाणवलं की त्यांची गरिबी हे वरदान नसून शाप आहे, शोषणाचा परिणाम आहे तर ते या श्रीमंतांना मारून टाकतील. ही युक्ती दोन्ही बाजूंनी उत्तम आहे. गरिबी वरदान आहे ही दरिद्री लोकांना सांत्वना आणि श्रीमंतांचा बचाव. कारण गरीब आता विद्रोह करणार नाहीत.

जगात धर्मामुळेच गरिबी निर्माण झालीय. नाहीतर काहीच कारण नाही - विशेषत: हल्ली शास्त्र आणि तंत्रज्ञान सर्व पृथ्वीला स्वर्गात बदलू शकत असताना-

पृथ्वीचं स्वर्गात परिवर्तन झालेलं या धार्मिक लोकांना आवडणार नाही, कारण मग त्यांच्या स्वर्गाचं काय होणार? ते या जगाला दुर्दशेत - म्हणजे दरिद्री, भुकेकंगाल, रोगग्रस्त - आहे तसंच ठेवायला पाहतात. कारण त्यांचा धंदा त्याच्यावरच अवलंबून आहे. श्रीमंत चर्चला दान देतात कारण चर्च त्यांचं रक्षण करतं. पण ज्यांच्याजवळ पोटभर खायला नाही, असे गरीबही दान देतात. कारण चर्च त्यांचं सांत्वन करतं. त्यांना मार्गदर्शन करतं. हे जीवन फार लहान आहे. फार मोठं तर नाही. त्यातलं पण बरचसं गेलंय. आता थोडंच राहिलंय - तेही जाईल आणि त्यानंतर स्वर्गात अनंत सुखांचं शाश्वत जीवन. चर्च त्या सुखाचा रस्ता दाखवतं, येशू मार्ग दाखवतो.

नैसर्गिक गरजा म्हणजे कामवासना, भूक... हे धार्मिक लोक तुम्हाला उपवास करायला शिकवतात. हे निसर्गाच्या विरुद्ध आहे. गरजेपेक्षा जास्त खाणं जितकं हानिकारक आहे, तितकंच उपवास करणंही. जर तुम्ही खूप खात असाल, पोटात ठासून भरत असाल तर ते अस्वाभाविक आहे. मानसिकदृष्ट्या तुमच्यात काहीतरी

गडबड आहे. कदाचित आतून तुम्हाला एक रिक्तपणाचा अनुभव येत असेल आणि तो दूर करण्यासाठी खाण्याची जी गोष्ट हाताला लागेल ती पोटात ढकलत असाल.

धर्मांनी तुम्हाला नैसर्गिक इच्छा आणि प्रवृत्ती यांच्या विरुद्ध का जायला लावलं? कारण अगदी स्पष्ट आहे - तुमच्या मनात अपराधाची भावना निर्माण व्हावी म्हणून. मी हे शब्द पुन्हा म्हणतो – 'अपराधाची भावना'. तुमचा नाश करण्यात, तुमचं शोषण करण्यात, तुम्हाला त्यांच्या इच्छेनुसार वागण्यास भाग पाडण्यात, तुम्ही वाईट आहात हे सिद्ध करण्यात आणि तुमचा आत्मसन्मान नष्ट करण्यात ही भावना केंद्र -बिंदू आहे, महत्त्वाचा मुद्दा आहे.

एकदा अपराधाची भावना निर्माण झाली, 'मी पतित आहे, पापी आहे,' असं एकदा तुम्हाला वाटायला लागलं की त्यांचं काम झालं. मग कोण तुमचा उद्धार करणार? नक्कीच कुणीतरी उद्धारक हवा. पण आधी आजार निर्माण केला पाहिजे.

मी दोन तरुणांच्या एका धंद्याबद्दल ऐकलंय. त्या दोघांतील एक जण रात्री एखाद्या गावात जायचा आणि घरांच्या खिडक्या-दारांवर डांबर फेकायचा. मग त्या गावातून तो दुसऱ्या गावात जायचा. सकाळी गावातले लोक हैराण व्हायचे. खिडक्या-दारं घाण झाली. आता ही स्वच्छ करायची कशी? आणि तेव्हाच अचानक दुसरा तरुण तिथं यायचा - त्यांची धंद्यात भागीदारी होती. - तो गावात ओरडत फिरायचा 'डांबर साफ करणारऽऽ'

लोकं धावत-पळत येत आणि म्हणत, 'आमच्या घराच्या खिडक्या साफ करायच्यात. कृपा करून घरी चला,' तोपर्यंत पहिला तरुण पुढच्या गावात जाऊन आपलं काम उरकायचा. एक जण लोकांची घरं घाण करायचा, तर दुसरा स्वच्छ करायचा. त्यांची हातमिळवणी म्हणजे पन्नास टक्के भागीदारीचा खेळ आहे.

पंडित - पुरोहित प्रथम अपराधाची भावना निर्माण करतात - हे झालं तुमच्या चेहऱ्यावर डांबर फेकणं. आता ते साफ करायला कुणीतरी पाहिजे. आता हा चेहरा तर दिसणारा नाही. ते तुमच्या अदृश्य अंतःकरणावर डांबर फेकतात. ते साफ करण्याचा उपाय तुमचा तुम्हाला सापडणं शक्य नसतं. कारण तुम्हाला आंतरिक सत्य, खरा चेहरा माहीत नसतो. पाद्री तुम्हाला पापी, अपराधी ठरवतात तेवढंच तुम्हाला माहीत असतं. ही मानसिक प्रवृत्ती या समाजानं निर्माण केलीय.

'जर ईश्वर नसेल आणि सैतानही नसेल तर मग धर्माची आवश्यकता काय?' असं तुम्ही विचारता. पण तेव्हा - आणि फक्त तेव्हाच धर्माची आवश्यकता आहे. जेव्हा ईश्वर आणि सैतान असतो, तेव्हा धर्माला जागाच शिल्लक राहत नाही. ते दोघं सगळी जागा व्यापायला पुरेसे आहेत. त्या दोन्ही कल्पना एवढ्या विशाल आहेत की धर्मासाठी जागाच शिल्लक राहत नाही.

धर्मासाठी जागा करायची असेल तर तुम्हाला ईश्वर आणि सैतान यांची हत्या

करायला पाहिजे, त्यांचा संपूर्ण नाश करायला पाहिजे. मग धर्म म्हणजे तुमच्या पोरकट मानसिक गरजांचं शोषण करणारा न राहता तुमच्या आत्म्याचं परिवर्तन करणारं विज्ञान होईल. असं झाल्यावर तुम्ही तुमच्या मानसिक गरजांपलीकडे जाल आणि त्या मिथ्या, असत्य आहेत हे तुम्हाला दिसेल.

उदाहरणानं सांगायचं झालं तर तुम्ही मानसिक गरजांच्या अगदी खालच्या स्तरावर जगत असाल तर तुम्हाला एकटेपणा जाणवेल. पण तुम्ही त्यांच्या पार जाल तर मग तुम्हाला तो एकांत असल्यचं समजेल. एकांतात बळ आहे, एकटेपणात दुर्बलता आहे. एकटेपणा नेहमी दुसऱ्याची इच्छा करतो. तो दुसऱ्यावर अवलंबून असतो. म्हणून दुसरा तुमच्यावर व तुम्ही दुसऱ्यावर अधिकार गाजवता. पतीचा पत्नीवर काय हक्क आहे? पत्नीचा पतीवर काय हक्क आहे? एवढाच एकाच्या अभावामुळे एकटेपणा जाणवतो आणि जेव्हा एकटेपणा येतो तेव्हा भीती वाटते. आश्चर्यच - की दोन भित्रे, घाबरलेले एकत्र आले की निर्भयपणा वाटायला लागतो.

दोन एकटे एकत्र आले तर एकटेपणा दुप्पट व्हायला पाहिजे. आता तर त्यांना जास्त एकटं वाटायला पाहिजे... आणि काही काळानंतर खरंच असं होतं, विशेष करून हनीमूननंतर. असे पति-पत्नी तुम्हाला शोधूनही सापडणार नाहीत... की ते मारे जवळ बसले असतील, पण त्यांच्यात जवळीक नाही. ते दोघंही एकटे आहेत आणि ते नाराजही आहेत. कारण ते एकमेकांच्या गरजा पूर्ण करत नाहीत. शेवटी भांडायला काहीही बहाणा पुरतो. भांडताना तरी ते आपला एकटेपणा विसरतात, भांडण ते काम करतं. त्याचाही उपयोग आहेच.

पण जेव्हा तुम्ही तुमच्या मानसिकतेच्या पार जाता तेव्हा एक परिवर्तन होतं. मग एकटेपणा, एकटेपणा न राहता एकांत होतो - आणि हे एक सत्य आहे.

धर्म आहे मनाच्या पलीकडे जाण्याचा मार्ग. कारण मन अनेक भागांत विभागलं गेलंय, विभागणी झालेलं आहे, तुकडे-तुकडे आहेत, एक गर्दी आहे. - तुम्ही बहुचित्तवान आहात. जेव्हा तुम्ही याच्या पलीकडे जाता तेव्हाच तुम्हाला चैतन्याचं ज्ञान होतं - विभागणी न झालेलं, अखंडित, अद्वैत. या अविभाज्य चैतन्याचं ज्ञान होणं म्हणजेच सर्वज्ञान होणं. मग अधिक काही जाणून घ्यायला राहतच नाही.?

◆

३

ईश्वर आणि सैतान : अगदी योग्य जोडी

प्रिय भगवान,
ईश्वराच्या अस्तित्त्वासाठी सैतानाची आवश्यकता आहे का?

ईश्वर आणि सैतान या केवळ मानलेल्या म्हणजेच काल्पनिक गोष्टी आहेत. जसं तुमचं, या वृक्षांचं, पर्वतांचं अस्तित्त्व आहे, तसं ईश्वराचं नाही. - ईश्वर ही फक्त एक कल्पना आहे आणि या कल्पनेसाठीच तत्त्वज्ञानींना त्याच्या अगदी उलट, अगदी विरुद्ध टोकाची, सैतानाची कल्पना करावी लागली. मग सैतान ठरला अंधार आणि ईश्वर प्रकाश.

धर्माच्या जगतात बहुधा सर्वांत गोड ठरावी अशी एक फार गोड प्रार्थना उपनिषदात आहे. मी त्या प्रार्थनेतील विचाराशी सहमत नाही. पण त्यातील काव्य मला फार आवडतं. प्रार्थना अगदी लहान, पण उद्‌बोधक व अर्थपूर्ण आहे. ऋषी म्हणतात, 'तमसो मा ज्योतिर्गमय। मला अंधारातून प्रकाशाकडे घेऊन चल. असतो मा सद्‌गमय। मला असत्याकडून सत्याकडे ने.' आणि शेवटच्या चरणात म्हटलंय, 'मृत्योर्मा अमृतं गमय। मला मृत्यूकडून अमृताकडे ने.'

ही कविता विलक्षणच आहे. त्यामध्ये अधिक सुधारणा करायला जागाच नाही. पण ही फक्त कविताच आहे. -एक फक्त कल्पना. त्याहून अधिक काही नाही. कारण अंधार आणि प्रकाश ही एकच गोष्ट आहे. अंधारातून प्रकाशाकडे जाणं शक्य नाही. प्रकाश म्हणजे दुसरं तिसरं काही नसून फक्त थोडा कमी अंधार आणि अंधार म्हणजे थोडा प्रकाश. त्यांच्यात प्रमाणाचं अंतर आहे. तुम्ही असत्याकडून सत्याकडेही जाऊ शकत नाही. कारण तिथंही असाच प्रमाणाचा फरक आहे. प्रत्येक खोट्यात खऱ्याचा थोडा तरी अंश असतोच आणि प्रत्येक सत्यात, अल्प प्रमाणात का होईना, असत्याचा भाग असतोच.

मृत्यूकडून शाश्वताकडेही जाता येत नाही. कारण मृत्यू हे जीवनाचंच एक अंग आहे. मृत्यू व जीवन हे विरोधात नाहीत. उलट मृत्यू जीवनाचं सर्वोच्च शिखर आहे. जीवन व मृत्यू दोघं साथी आहेत. जो मरत नाही तो जगूही शकत नाही. मृत्यू व जीवन म्हणजे जणू एखाद्या पक्ष्याचे दोन पंख. सूर्याच्या सोनेरी किरणांत फक्त एक पंख पसरून उडणाऱ्या पक्ष्याला तुम्ही कधी पाहिलंय का? जीवन आणि मृत्यू तुमच्या दोन पायांसारखे आहेत - फक्त एका पायानं चालता येत नाही.

हे अस्तित्त्व विरोधी ध्रुवांनी तयार झालंय. -प्रत्येक पैलूच्या विरुद्ध पैलू आहेच. प्रत्येक गोष्टीला तिच्या विरुद्ध गोष्ट असल्याशिवाय अस्तित्त्व असणं शक्यच नाही. म्हणूनच माणसानं अतिशय पवित्र, पवित्रांत पवित्र अशा ईश्वराची निर्मिती केल्यावर त्याला एका सैतानाची निर्मिती करावीच लागली - ती एक पूर्णतः तात्त्विक आवश्यकता होती. सैतान ईश्वराचंच प्रतिरूप आहे. सैतानाला इंग्लिशमध्ये 'डेव्हिल' म्हणतात. आणि ''डेव्हिल'चा अर्थ 'दिव्य' असा आहे, हे कळल्यावर तुम्हाला आश्चर्य वाटल्यावाचून राहणार नाही. पण या दोन्हीही फक्त कल्पना आहेत. सैतान हा ईश्वरापेक्षा महत्त्वाचा असूनसुद्धा त्याच्याकडे विशेष कुणी लक्ष देत नाही, ही खरोखरच अजब गोष्ट आहे. 'ईश्वर जर व्ही. आय. पी. आहे तर सैतान व्ही. व्ही. आय. पी आहे. ईश्वराने जग निर्माण केलं असेलंही, पण ते मोठ्या कौशल्यानं आणि सैतानीपणानं चालवतोय सैतानच.

चंगेजखान, तैमूरलंग, नादिरशहा, ॲडॉल्फ हिटलर, जोसेफ स्टॅलिन, बेनिटो मुसोलिनी, रोनाल्ड रीगन हे सर्व कुणाचं प्रतिनिधित्त्व करतात असं तुम्हाला वाटतं? ईश्वराचं नक्कीच नाही. हे सैतानाचे प्रतिनिधी आहेत आणि यांनीच इतिहास घडवलाय. हेच लोक जगात जास्तीत जास्त पाप निर्माण करतात.

'ईश्वर मेला आहे आणि आता माणूस स्वतंत्र आहे.' असं फ्रेडरिक नीत्शेनं जाहीर केलं होतं. पण त्याचे हे विधान अपूर्ण आहे. तो सैतानाला विसरलाच. ईश्वर मेला असण्याची दाट शक्यता आहे. कारण सैतानाबरोबर इतके दिवस जगणं म्हणजे काही चेष्टा नाही. सैतान अजूनही जिवंत आहे, आणि जोपर्यंत सैतान जिवंत आहे तोपर्यंत माणूस स्वतंत्र होणं शक्यच नाही.

माणसापुढचा खरा प्रश्न ईश्वर नाही. सहा दिवसांत जगाची निर्मिती केल्यानंतर तो कुणाला दिसलाच नाही. तो कुठं आहे, हेही कुणाला माहीत नाही? एक तर तो आजारी असावा, नाही तर सहा दिवसांत जगाची निर्मिती करून तो इतका थकला की सातव्या दिवशी, रविवारी त्यानं विश्रांती घेतली.... ते बरोबरच आहे म्हणा! पण मग सोमवारी काय झालं? सोमवारी त्यानं कामावर हजर व्हायला पाहिजे होतं. त्या दिवशीही हे गृहस्थ रजेवरच राहिले आणि त्यानंतर अनंत काळ गेला. म्हणूनच ईश्वर मेला असण्याचीच शक्यता आहे.

पण सैतान अजून जिवंत आहे आणि पुन:पुन्हा तो दर्शन देतो. ॲडॉल्फ हिटलर सैतानाचा अवतार आहे याशिवाय तुम्ही दुसरं काय म्हणू शकता? चंगेजखान, तैमूरलंग, नादिरशहा आणि यांच्याच जातीचे लोक यांना सैतान नाही म्हणायचं तर काय म्हणायचं? मला एक गोष्ट आठवते -

नादिरशहानं भारतावर आक्रमण केलं. लोकांना मारण्यात त्याला खूप आनंद वाटायचा म्हणून तो आयुष्यभर लोकांना मारत राहिला. एका रात्री त्यानं आपल्या शिपायांना हुकूम दिला की त्या भागातील सुंदर स्त्रीला घेऊन या. शिपायांनी शेजारच्या गावातील एका वेश्येला आणलं.

भारतातील वेश्या पश्चिमेकडील वेश्यांपेक्षा थोड्या वेगळ्या असतात. पश्चिमेकडच्या वेश्या केवळ भोग्यवस्तू असतात. पण पूर्वेकडच्या गायिका, नर्तकी, कलावंत असतात. त्यांचं भोग्यवस्तू म्हणून स्थान दुय्यम असतं.

त्या वेश्येनं नृत्य केलं. तिच्या नृत्यकौशल्यावर नादिरशहा प्रसन्न झाला. रात्र सरत आली होती. नादिरशहानं तिला सांगितलं की आता मी थोडी झोप घेणार आहे, तेव्हा तू परत जाऊ शकतेस. त्यानं तिला मोठं इनाम दिलं. ते पाहून ती म्हणाली 'बाहेर अजून अंधार आहे. रस्ता घनदाट अरण्यातून जातो. माझ्याजवळ एवढं धन - सोनंनाणं, हिरेमोती आहेत. त्यातून मी पडले एक स्त्री. मी एकटी जाऊ शकत नाही.' हे ऐकताच नादिरशहानं आपल्या सैनिकांना आज्ञा केली की त्यांनी त्या वेश्येच्या पुढं जावं आणि वाटेत असणाऱ्या जंगलाला किंवा गावाला आग लावावी म्हणजे भरपूर उजेड पडेल.

असा उजेड कुणी कधीच पाडला नसेल. उजेडासाठी एक छोटीशी मशाल पुरेशी होती. पण नादिरशहाची बुद्धी राक्षसी होती. रात्रीचा दिवस करण्यासाठी त्यानं सात गावं व सर्व जंगल जाळून टाकलं. तो वेश्येला म्हणाला, 'आता तू जाऊ शकतेस. तू कुणा ऐऱ्यागैऱ्याकडे नाही, तर रात्रीचा दिवस करणाऱ्या महान बादशहाकडे गेली होतीस हे आता तुझ्या चांगले लक्षात राहील.' त्यानं हजारो खेडुतांना जिवंत जाळलं. अशा माणसाला तुम्ही कधीही ईश्वराचा प्रतिनिधी म्हणूच शकत नाही.

सैतानानंच तुमचा संपूर्ण इतिहास व्यापलाय आणि आजही तुमच्यावर सैतानच राज्य करतोय. सैतान एक राजकारणी आहे आणि तो नेहमीच राजकारणी असतो. जर ईश्वर असलाच तर तो एक सरळ साधा, सज्जन असेल. तो नेहमीच अज्ञात राहिला आहे. तो असून नसून सारखाच. जर ईश्वर आणि सैतान या दोघांत अधिक महत्त्वाचं कोण असा विचार केला तर निर्विवादपणे सैतानच महत्त्वाचा आहे, हे लक्षात येईल.

ईश्वर आणि सैतान या फक्त तात्त्विक कल्पना आहेत. तत्त्वज्ञानी या दोन खोट्या

कल्पनांशिवाय जगासंबंधी विचार करू शकत नाहीत; यातून त्यांचा कमकुवतपणाच दिसतो. त्यांना विश्वाच्या निर्मितीसाठी ईश्वराची गरज भासली. पण त्यांनी ईश्वराची निर्मिती कुणी केली याची पर्वा केली नाही त्याचं काय? कुणीतरी घडवल्याशिवाय कोणतीही गोष्ट तयार होत नाही, अशी त्यांची मूलभूत धारणा आहे. म्हणूनच त्यांनी जगाचा निर्माता म्हणून ईश्वराचा स्वीकार केला. पण मग ते तिथंच का थांबले? त्यांच्या मूलभूत सिद्धान्ताचं काय झालं?

कुणी निर्माण केल्याशिवाय काही निर्माण होत नाही, असा तर त्यांचा सिद्धान्त होता. मग ईश्वराला कुणी निर्माण केलं? कुटल्याही धर्माजवळ या प्रश्नाचं उत्तर नाही. त्यांनी जर ईश्वर 'अ'ला ईश्वर 'ब'नं. घडवलं असं उत्तर दिलं तर ते पेचात सापडतील, हे त्यांना माहीत आहे. मग ईश्वर 'क ', 'ड' आणि सर्वच्या सर्व वर्णमाला वापरली तरी काहीच निष्पन्न होणार नाही. कारण ईश्वर 'झेड'ला कुणी बनवलं हा प्रश्न त्यांच्यासमोर उभा राहणारच.

खरे तर त्यांनी चुकीच्या सिद्धान्ताचा आधार घेतलाय. अस्तित्त्व स्वत:च स्वयंभू आहे. हे चिरंतन आहे. तेव्हा त्याच्या निर्मितीचा प्रश्नच येत नाही. हे निरंतर आहे म्हणून त्याच्या विनाशाचाही प्रश्न नाही. कदाचित हे अस्तित्त्व विकासाच्या अनेक टप्प्यांतून जाईल, पण ते राहणारच.

जर ईश्वराला सोडलं तर सैतानाचीही गरज ठरत नाही. त्यांची जोडी विवाहित जोडप्याप्रमाणे आहे. पण सैतान शतकानुशतकं खूप काम करताना दिसतो. जर तुम्ही ईश्वर व सैतान यांना स्त्री-पुरुष मानायचं ठरवलं तर सैतानच पुरुष दिसतो. कारण तोच सतत कामाला जुंपलेला दिसतो. ईश्वर घरकामात मग्न अशी गृहिणी असावा. - म्हणूनच जगाच्या कटकटीत तो कुठंच दिसत नही. पण सैतानाचं दर्शन तुम्हाला प्रत्येक ठिकाणी होईल. त्याला तुम्हीं शोधायची आवश्यकता नाही, तो स्वत:च तुम्हाला शोधत फिरत आहे. ते दोघं पुरुष असोत वा स्त्री - तुम्ही त्या दोघांपासून मुक्त व्हावे असंच मला वाटतं. या दोघांपासून सुटका होताच अस्तित्त्वाला एक परम स्वातंत्र्य मिळतं आणि व्यक्तीला स्वत:ची प्रतिष्ठा आणि गौरव प्राप्त होतो.

ईश्वर आणि सैतान यांचा विचारच तुम्हाला या दोघांपैकी एकाचा गुलाम बनवतो. पापी सैतानाचे गुलाम आहेत, तर साधू-संत ईश्वराचे. पण दास होणं, गुलाम होणं माणसाच्या प्रतिष्ठेच्या विरुद्ध अहे.

म्हणूनच मी तुम्हाला सांगतो की ईश्वर आणि सैतान मेले आहेत. तुम्ही जिवंत राहण्यासाठी त्यांचं मरण अपरिहार्य आहे. जर ते जिवंत राहिले तर तुमचं मरण ओढवेल, तुम्ही दोन्हीकडून फसवले जाल. माणसाला म्हणूनच एक विचित्र खेळ खेळावा लागतो - तो काम सैतानाचं करतो आणि पूजा ईश्वराची. कारण त्या दोघांनाही प्रसन्न ठेवणं आवश्यक आहे.

एक म्हातारा अगदी मरायला टेकला होता. अचानक तो ईश्वराची प्रार्थना करायला लागला. ईश्वराच्या नावाबरोबर तो सैतानाचंही नाव जपायला लागला. त्याच्या कुटुंबीयांना आश्चर्याचा धक्काच बसला. त्यांनी विचारलं 'तुम्हाला वेड तर नाही लागलं? आयुष्याच्या अखेरीला तुम्ही सैतानाचं नाव जपताय?'

म्हाताऱ्यानं उत्तर दिलं. 'मी कुठलाही धोका पत्करायला तयार नाही. मला कुठलीही रिस्क घ्यायची नाही. कुणाला ठाऊक मी कुठं जाईन आणि कुणाला भेटीन? आणि दोघांचं स्मरण केल्यानं माझं काय जातंय? मी दोघांचही नाव घेतोय. मग कुणी का भेटेना, मी त्याचं नाव घेतलेलं असेलच आणि जरी मला या दोघांपैकी कुणीही भेटलं नाही तरी बिघडत नाही. जरी दोघंही भेटले तरी प्रश्न नाही. मी सर्व बाजूंनी विचार केलाय.'

ईश्वर आणि सैतान, शुभ आणि अशुभ यांच्यामध्ये माणूस भरडला गेलाय. माणूस भरडला जावा, गुलाम व्हावा असं मला वाटत नाही. उलट माणूस स्वतंत्र झाला पाहिजे. त्याची कर्म स्वत:ची जागरूकता आणि स्वातंत्र्य यांच्या प्रेरणेतून घडली पाहिजेत. ईश्वराच्या इच्छेनुसार नाही.

मी तुम्हाला एक उपरोधिक गोष्ट सांगितली आहे. ती दहा आज्ञांची, जेव्हा ईश्वरानं जगाची निर्मिती केली तेव्हा तो बॅबिलॉनला गेला आणि त्याने लोकांना विचारलं, 'तुम्ही आज्ञा स्वीकाराल का?' लोकांनी उत्तर दिले, 'त्या आज्ञा काय आहेत हे आम्हाला आधी कळलं पाहिजे.'

ईश्वर समजावून सांगायला लागला, 'तुम्ही परस्त्री गमन करू नये वगैरे.' बॅबिलोनवासी म्हणाले. 'मग आम्ही करायचं काय? कृपया आम्हाला कोणत्याही आज्ञा नकोत. क्षमा करा.'

मग ईश्वर इजिप्तमध्ये आणि इतर निरनिराळ्या देशांत गेला. पण कुणीच आज्ञा घेण्यास राजी झालं नाहीं. सगळ्यांनी विचारलं, 'आज्ञा काय आहेत?' आणि मग उत्तर दिलं, 'आम्ही कोणत्याही आज्ञेत राहू इच्छित नाही. आम्ही आमच्या मर्जीप्रमाणे मजेत आयुष्य घालवू इच्छितो.'

शेवटी ईश्वर ज्यू धर्माचा संस्थापक हजरत मूसाकडे गेला. त्याला ईश्वरानं विचारलं. 'तुला एक आज्ञा हवी का?'

मूसानं विचारलं 'तिचा भाव काय?'

हा प्रश्न ईश्वराला अनपेक्षित होता. त्याला आतापर्यंत कुणीही असा प्रश्न विचारला नव्हता. आज्ञेची किंमत विचारणारी मूसा हीच पहिली व्यक्ती होती. ईश्वर म्हणाला. 'आज्ञेला काही किंमत नाही.'

मूसा म्हणाला, 'तर मग मी दहा घेईन.'

जर फुकट मिळताहेत, काही किंमत मोजावी लागत नाही, तर दहा का नाही

घेऊ? अशा रीतीनं ज्यूंजवळ दहा आज्ञा, टेन कमांडमेंटस् आल्या.

प्रत्येक धर्मानं भीती आणि हाव यांचा विचार करून आपापल्या आज्ञा बनवल्यात- त्या एकापेक्षा एक विचित्र आणि अस्वाभाविक आहेत. चहूकडे दिसणारी केविलवाणी मनुष्यजात या धर्मांनीच निर्माण केलीय. त्यामुळे श्रीमंतातला श्रीमंत माणूससुद्धा अतिशय दरिद्री आहे. कारण त्याला आपल्या मनाप्रमाणे वागण्याचं स्वातंत्र्य नाही. कुणीतरी दिलेल्या आज्ञेप्रमाणे त्याला वागावं लागतं आणि हा आज्ञा देणारा कोण होता कोण जाणे! तो एक धूर्त होता का ढोंगी? ऋषी होता का द्रष्टा? त्याला काहीच पुरावा नाही... कारण काही लोक ते स्वत: ईश्वराचे अवतार, देवाचे संदेशवाहक, अल्लाचे पैगंबर असल्याचा दावा करतात. पण ते वेगवेगळे संदेश आणतात. याचा अर्थ एक तर देव वेडा असला पाहिजे किंवा हे लोक तरी खोटं बोलत असले पाहिजेत. दुसरीच शक्यता असावी. म्हणजे हे लोकच खोटं बोलत असावेत.

तुम्ही एक पैगंबर आहात, मसीहा आहात, अवतार आहात, तीर्थंकर आहात - एक साधारण माणूस नसून कुणीतरी विशिष्ट व्यक्ती आहात - ही गोष्ट तुमचा अहंकार पोसते. मग तुम्ही दुसऱ्यांवर अधिकार गाजवू शकता. हे पण एक राजकारणच आहे. दुसऱ्यांना आपल्या मनाप्रमाणे वागण्यास भाग पाडण्याची इच्छा जिथं आहे तिथं राजकारण आहेच.

राजकारणी आपल्या लौकिक शक्तीच्या बळावर - त्यांचं सैन्य, अस्त्रशस्त्र, अण्वस्त्र यांच्या बळावर - तुमच्या छातीवर बसलेले आहेतच आणि धर्मांचे समर्थक – पैगंबर, मसीहा, अवतार, तारणहार - आध्यात्मिक दृष्टीनं तुमच्या मानगुटीवर बसलेत. हे अधिक मोठे राजकारणी आहेत. त्यांचं अधिकार गाजवणं अधिक धोकादायक, पण दिसून न येणारं आहे. ते तुमच्या जीवनाचा बाहेरूनच नाही तर आतूनही कब्जा घेऊन बसलेत. तेच बनलेत तुमचं अंत:करण, तुमची नीती, तुमचं मन, तुमची आत्मिक सत्ता.

बरोबर काय आणि चूक काय हे सांगत ते तुमच्यावर अधिकार गाजवतात. त्यांचं म्हणणं मानलं नाही तर तुमच्यात अपराधीपणाची भावना जागी होते. आणि ही अपराधीपणाची भावना आध्यात्मिक आजारांतील सर्वांत मोठा आजार आहे, महामारी आहे. त्यांच्या सांगण्याप्रमाणं वागल्यास तुम्हाला तुम्ही स्वत: अस्वाभाविक, विकृत आणि मनोरुग्ण आहात असं वाटतं, कारण तुम्ही तुमच्या मनाप्रमाणे जगत नाही. पण तुमच्या मनाप्रमाणे जगलात तर मग तुमच्या पैगंबरांची, उद्धारकांची अवज्ञा होते. या सर्व धर्मांनी माणसाभोवती असं वातावरण निर्माण केलंय की त्यात तो सहजतेनं, आनंदानं जगू शकत नाही, जीवनाचा समग्रपणे आस्वाद घेऊ शकत नाही.

माणसाला असं संपूर्ण विकृत करणाऱ्या, त्याच्यावर अधिकार गाजवणाऱ्या या जुन्या, गुळगुळीत विचारांपासून आणि अंधविश्वासांपासून मुक्त होऊ देत. या सर्वांचा परिणाम तुमच्यासमोर आहेच - ही मानवता. फळावरून बिजाची परीक्षा होते असं म्हणतात. जर ते खरं असेल - आणि ते खरं आहेच - तर तुमच्या पैगंबरांचा, तारणहारांचा, अवतारांचा, तीर्थंकरांचा, ईश्वराचा आणि सैतानाचा भूतकाळ आजच्या माणूसकीवरून अजमावला पाहिजे.

ही विक्षिप्त मानवजात - दु:ख, पीडा, क्रोध, घृणा आणि सूडबुद्धी यांनी भरलेली - सर्व धर्मांचा परिचय असेल, राजकीय व आध्यात्मिक नेत्यांच्या शिकवणुकीचं फळ असेल तर ईश्वरानं आणि सैतानानं मेलेलंच बरं! ईश्वर आणि सैतान संपले की राजकीय आणि आध्यात्मिक नेत्यांचा आधारच नाहीसा होईल आणि मग मरण येईल ते त्यांनाच.

धीम्या गतीनं का होईना माणूस आपल्या आतल्या आवाजाप्रमाणे, आपल्या इच्छेप्रमाणे, आपल्या विवेकबुद्धीप्रमाणे वागून राजकारणात स्वतंत्र व्हावा, जीवनाच्या प्रत्येक अंगानं स्वतंत्र व्हावा. तरच खरी क्रांती होईल आणि एका स्वतंत्र जगाची निर्मिती होऊ शकेल.

◆

४

काल्पनिक समस्या : कल्पित समाधान

प्रिय भगवान,

माणूस ईश्वरावर विश्वास ठेऊ इच्छितो. कारण आपल्या जीवनात काही व्यवस्था असावी, कुणी नियंत्रण ठेवणारा असावा, असंच त्याला वाटत असतं. पण बारकाईनं सगळीकडे नजर टाकल्यावर लक्षात येतं की जिथं माणसानं हस्तक्षेप केलाय तेवढं क्षेत्र सोडून सर्व अस्तित्त्व आपोआप चाललंय आणि उत्तम रीतीनं चाललंय. कृपया यावर आपण आणखी स्पष्टीकरण कराल का?

संपूर्ण अस्तित्त्व एका जिवंत शरीराप्रमाणे काम करतं. प्रत्येक गोष्ट दुसऱ्या गोष्टीशी संबंधित आहे. हजारो, लाखो प्रकाश-वर्षं दूर असणाऱ्या ताऱ्याशी, गवताच्या लहानात लहान काडीचा संबंध जोडलेला आहे. आज्ञा देणारा कुठंही बसलेला नाही आणि तरीही सर्व कार्य व्यवस्थित चाललंय. अस्तित्त्व स्वयंशासित आहे. जे होतं ते स्वयंस्फूर्तीनं होतं. कुणी आज्ञा देत नाही आणि कुणी त्याचं पालन करत नाही. हे सर्वांत मोठं गूढ आहे.

या गूढ रहस्याचा उलगडा होऊ न शकल्यामुळेच लोकांनी सुरवातीपासून ईश्वराची कल्पना केली. ईश्वर या कल्पनेला त्यांची मानसिक अडचण कारणीभूत आहे - हे विशाल ब्रह्मांड आपोआप, स्वयंस्फूर्तीनं चाललंय हे मानणं त्यांना कठीण जातं. यात अपघात नाहीत, कुठंही ट्रॅफिक पोलिस नाही आणि तारे मात्र करोडो...

काल मला माझ्या सचिवानं सांगितलं की कॅलिफोर्नियात एक नवीनच प्रकार सुरू झालाय. मागच्या आठवड्यात तिथं पाच जण मारले गेले आणि या दुर्घटना घडल्या रस्त्यावरच. याचं कारण वाहतूक इतकी वाढलीय की रस्ते लहान पडायला लागलेत. मग जागोजाग वाहतुकीचा खोळंबा. रस्ते पाहून वाटतं की ते कार -

पार्किंगच्या जागा आहेत. इथं लोक आपल्या गाड्यांमध्ये बंदुकी घेऊन बसतात. ते वैतागतात. ...पुढचा हळू चाललाय म्हणून खवळतात. गाडीचा हॉर्न वाजवत राहतात, पण कुणाच्या कानातच शिरत नाही. सगळीकडूनच हॉर्न वाजत असतात.

मागच्या आठवड्यात पाच जणांची हत्या झाली. लोकांनी बंदूक उचलली आणि पुढच्या गाडीवाल्यावर चालवली. त्या गाडीवाल्याला ते ओळखतसुद्धा नव्हते. पुढच्या गाडीवाल्याची अडचण तीच होती. त्यानं स्वत: कोणतीच अडचण केली नव्हती. तो पुढं होता एवढीच त्याची चूक. ही फक्त सुरवात आहे. मागच्या आठवड्यात हे सुरू झालंय आणि आता हे वाढत जाईल - कारण एकदा एखादी गोष्ट सुरू झाली की तिला रोखणं कठीण असतं विशेष करून कॅलिफोर्नियात.

जगातील जवळ जवळ प्रत्येक जातीनं ईश्वराची कल्पना केलीय. ही फक्त एक मानसशास्त्रीय समस्या आहे. हिचा कोणत्याही धर्माशी संबंध नाही, की कुठल्या तत्त्वज्ञानाशी नातं नाही.

कोणत्याही निर्मात्याशिवाय हे विश्व निर्माण कसं झालं आणि एवढं मोठं ब्रह्मांड एखाद्या नियंत्रकाशिवाय कसं चाललंय हे समजण्याच्या पलीकडचं आहे, कल्पनेच्या बाहेरचं आहे. लोक आपली विचारशक्ती व कल्पनाशक्ती फार ताणू शकत नसल्यानं त्यांनी शोध लावला ईश्वराचा... स्वत:च्याच समाधानासाठी. म्हणजे मग काळजी नको. नाहीतर रात्री झोप आली नसती. करोडो आकाशगंगा आणि नक्षत्रं फिरताहेत. रात्री-बेरात्री टक्कर झाली म्हणजे काय करायचं? त्यांची व्यवस्था पाहणारा कुणीही नाही. ना पोलिस ना कोर्टकचेरी. कुठला कायदाही नाही...

पण सगळ्याच गोष्टी उत्तम रीतीनं चालू आहेत हे आश्चर्यच आहे. मोसम बदलतो आणि ढग पाऊस घेऊन येतात. ऋतू बदलतो आणि नवे नवे अंकुर फुटतात, कळ्या उमलतात... आणि हे अनादी काळापासून चालत अलंय. कुणी हिशेब-ठिशेब ठेवत नाही की कुणी सूर्याला सांगत नाही, 'आता वेळ झाली बरं का!' कुठलंही गजराचं घड्याळ नाही. सकाळी गजर होताच कुणी सूर्याला म्हणत नाही की वेळ झालीय, पांघरुणातून बाहेर ये आणि उदय पाव.' सगळं कसं ठीकठाक चाललंय.

खरं म्हणजे माझं ईश्वराला नाकारणंही त्याच तर्काला धरून आहे. या विशाल ब्रह्मांडाचं नियंत्रण ईश्वर करू शकत नाही म्हणूनच मी म्हणतो की ईश्वर नाहीच. हे आतूनच, स्वत:चं स्वत: चाललंय. ...बाहेरून याची व्यवस्था केली जाऊ शकत नाही. आंतरिक तारतम्य, सुसंगती असल्याशिवाय, एका जिवंत देहाप्रमाणे आतून स्वत:चीच नियंत्रण ठेवणारी एकता असल्याशिवाय हे शक्य नाही. अनंत काळासाठी कुणीही बाहेरून ही व्यवस्था नियंत्रित करू शकत नाही... तो बोअर होईल आणि कंटाळून स्वत:लाच गोळी मारून घेईल. शेवटी या सगळ्या भानगडीला अर्थ तरी

काय? कुणी त्याला पगार देत नाही. कुणाला त्याचा पत्तासुद्धा माहीत नाही.

मी एक गोष्ट ऐकलीय. एका माणसाला पन्नास रुपयांची गरज होती. म्हणून त्यानं परमेश्वराला पत्र लिहिलं. पण त्याला परमेश्वराचा पत्ता माहीत नव्हता. म्हणून त्यानं लिहिलं,

प्रति,

परमपिता परमेश्वर,

द्वारा पोस्ट मास्तर,

आणि पत्र पाठवून दिलं - त्याला वाटलं पोस्ट मास्तरांना पत्ता नक्कीच माहीत असणार. मास्तरांनी पत्र फोडलं - असलं कसलं पत्र आणि कुणाला पाठवलंय - तर परमेश्वराला. त्यांना पत्र पाठविणाऱ्याबद्दल सहानुभूती वाटली. नक्कीच हा माणूस अडचणीत असणार! पत्रात त्यानं लिहिलं होतं की त्याची आई मरायला टेकलीय आणि त्याच्याजवळ अजिबात पैसा नाही. त्याला नोकरीही नाही. जेवण आणि औषधं यासाठीही त्याच्याजवळ पैसे नाहीत. त्याला एकदा पन्नास रुपये मिळाले तर तो पुन्हा कधीही पैसे मागणार नाही.

पोस्ट मास्तरांना त्या माणसासाठी काहीतरी करावंसं वाटलं. त्यांना वाटलं आपण काही केलं नाही तर तो निराश होईल. पण पोस्ट मास्तर स्वत: काही श्रीमंत नव्हते. म्हणून त्यांनी ऑफिसमधील सर्व कर्मचाऱ्यांना थोडे थोडे पैसे देण्याची विनंती केली. असे पंचेचाळीस रुपये जमले. पोस्ट मास्तरांना वाटलं, 'चला, काहीच नसण्यापेक्षा बरं!' त्यांनी ते पैसे त्या माणसाला पाठवून दिले.

मनीऑर्डर मिळताच तो माणूस नाराज झाला आणि देवाला म्हणाला, 'पुढच्या वेळेला पैसे पाठवताना पोस्टामार्फत पाठवू नको. कारण त्या लोकांनी आपलं कमिशन कापून घेतलं. -पाच रुपये.

या अस्तित्त्वाची व्यवस्था बाहेरून होऊ शकत नाही, असं मला वाटतं. हे कल्पनेबाहेरचं आहे. कारण ईश्वर कष्ट घेऊन हो व्यवस्था किती दिवस करील? कधी तो थकेल आणि रजाही घेईल. त्याच्या रजेत काय होईल? तो थकला असेल, झोपला असेल तेव्हा काय होईल? गुलाब फुलणार नाहीत, तारे चुकीच्या मार्गानं जायला लागतील. सूर्य बदल म्हणून पश्चिमेला उगवण्याची शक्यता आहे. एक दिवसासाठी का होईना - त्याला कोण आडवणार?

नाही. बाहेरून हे शक्य नाही. ईश्वर ही कल्पना पूर्णपणे विसंगत व निरर्थक आहे. कुणीही बाहेरून अस्तित्त्वावर नियंत्रण ठेवू शकत नाही. एकच शक्यता आहे. -आंतरिक. अस्तित्त्व ही एक जिवंत संपूर्णता, समग्रता आहे.

◆

५

ईश्वर : विकलांग मानसिकतेसाठी एक खोटी कुबडी

प्रिय भगवान,
ईश्वराला परमपिता मानण्याचा विचार उपयोगी आहे का?

धर्मानं ईश्वराला पिता 'गॉड दि फादर' म्हटलंय. हे संयुक्तिक नाही. हा विचार मनोरुग्ण लोकांचा आहे. ख्रिश्चन आपल्या पाद्र्यांना 'फादर' म्हणतात. जे धर्म ईश्वराला, पुरोहितांना 'पिता' म्हणतात ते तुम्हाला तुमच्या आजारातून, रोगातून बाहेर पडण्यास मदत करण्याऐवजी तुम्हाला जास्तच आजारी पाडायला, रोगी बनवायला मदत करतात.

जो विवाहित नाही त्या ईश्वराला ते पिता म्हणतात हे अजबच आहे. पाद्री स्वत:ला पिता म्हणवून घेतात. पण त्यांचं लग्न झालेलं नसतं, त्यांना मुलंबाळं नसतात. कधी ना कधी तरी प्रत्येक व्यक्तीला आपल्या वडिलांचा विरह सहन करावा लागतोच. मग ती रिकामी जागा भरून काढण्यासाठी ते या लोकांना पिता मानतात. हे पित्याला पूरक आहेत. पण हेही मर्त्य आहेत. कधी ना कधी ते या जगाचा निरोप घेणारच. पाद्रीच नव्हे तर पोपसुद्धा कुठल्याही क्षणी मरू शकतो. म्हणून धर्मानं एका शाश्वत परमपित्याची कल्पना केली - कमीत कमी ईश्वर तरी सतत तुमच्या बरोबर राहील. कारण सर्वच धर्म ईश्वराची सर्वव्यापी, सर्वशक्तिमान म्हणजेच सर्व शक्तींचा स्वामी आणि सर्वज्ञ अशी व्याख्या करतात.

मी एका ख्रिश्चन साध्वीबद्दल ऐकलंय. ती बंदिस्त स्नानगृहात देखील अंगावरील कपड्यांसकट स्नान करत असे. हा एक विक्षिप्तपणाच वाटतो. दुसऱ्या साध्वींना याबद्दल कळलं तेव्हा त्यांनी तिला विचारलं, 'भानगड काय आहे? तू कपडे काढून स्वच्छ स्नान का करत नाहीस?' ती म्हणाली, 'असं मी कसं करू? ईश्वर तर सर्वत्र आहे.'

बंद दरवाजामागे, स्नानगृहातसुद्धा तुम्ही एकटे नाही. ईश्वर लुच्चांचा सरदारच दिसतोय. - महालुच्चा. तो प्रत्येक ठिकाणी डोकावतो. तेव्हा बाथरूममध्ये शिरल्यावरसुद्धा सगळीकडे नीट पाहा. तो कुठंतरी कोपऱ्यात लपून बसलेला असायचा, काय चाललंय ते बघत!

तर्कदृष्ट्या त्या साध्वीचं म्हणणं अगदी बरोबर होतं. ईश्वर सर्वव्यापी आहे ही कल्पना जर खरी असेल तर कुणी सभ्य स्त्री स्नान करतेय म्हणून तो स्नानगृहाबाहेर जाणार नाही. तो इतका सज्जन, सभ्य पुरुष नाही. जरी तो बाहेर असता तरी एखादी स्त्री स्नान करतेय हे कळल्यावर नक्कीच आत प्रकट झाला असता. त्या साध्वीचं म्हणणं अगदी तर्कशुद्ध होतं.

पण ज्यांना सतत पित्याची आवश्यकता आहे त्यांच्यासाठी ईश्वराची निर्मिती केली गेलीय. तो त्यांचा रक्षणकर्ता आहे, त्यांची सुरक्षितता आहे, त्यांचा बँक बॅलन्स आहे. तो नसेल तर ते या विराट ब्रह्मांडात एकटे पडतील.

तुम्ही तुमचे विचार घेऊन इथं आलात. पण मी तुमच्या आजाराला मदत करणार नाही. तुमच्या सगळ्या मानसिक व्याधी नाहीशा करून आध्यात्मिक दृष्ट्या तुम्हाला निरोगी करण्याचा माझा प्रयत्न आहे.

जेव्हा मी विश्वासांना घट्ट पकडून बसलेल्या लोकांना पाहतो - आणि कुठल्याही विश्वासाला जखडून न बसलेले लोक फारच कमी आहेत- तेव्हा मला रेल्वे-स्टेशनवर किंवा एअर-पोर्टवर आपापल्या खेळण्यांना छातीशी कवटाळून बसलेल्या मुलांची आठवण येते. - त्यांची खेळणी असतात घाणेरडी, घाण वास येणारी, चिकट – स्पॅघेटीनं भरलेल्या इटालियन लोकांसारखी - तरी ती मुलं त्यांना कवटाळतात. त्या खेळण्यांशिवाय त्यांना झोप येत नाही. ती कुठंही जावोत, बरोबर ती खेळणी घेऊन जातात.

तुमच्याजवळही अशी खेळणी आहेत - पण ती अदृश्य आहेत. मुलांना माफ केलं जाऊ शकतं. पण प्रौढांनी अशा पोरकटपणातून बाहेर आलं पाहिजे, पूर्ण परिपक्व झालं पाहिजे.

कॅथॉलिक किंवा दुसऱ्या एखाद्या धर्मातील धार्मिक व्यक्ती परिपक्व होऊ शकत नाही. कारण तिच्याजवळ सतत तिचं खेळणं आहे- वर आकाशात बसलेला परमपिता परमेश्वर. ती या मिथ्या कल्पनेशिवाय, खोट्याशिवाय जगूच शकत नाही. तो खोटा मदतनीस आहे - तो तुम्हाला एक प्रकारचा आराम देतो. पण आराम, सुखाचा शोध, सांत्वनाची आवश्यकता ही अपरिपक्वता आहे, विकासातील अडचण आहे. या अविकसित स्थितीतून बाहेर पडा. परिपक्व व्हा.

◆

६

स्वार्थाचं बीज : परमार्थाचं फूल

प्रिय भगवान,

मी ख्रिश्चन धर्माच्या छत्राखाली वाढलो. मला शिकवलं गेलं त्यांत विशेष म्हत्त्वाची गोष्ट होती: निस्वार्थी व्हा. स्वत:चा विचार करू नका. आता स्वत:बद्दल विचार करायला लागल्यास, स्वत:च्या मनात डोकावून पाहण्याची इच्छा झाल्यास मला बेचैन वाटतं, अपराधी वाटतं. अनेक गुंतागुंतींना तोंड द्यावं लागतं. या दोन्ही विचारांत फार अंतर आहे हे मला माहीत आहे. याबद्दल आपण काही सांगाल का?

सर्वच धर्मांनी माणसाच्या विकासात अडथळे निर्माण करून त्याचं नुकसान केलंय. पण एकंदर मानवतेचा विचार केल्यास ख्रिश्चन धर्मानं जास्तीत जास्त नुकसान केलंय. ते करत असलेली गलिच्छ कर्म तुमच्या हिताविरुद्ध आहेत आणि म्हणूनच ती झाकण्यासाठी त्यांनी सुंदर शब्दांचा उपयोग केला. उदाहरणार्थ, नि:स्वार्थता. जो स्वत:ला ओळखत नाही त्याला नि:स्वार्थी व्हायला सांगणं म्हणजे शुद्ध मूर्खपणा आहे. ख्रिश्चन धर्म दोन हजार वर्षं हा मूर्खपणा करत आलाय या गोष्टीवर विश्वास बसत नाही.

सॉक्रेटिस म्हणतो, 'स्वत:ला ओळखा.' बाकी सर्व गौण आहे. स्वत:ला ओळखल्यावरच तुम्ही नि:स्वार्थी होऊ शकता. आपोआपच व्हाल. त्यासाठी तुम्हाला वेगळा प्रयत्न करावा लागणार नाही. आत्मज्ञान झाल्यावर तुम्ही फक्त स्वत:च्याच आत्म्याला ओळखणार नाही, तर सर्वांच्यामध्ये लपलेल्या आत्म्यालाही ओळखाल. तो एकच आहे - एकच चैतन्य. एका महाद्वीपाप्रमाणे. प्रत्येक व्यक्ती म्हणजे भिन्न भिन्न बेट नाही.

पण स्वत:च्या आत्म्याला कसं ओळखायचं हे शिकवल्याशिवायच ख्रिश्चन धर्म

एक धोकादायक खेळ खेळत राहिला. हा खेळ लोकांना आवडला. कारण ख्रिश्चन धर्मानं 'परमार्थ' या सुंदर शब्दाचा त्यासाठी वापर केला. 'परमार्थ' हा शब्द आध्यात्मिक असल्यासारखा वाटतो, धार्मिक वाटतो. पण जेव्हा मी तुम्हाला 'प्रथम स्वार्थी व्हा' असं सांगतो तेव्हा ते सांगणं मात्र आध्यात्मिक असल्यासारखं वाटत नाही. स्वार्थी? निःस्वार्थी होणं आध्यात्मिक आहे असेच संस्कार तुमच्यावर झालेत. खरं तर ते तसंच आहे हे मला माहीत आहे. पण जोपर्यंत तुम्ही पुरेसे स्वार्थी होत नाही तोपर्यंत निःस्वार्थी होणं अशक्य आहे. 'स्व'चा अर्थ कळल्यावर स्वतःला ओळखल्यावरच निःस्वार्थता येईल. - एका परिणामाप्रमाणे. अशी निःस्वार्थता, स्वर्गात फळ मिळावं म्हणून केलेलं पुण्यकर्म नसेल, असं निःस्वार्थी होणं हा तुमचा स्वभाव असेल, निःस्वार्थीपणाचं प्रत्येक कृत्य हे स्वतःच आपलं फळ असेल.

पण ख्रिश्चन धर्मानं बैलांना गाडीच्या मागे जुंपलंय. त्यामुळे गती नाही. सगळं थांबून राहिलंय. बैल अडलेत कारण गाडी त्यांच्या पुढे आहे आणि गाडीही चालू शकत नाही. जोपर्यंत बैल गाडीच्या पुढे जुंपलेले नसतात आणि ते गाडी ओढत नाहीत, तोपर्यंत कोणतीच गाडी चालू शकत नाही.

इथं येणाऱ्या प्रत्येक ख्रिश्चन व्यक्तीचं असंच होतं.- ध्यान त्यांना अपराध-भावनेची जाणीव करून देतं. सगळं जग अडचणींनी घेरलंय, लोक अत्यंत गरिबीत राहताहेत, भुकेनं मरताहेत, एडस्नी गांजलेत.... आणि तुम्हाला ध्यान करायला सुचतंय! तुम्ही खरंच फार स्वार्थी आहात. अरे प्रथम दारिद्री लोकांना मदत करा, एडस्ग्रस्त लोकांना साय करा, दुसऱ्याची सेवा करा!

पण तुमचं आयुष्य फार कमी आहे. सत्तर-ऐंशी वर्षांत तुम्ही किती परमार्थाची काम करणार? आणि मग ध्यान करायला वेळ तरी केव्हा मिळणार? कारण जेव्हा तुम्ही ध्यानमग्न व्हायचा विचार कराल... तेव्हा तिथं गरीब हजर असणार, नवीन नवीन आजार निर्माण होणार, अनाथ मुलं असणार, भिकारी असणार...

एक ख्रिश्चन बाई तिच्या लहान मुलाला समजावून सांगत होती, 'निःस्वार्थी होणं हीच आपल्या धर्माची मूळ शिकवण आहे. कधीही स्वार्थी होऊ नकोस. दुसऱ्यांना मदत कर.' तो लहान मुलगा - एक लक्षात ठेवा की लहान मुलं मोठ्यांपेक्षा जास्त संवेदनाशील व स्पष्ट असतात - तो लहान मुलगा म्हणाला, 'मी दुसऱ्यांना मदत करायची आणि दुसऱ्यांनी मला मदत करायची हे जरा विचित्रच आहे. त्यापेक्षा आपण सरळ असं करू या की मी माझी स्वतःची सेवा करीन आणि ते त्यांची.' धर्माचा हा पायाभूत सिद्धान्त विनाकारण गुंतागुंतीचा वाटतो.

पूर्वेकडचे सर्व धर्म ख्रिश्चन धर्माच्या तुलनेत जास्त स्वार्थी वाटतात. म्हणून तर ख्रिश्चन धर्मानं त्यांची निंदा केलीय. महावीरानं बारा वर्षं ध्यानधारणा केली. ...त्याने एखाद्या शाळेत शिकवायला पाहिजे, नाहीतर कुठल्या तरी हॉस्पिटलमध्ये नर्स

व्हायला पाहिजे... आता नग्न असल्यावर थोडं विचित्र वाटणारच... त्याने अनाथांचा सांभाळ करायला पाहिजे, मदर तेरेसा होऊन नोबेल पारितोषिक मिळवायला पाहिजे.

कुठल्याही ध्यानधारणा करणाऱ्या व्यक्तीला नोबेल पारितोषिक मिळालेलं नाही, हे स्पष्ट आहे. का नाही मिळालं? कारण तिनं कोणतंच परमार्थाचं काम केलं नाही. तुम्ही जगातील सर्वांत जास्त स्वार्थी आहात - बस! ध्यानात मग्न, मौन, शांती आणि आनंदात डुंबणारे, सत्य आणि परमात्मा यांना मिळवू पाहणारे, सगळ्या बंधनांपासून मुक्त होऊ पाहणारे - पण हा तर महास्वार्थ झाला.

म्हणूनच ख्रिश्चन मनाला ध्यानाची कल्पना स्वीकारायला थोडं कठीण जातं. ख्रिश्चन धर्मात ध्यानाला अजिबात जागा नाही. त्यांच्यात फक्त प्रार्थना आहे. ते गौतमबुद्धाला सच्चा धार्मिक मानू शकत नाहीत कारण गरिबांसाठी त्यानं काय केलं? आजारी लोकांसाठी काय केलं? वृद्धांसाठी काय केलं? त्याला आत्मज्ञान झालं. -पण हा तर महास्वार्थ झाला!

पण पूर्वेचा दृष्टिकोन अगदी वेगळा आहे - आणि तो जास्त तर्कनिष्ठ, अधिक शहाणपणाचा व समजण्यासारखा आहे. जोपर्यंत तुम्हाला शांती म्हणजे काय हे समजलं नाही, तुम्ही हृदयातील गहन मौनाचा आणि आत्म्यातील गाण्याचा अनुभव घेतला नाही, तुमचं आत्मज्ञान प्रकाशरूपानं परावर्तित होत नाही - तोपर्यंत तुम्ही कुणाची सेवा करू शकत नाही, असं पूर्व नेहमीच म्हणत आली आहे. तुम्ही स्वत:च आजारी आहात, अनाथ आहात कारण तुम्हाला अजूनपर्यंत अस्तित्त्वाच्या अत्याधिक सुरक्षिततेची, जीवनाच्या शाश्वत सुरक्षिततेची अनुभूती नाही. तुम्ही इतके दीनवाणे आहात की तुमच्या मनात अंधकाराशिवाय काही नाही. तुम्ही काय कपाळ दुसऱ्याला मदत करणार? तुम्ही स्वत: तर बुडत आहातच पण दुसऱ्यांना बुडवण्याची जास्तीच शक्यता आहे. तुम्ही दुसऱ्याला मदत करणं धोकादायक आहे. सर्वांत आधी तुम्ही पोहायला शिकलं पाहिजे, तरच तुम्ही बुडणाऱ्याला वाचवू शकाल.

माझा दृष्टिकोन एकदम स्वच्छ आहे. प्रथम स्वार्थी व्हा. स्वत:मध्ये असलेल्या सगळ्या आनंदाचा शोध घ्या. आनंद - परमानंद - मिळवा. मग परमार्थ आपोआप चालत येईल - तुमच्या सावलीप्रमाणे. कारण जेव्हा हृदयाला परमात्म्याची अनुभूती होते आणि ते आनंदानं नाचायला लागतं तेव्हा तो आनंद वाटावाच लागतो. आतील संपत्तीला तुम्ही कंजूषपणानं साठवून ठेऊ शकत नाही. कारण कंजूषपणा आपल्या आंतरिक विकासाच्या मार्गावरचा एक मृत्यू आहे. आतलं अर्थशास्त्र बाहेरच्या अर्थशास्त्रपेक्षा पूर्णपणे वेगळं आहे.

रस्त्यावरचा एक भिकारी तीन दिवसांचा उपाशी होता. म्हणून त्यानं एक गाडी थांबवली व भीक मागितली. त्या गाडीवाल्याला नुकतीच लॉटरी लागली होती. भिकाऱ्याकडे पाहून 'तो भिकारी आहे' यावर त्याचा विश्वासच बसला नाही. -

भिकाऱ्याचे कपडे मळके आणि फाटलेले असले तरी तो एखाद्या श्रीमंत घराण्यातला वाटत होता. त्याच्या चेहेऱ्यावरचे भाव आणि हावभाव याच्यावरून तो सुशिक्षित व सुसंस्कृत वाटत होता.

त्या वेळी गाडीवाल्याजवळ भरपूर पैसा होता म्हणून त्यानं एक शंभराची नोट काढून भिकाऱ्यासमोर धरली. भिकारी नोटेकडे बघून हसायला लागला.

गाडीवाल्यानं विचारलं, 'का रे, हसतोस का?'

भिकाऱ्यानं उत्तर दिलं, 'लवकरच तुम्ही माझ्या जागी येऊन उभे राहणार आहात म्हणून मला हसू आलं. मी अशाच रीतीनं भिकारी झालो ना! एके काळी माझ्यापाशीही माझी गाडी होती, हजारो रुपये हाते. मी असेच वाटत सुटलो. तुम्हालाही फार वेळ लागणार नाही. आपण पुन्हा भेटूच.'

साधारणत: अर्थशास्त्राच्या नियमाप्रमाणे तुम्ही वाटत गेलात तर तुमच्याजवळची पुंजी कमी कमी होत जाते. पण आध्यात्मिक अर्थशास्त्राप्रमाणे जर तुम्ही वाटले नाही तरच तुमची पुंजी कमी होते आणि दुसऱ्यांना वाटत गेल्यास अधिकाधिक मिळत जातं.

बाह्य आणि आंतर जगतातील नियम पूर्णपणे विरोधी आहेत. प्रथम आतून समृद्ध व्हा, सम्राट व्हा. मग तुमच्याजवळ वाटण्यासाठी एवढं असेल की त्या वाटण्याला तुम्ही परमार्थही मानणार नाही, तुम्हाला मग परलोकाच्या फळाचीही अभिलाषा राहणार नाही. ज्या व्यक्तीला तुम्ही दिलेत, त्या व्यक्तीनं तुम्हाला कृतज्ञता दाखवावी, अशी अपेक्षाही तुम्ही करणार नाही. उलट त्या व्यक्तीनं तुम्हाला, तुमच्या प्रेमाला, आनंदाला, उत्साहाला अव्हेरलं नाही म्हणून तुम्हालाच धन्य वाटेल. तो घेणारा, स्वीकारणारा होता. त्यानं तुम्हाला, तुमच्या संगीताला, तुमच्या गीताला, तुमच्या हृदयाला आपल्या आत्म्यात ओतून घेतलं.

ख्रिश्चनांची परमार्थासंबंधी धारणा म्हणजे निव्वळ मूर्खपणा आहे. पूर्वेनं असा विचार कधी केला नाही. सर्वच्या सर्व पूर्व व तिचा सत्याचा शोध फार मोठा आहे, अती प्राचीन आहे. तिला एक गोष्ट चांगली समजली आहे आणि ती म्हणजे प्रथम स्वत:ची काळजी घेतली पाहिजे तरच तुम्ही दुसऱ्यांची काळजी घेऊ शकता, दुसऱ्यांचं भलं करू शकता.

तुम्हाला अपराधी असल्यासारखं, वाटतं. तुम्ही म्हणता की मला बेचैन, अपराधी तर वाटतंच, पण अनेक गुंतागुंतींना तोंड द्यावं लागतं. या दोन्ही विचारांत खूप अंतर आहे. कृपा करून त्याबद्दल सांगावं.

ही एक अगदी सरळ गोष्ट आहे. ख्रिश्चन धर्मानं लाखो-करोडो लोकांना फसवून चुकीच्या मार्गानं नेलं आहे. अमेरिकेतलं आमचं कम्युन नष्ट करण्यात रूढिवादी ख्रिश्चनांचा हात होता. रोनाल्ड रीगन पक्का रूढिवादी ख्रिश्चन आहे आणि हे लोक

अतिशय कडवे असतात. त्यांच्यापेक्षा जास्त पूर्वग्रहदूषित लोक तुम्हाला शोधून सापडणार नाहीत. आम्ही कुणाचंच काही नुकसान करत नव्हतो. पण आमचा आनंद, प्रसन्नता हीच त्यांची समस्या बनली. ते हे सहन करू शकले नाहीत.

इकडंही ... पूर्व आपलं वैभवाचं शिखर विसरून बसलीय.... गौतमबुद्ध व महावीर यांचा काळ. जे ख्रिश्चन नाहीत तेही ख्रिश्चनांच्या विचारानं प्रभावित झालेत. भारतीय घटनेप्रमाणे 'चॅरिटी'चा अर्थ आहे. दीन-दुबळ्यांना मदत करणं, गरिबांना शिक्षण देणं, गरिबांसाठी दवाखाने उघडणं. यांतील एकही गोष्ट गौतमबुद्धाच्या उपदेशात आढळणार नाही. याचा अर्थ बुद्ध गरिबांना मदत करण्याच्या विरुद्ध होता असा नाही. पण त्याला माहीत होतं की तुम्ही चिंतक असाल तर मदत करणारच. मात्र त्याचा डंका वाजवत फिरणार नाही. 'मदत करणं' ही अगदी सहज, नैसर्गिक गोष्ट असेल.

या गूढ विद्यालयाची, टॅक्स-एक्झम्प्ट स्टेटस्, म्हणजे कर-मुक्त स्थिती, त्यांनी हिरावून घेतलीय. कारण त्यांच्या म्हणण्याप्रमाणे ही धर्मार्थसंस्था नाही. ध्यान करायला शिकवणं परोपकार नाही. एखादा दवाखाना उघडणं परोपकार आहे. एखादी शाळा काढणं, भूगोल-इतिहास शिकवणं धर्मार्थ कार्य आहे आणि भूगोलात तुम्ही शिकवणार काय... तर टिंबक्टू कुठं आहे? कॉन्स्टंटिनोपॉल कुणीकडे आहे? त्याला हिंदीत कुस्तुनतुनिया म्हणतात. इतिहासात काय शिकवणार... चंगेजखान, तैमूरलंग, नादिरशहा, सिकंदर महान, इव्हान दि टेरिबल... हे धर्माचं काम आहे! पण लोकांना मौनाची, शांतीची, प्रेमाची, आनंदित होण्याची, संतुष्ट व तृप्त होण्याची कला शिकवणं परोपकार नाही.

माझ्या दृष्टीनं ध्यानाशिवाय परोपकार शक्य नाही.

म्हणूनच तुमच्यातील अपराधाची भावना हा एक चुकीचा संस्कार आहे. ती भावना सोडून द्या. दुसऱ्यांदा तिचा विचार न करता. मी तुम्हाला पूर्ण स्वार्थी बनवून नि:स्वार्थी बनवीन. मला प्रथम तुम्हाला आतून समृद्ध बनवलं पाहिजे. -इतकं समृद्ध की तुम्ही पूर्णत्त्वानं ओसंडून गेलं पाहिजे. मग तुम्हाला तुमच्या जवळचं दुसऱ्यांना वाटावंच लागेल. -जसं आषाढातील ढगांना आपल्या जवळचं पाणी तहानेलेल्या धरतीला द्यावंच लागतं. पण प्रथम त्या ढगांत पाणी भरलं गेलं पाहिजे. पाणी नसलेल्या ढगांना 'नि:स्वार्थी व्हा' असं सांगणं विसंगत आहे.

काही हितचिंतक इथं चांगल्या हेतूनंही येतात आणि म्हणतात, 'हा आश्रम काही वेगळाच आहे. अरे गरिबांसाठी हॉस्पिटल उघडायला पाहिजे, अनाथांना गोळा करायला पाहिजे, भिकाऱ्यांना कपडे वाटायला पाहिजेत. ज्यांना मदतीची गरज आहे, त्यांना तुम्ही मदत केली पाहिजे,' माझी कामाची पद्धत अगदी वेगळी आहे. अनाथ निर्माणच होऊ नयेत म्हणून मी गरिबांना संतती-नियमनाची साधनं वाटू शकतो,

जनसंख्येचा स्फोट होऊ नये म्हणून मी गरिबांना गर्भ-निरोधक गोळ्या देऊ शकतो. कारण प्रथम अनाथ निर्माण करा व मग अनाथालय उघडा, अनाथांची सेवा करा आणि आपलं आयुष्य वाया घालवा, यात मला तरी काही राम दिसत नाही.

पस्तीस वर्षांपूर्वी मी बोलायला सुरवात केली. तेव्हा भारताची लोकसंख्या चाळीस कोटी होती. तेव्हापासून सतत मी कुटुंब-नियोजनाची आवश्यकता असल्याचं सांगत आहे. पण सगळे ख्रिश्चन कुटुंब-नियोजनाच्य विरुद्ध आहेत आणि या दरम्यान भारताची लोकसंख्या दुप्पट झालीय. चाळीस कोटींवरून नव्वद कोटींवर पोहोचली आहे. या पन्नास कोटी लोकांना अडवता आलं असतं, मदर तेरेसाची आवश्यकता राहिली नसती आणि पोपला भारतात येऊन परमार्थ शिकवावा लागला नसता.

पण जग अजब आहे. प्रथम लोकांना आजारी पडू द्या. मग औषधं द्या. सेवा करू इच्छिणाऱ्यांनी सुंदर युक्त्या शोधून काढल्यात. प्रत्येक रोटरी क्लबमध्ये व लायन्स क्लबमध्ये एक पेटी ठवेलेली असते. जर तुम्ही एखादी औषधाची बाटली खरेदी केली आणि तुमची गरज संपल्यावर अर्धी बाटली शिल्लक राहिली तर ती त्या क्लबला दान म्हणून द्या. अशा रीतीनं ते औषधं गोळा करतात आणि वाटतात. हे लोक फार मोठे आणि नि:स्वार्थी आहेत म्हणे!

सेवा हा त्यांचा आदर्श आहे. पण ही सेवा म्हणजे एक लबाडी आहे. ती औषधं फेकायची होती. तुम्ही बरे झाल्यावर त्या औषधांचा काय उपयोग? त्यापेक्षा ती गोळा करून गरिबांना वाटण्याचा विचार किती महान! फुकटात लोकांची सेवा करण्याची मजा लुटा, मोठेपणाचा अनुभव मिळवा.

माझ्या दृष्टीनं माणसाची सर्वांत प्रथम आणि महत्त्वाची गरज म्हणजे ध्यानानं परिपूर्ण असं चैतन्य. एकदा असं चैतन्य मिळालं की तुम्ही जे कराल ते प्रत्येकाच्या उपयोगाचं, प्रत्येकाला मदत करणारंच असेल. मग तुमच्याकडून कुणाचंच नुकसान होणार नाही. तुमच्या हातून घडणारं प्रत्येक काम हे प्रेमपूर्ण व करुणामय असेल.

म्हणून प्रथम स्वार्थी व्हा. स्वत:ला ओळखा. आपले आपण व्हा. मग तुमचं जीवनच एक दान होईल. -एक नि:स्वार्थ दान लौकिक वा पारलौकिक जगात कुठल्याही फळाची अपेक्षा न बाळगणारं दान.

◆

७

देह आणि आत्मा यांच्यामध्ये
चीनची भिंत

प्रिय भगवान,
माझं- एक अंग दुसऱ्या अंगाविरुद्ध लढत आहे, असं मला नेहमी का वाटतं?

मानवाचा इतिहास अतिशय दुःखद आहे आणि तो असा होण्याचं कारण समजणं काही कठीण नाही. त्याचं कारण शोधायला तुम्हाला फार दूर जावं लागणार नाही. ते प्रत्येकात आहेच. मानवाच्या भूतकाळानं माणसाची विभागणी केली आहे.

प्रत्येक माणसाच्या आंतरात नेहमी एक शीतयुद्ध सुरू असतं. जर तुम्हाला अस्वस्थ वाटत असेल तर त्याचं कारण व्यक्तिगत नाही. तुमचा आजार सामाजिक आहे. मोठ्या चतुराईनं तुमची विभागणी शत्रूंच्या दोन गोटात केली आहे. भौतिकवादी व अध्यात्मवादी. झोरबा आणि बुद्ध.

खरं तर तुम्ही दोन भागात विभागलेले नाही. तुम्ही अखंड आहात. हेच वास्तव आहे. तुम्ही एका स्वरात, एका लयीत बांधलेले आहात. पण तुमच्या मनात खोलवर असं बिंबवलं गेलंय की तुम्ही एक नाही, अखंड नाही, पूर्ण नाही; तुम्हाला? तुमच्याच शरीराविरुद्ध लढावं लागेल. जर तुम्हाला आध्यात्मिक व्हायचं असेल तर कसही करून तुम्हाला तुमच्या शरीरावर ताबा मिळवावा लागेल, त्याला पराभूत करावं लागेल, त्याला छळावं लागेल आणि नाश करावा लागेल.

संपूर्ण जगानं हा विचार मान्य केलाय. धर्म, संस्कृती यांच्या भिन्नतेमुळे या विचाराच्या स्वरूपात फरक पडेल. पण मूळ सिद्धान्त एकच- माणसाची विभागणी करा, त्याच्या मनात संघर्ष सुरू करा. मग एक भाग स्वतःला श्रेष्ठ समजायला लागेल, पवित्र होईल, पुण्यवान बनेल आणि दुसऱ्या भागाची 'पापी' म्हणून निंदा करायला लागेल.

पण तुम्ही एक आहात, तुमचे भाग पाडण्याचा काही मार्ग नाही, हीच खरी

अडचण आहे. प्रत्येक विभागणी तुम्हाला दुःख देणारी आहे. विभागणीचा अर्थ तुमच्या आत्म्याचा अर्धा भाग दुसऱ्या अर्ध्या भागाबरोबर लढतोय आणि जर संघर्ष आंतरातच सुरू असेल तर तुम्हाला आराम कसा मिळणार?

आतापर्यंत संपूर्ण मानवजात स्कोझोफ्रेनिक म्हणून- खंडित मानसिकतेतच जगत आलीय. प्रत्येक माणसाला तुकड्या-तुकड्यात विभागलं आहे. तुमचे धर्म, तुमचं तत्त्वज्ञान, तुमचे सिद्धान्त जखमा भरून काढणारे नाहीत, तर जखमी करणारे आहेत. या सर्व गोष्टी आंतरिक संघर्षाचं कारण आहेत. तुम्हीच तुमच्या पायावर कुऱ्हाड मारताहात. तुमचा उजवा हात डाव्या हाताला इजा करतो, डावा हात उजव्या हाताला जखमी करतो. शेवटी तुमचे दोन्हीही हात रक्तबंबाळ होतात.

पश्चिमेनं चार्वाकची निवड केली. झोरबाची निवड केली. विक्षिप्तपणापासून बचाव करायला दुसरा मार्ग नव्हता. एका भागाला पूर्णपणे नष्ट करावं लागलं, त्याची उपेक्षा करावी लागली, त्याला विसरवं लागलं. पश्चिमेनं माणसामधील सत्याला, चैतन्याला अव्हेरलं. माणूस म्हणजे केवळ शरीर. आत्मा वैगरे काही नाही. खा, प्या, मजा करा. बस ! हाच एकमेव धर्म आहे. मन:शांती मिळवण्याचा हा एक उपाय होता, संघर्ष सोडून निर्णयाप्रत, निष्कर्षाप्रत येण्याचा एक मार्ग होता. कारण इथं तुम्ही एक आहात असं मानलं गेलं. केवळ पदार्थ, केवळ शरीर.

पूर्वेनं दुसरा मार्ग निवडला. पण मूळ प्रश्न तसाच राहिला. पूर्व म्हणते, तुम्ही आत्मा आहात. शरीर केवळ माया आहे. पदार्थाचं अस्तित्त्व नाहीच. ज्या तत्त्वापासून स्वप्नांचा जन्म झाला त्यापासूनच जग निर्माण झालं. म्हणूनच त्याचा जास्त विचार करू नका. त्याचा त्याग करा. त्याला सोडा. त्याची आठवण ठेवण्याची गरज नाही. ते लक्ष देण्याजोगं नाही.

वरवर पाहता पूर्व व पश्चिम भिन्न भिन्न गोष्टी करताहेत असं दिसतं. पण खोलवर जाऊन विचार केल्यास ते एकच गोष्ट करताहेत. ते एक होण्याचा बौद्धिक दृष्टीनं प्रयत्न करताहेत. कारण 'दोन' असण्याचा अर्थ सतत अस्वस्थता, सतत संघर्ष- यापेक्षा एकाला विसरणं बरं!

पूर्वेच्या मते शरीर माया आहे, भ्रम आहे, आभास आहे - छाया आहे, त्याचं अस्तित्त्वच नाही. पश्चिम म्हणते की चैतन्य एक बाय- प्रॉडक्ट आहे, एक उप-उत्पत्ती आहे. त्याला स्वत:चं अस्तित्त्व नाही, तो एक आभास आहे, कल्पना आहे. शरीर संपलं की बाकी काही उरत नाही. शरीरच सर्व काही आहे. जे चैतन्य तुम्हाला जाणवतं ते म्हणजे दुसरं-तिसरं काही नसून शरीरातील सर्व तत्त्वांची मिळून एक उप-उत्पत्ती आहे.

पूर्व आणि पश्चिम यांनी वेगवेगळी निवड का केली तेही समजून घेतलं पाहिजे.

'एक' होण्याच्या प्रयत्नात, ज्या आंतरिक चैतन्यावद्दल गूढवादी संत, साधू,

ऋषी एवढी चर्चा करतात आणि शरीराला माया म्हणतात. ते आतले चैतन्य म्हणजे आहे तरी काय हे समाजवून घ्यायचा प्रयत्न पूर्वेकडच्या मनानं केला. खरं तर आपल्याला शरीर प्रत्यक्ष दिसतं आणि 'चैतन्य' म्हणजे आपल्या दृष्टीनं एक शब्द असतो. पण सर्व ऋषी आत्म्याच्या सत्यतेवरच जोर देत होते. म्हणून शरीराच्या बाजूनं निर्णय घेण्याआधी पूर्वेनं वास्तविकता काय आहे हे जाणून घेण्याचा प्रयत्न केला.

स्वाभाविक प्रवृत्ती शरीराच्या बाजूनं निर्णय घेण्याची असणार, कारण शरीर उघड उघड दिसतंय, आत्म्याचा शोध घ्यावा लागतो, एका आंतर्यंत्रेवर निघावं लागतं.

गौतमबुद्ध, महावीर अशा महान व्यक्तींमुळे पूर्व नकार देऊ शकली नाही. त्यांच्या प्रामाणिकपणाबद्दल शंका घेणं शक्य नव्हतं. त्यांचा सच्चेपणा इतका स्पष्ट होता, त्यांचे अस्तित्त्व इतकं प्रभावी होतं, त्यांचे शब्द इतके ठाम होते की त्यांना नाकारणं शक्यच नव्हतं. कुठलाही दुसरा तर्क पुरा पडणारा नव्हता. कारण ते स्वत:च स्वत:चे तर्क होते, प्रमाण होते. ते इतके शांत, आनंदी, तणाव आणि भय मुक्त होते. त्यांच्याजवळ माणसाला पाहिजे असतं ते सर्व होतं आणि तसं पाहिलं तर त्यांच्याजवळ काहीही नव्हतं.

नक्कीच त्यांना कुठला तरी खजिना गवसला होता, कुठला तरी आतला स्रोत सापडला होता. त्यांना जे गवसलं होतं त्याचा शोध घेण्यासाठी पुरेसा वेळ दिल्याशिवाय ते नाकारणं शक्य नाही. जोपर्यंत 'आत्मा नाही' असं तुम्हाला खातरीनं म्हणता येत नाही तोपर्यंत तुम्ही त्याचा अस्वीकार करू शकत नाही.

खूप सुवासिक लोक होऊन गेले आमच्याकडे... त्यांच्या आंतरात फुललेले गुलाब आम्ही पाहू शकलो नाही, पण त्यांचा सुगंध इतका स्पष्टपणे जाणवला की पूर्वेनं आत जाण्याचा, आत डोकावून पाहण्याचा प्रयत्न केला आणि 'आत्मा खरा, देह म्हणजे आभास' असंच तिला जाणवलं.

याच संदर्भात एका गोष्टीची आठवण करून देणं आवश्यक आहे. आधुनिक विज्ञान आता अशा निष्कर्षप्रत पोहोचलं आहे की पदार्थाचं अस्तित्त्व म्हणजे भ्रम आहे, पदार्थाला अस्तित्त्व नाही. तो फक्त दिसतो. ते या निर्णयाला आले आहेत ते मात्र वेगळ्या मार्गांनी. पदार्थांचा अगदी सूक्ष्मतेत जाऊन शोध घेता घेता शास्त्रज्ञांच्या असं लक्षात आलं की पदार्थाचं पृथ्थकरण केल्यास हळूहळू त्याची भौतिकता, पदार्थपण कमी कमी होत जातं आणि परमाणूनंतर एक असा बिंदू येतो की जिथं पदार्थ शिल्लक नसतो, फक्त इलेक्ट्रॉन असतात. इलेक्ट्रॉन पदार्थ नाही. विद्युत-कण आहेत, केवळ ऊर्जा-तरंग आहेत.

'ईश्वर मेलाय' अशी घोषणा शंभर वर्षापूर्वी नीत्शेनं केली होती. या शंभर वर्षात, 'ईश्वर कदाचित असेल, कदाचित नसेल, पण पदार्थ मात्र नक्कीच मेलाय' या मताशी संपूर्ण विज्ञान-जगत सहमत होईल याची त्याला मुळीच कल्पना नव्हती.

पूर्वेनं आत वळून पहिलं आणि तिला जाणवलं की पदार्थ, देह सापेक्ष रूपानं अभौतिक आहे. चैतन्य परम सत्य आहे.

पश्चिमेकडे माणसाचा विकास वेगळ्या मार्गानं झाला. तो तसा का झाला यालाही कारणं आहेत. पूर्व फारच प्राचीन आहे. इथं कमीत कमी दहा हजार वर्षांपासून माणसांच्या आंतर्सत्याचा शोध घेतला जातोय. पूर्वेच्या सर्व प्रतिभेनं या शोधासाठीच स्वत:ला वाहून घेतलं. जवळ जवळ पाच हजार वर्षांपूर्वी पूर्वेत जेव्हा उपनिषदं लिहिली जात होती तेव्हा पश्चिमेत सभ्य मानव-समाज अस्तित्त्वातच नव्हता. पंचवीसशे वर्षांपूर्वी म्हणजे गौतमबुद्धाच्या काळातसुद्धा पश्चिमेचा फारसा विकास झालेला नव्हता. आम्ही गौतमबुद्धाला सुळावर चढवलं नाही आणि पश्चिमेनं मात्र गौतमबुद्धाच्या काळानंतर पाचशे वर्षांनी येशूला सुळी दिलं हे सत्य तर स्पष्टच आहे.

येशू जे सांगत होता ते गौतमबुद्धांनी सांगितलेल्या वचनांशी तुलना करण्यायोग्यही नव्हतं. बुद्धानं 'ईश्वर नाही' असं सांगितलं. तरीही कुणी त्याला सुळावर चढवण्याचा विचारसुद्धा केला नाही. येशू ज्यू धर्माच्या विरुद्ध काहीच बोलत नव्हता. उलट 'ज्याची तुम्ही वाट पाहत होतात तो मसीहा मीच आहे' असं सांगून जुन्या बायबलमधील प्रत्येक गोष्ट पुन:पुन्हा सांगत होता. जुन्या धर्माविरुद्ध कोणतीच गोष्ट तो बोलत नव्हता आणि गौतमबुद्ध.... हिंदू धर्नातील प्रत्येक गोष्टीला विरोध करत होता. त्यानं सांगितले की वेद म्हणजे मूर्खपणा. ईश्वर कुठंच नाही आणि हे शास्त्रीपंडित जगातील सर्वात लबाड माणसं आहेत. ब्राह्मण, शास्त्री-पंडित ही भारतातील सर्वांत उच्च जात आहे, हे लक्षात घ्या आणि तरीही त्याला फाशी द्यायचा विचार कुणीही केला नाही.

लोकांनी बुद्धाला वादविवादासाठी आव्हान दिलं. त्याच्याशी वादविवाद केला. पण ते त्याला हरवू शकले नाहीत. बुद्धाला हरवणं शक्य नव्हतं.' त्या काळी लोक प्रामाणिक होते. त्यांना प्रत्यक्ष अनुभव आला. बुद्धाचं ज्ञान आपल्यापेक्षा जास्त आहे, हे त्यांनी मानलं. त्यांचं ज्ञान शास्त्रीय होतं, पुस्तकी होतं. बुद्धाचं प्रामाणिक होतं, स्वत:च्या अनुभवावर आधारित होतं. पूर्वेच्या विकासाच्या मानानं पश्चिमेचा विकास फारच तुटपुंजा होता. तो ग्रीसमध्ये सुरू झाला. पण सॉक्रेटिससारख्या व्यक्तीलाही- जो ईश्वराला स्वीकारत नव्हता आणि नाकारतही नव्हता, फक्त एवढंच म्हणत होता की मला प्रचिती आलेली नाही, म्हणून मी खोटं बोलणार नाही. ईश्वर आहे की नाही ते मी सांगू शकत नाही. माझ्या मते या बाबतीत प्रत्येक माणसानं प्रामाणिक व सच्चं असलं पाहिजे. जोपर्यंत तुम्हाला साक्षात्कार होत नाही तोपर्यंत होकार अथवा नकार देऊ नका. फक्त मला माहीत नाही एवढंच सांगा आणि कोणताच निष्कर्ष काढू नका.

सॉक्रेटिस अगदी तर्कनिष्ठ होता... त्याला विष पाजलं गेलं. त्यानं तुमच्या

परंपरा, तुमचा भूतकाळ नाकारला नव्हता. त्यानं कशालाही नकार दिला नव्हता. फक्त आपलं मत मांडलं होतं. जास्त सुज्ञ व संयुक्तिक दृष्टिकोनासाठी. हा काही अपराध नव्हता... पण त्याचं फळ काय मिळालं? तर विष दिलं गेलं. समाजानं त्याला एक धोकेबाज माणूस ठरविलं.

पश्चिमेकडच्या समाजानं- जे त्यांना आंतरिक सत्याकडे वळवू शकत होते, अंतर्मुख बनवू शकत होते. त्यांना सुळावर चढवलं, विष पाजलं, त्यामुळे जाणते लोक सत्याबद्दल, सत्यातील गूढतेबद्दल बोलण्यास घाबरू लागले. ते फक्त बाह्य वस्तूंबद्दलच बोलायला लागले. कारण पदार्थाच्या अस्तित्त्वाला कुणी नाकारू शकत नव्हतं आणि पदार्थाचा खोलात जाऊन शोध घेण्यात काहीच अडचण नव्हती.

येशूच्या सुळी जाण्यानं आणि सॉक्रेटिसच्या विषप्राशनानं पश्चिमेच्या प्रतिभेला आंतयत्रिचं दार बंद झालं. ज्याच्याजवळ समज आहे, असा प्रत्येकजण सावध झाला. हे तर आपणच आपल्या मृत्यूला आमंत्रण देण्यासारखं आहे, याची त्याला जाणीव झाली. त्यापेक्षा बुद्धी आणि प्रतिभा यांचा उपयोग समाज ज्याची निंदा करणार नाही अशा गोष्टींसाठी करावा.

अशा रीतीनं पश्चिमेची संपूर्ण प्रतिभा ऐहिकाच्या सेवेस जुंपली गेली. शरीरासाठी जास्तीत जास्त सुखसोयी निर्माण करायच्या जास्त यंत्रं, जास्त तंत्र, पदार्थाबाबत जास्तीत जास्त शोध घेऊन ज्ञानात भर घालायची... झालं! सर्वजण खूष! या गोष्टींतही काही धर्माच्या विरुद्ध असलं तर चर्च त्याला अडथळा आणी.

उदाहरणच द्यायचं झालं तर गॅलीलियोनं सांगितलं की आपल्याला साधारणत: सूर्य पृथ्वीभोवती फिरताना दिसतो. पण तसं नाही. खरं तर पृथ्वी सूर्याभोवती फिरते. पण आपल्याला ती तशी फिरताना दिसत नाही. लगेच पोपनं त्याला आपल्या कोर्टात बोलावलं, '...गॅलीलियो म्हातारा झाला होता. जवळ जवळ पंचाहत्तर वर्षांचा. आजारी होता. म्हणजेच आयुष्याचा शेवट जवळ आला होता.... पोपनं त्याला बोलावून सांगितलं की तुला तुझ्या पुस्तकात बदल करावा लागेल. कारण त्यात मांडलेलं मत बायबलच्या विरुद्ध आहे. 'सूर्य पृथ्वीभोवती फिरतो' असं बायबमध्ये सांगितलंय. आम्हाला तुझे तर्क-वितर्क काहीही ऐकायचे नाहीत. तू तुझं मत बदल नाहीतर मरणाला तयार हो

कसलं हे मूर्ख चर्च... काहीही ऐकायला तयार नाही. त्याला फक्त 'अमुक करा नाहीतर मरणाला तयार व्हा' असे हुकूम देणंच ठाऊक आहे.

पण गॅलीलियोची विनोदबुद्धी अफाट होती.

तो म्हणाला, 'माझ्या मरणासाठी आपण इतके कष्ट घेण्याची आवश्यकता नाही. तसा तरी मी मरणारच आहे आणि त्या पुस्तकाबद्दल म्हणाल तर मी त्यात बदल करीन. पण मी आपल्याला एका गोष्टीची आठवण करून देऊ इच्छितो.

माझ्या पुस्तकात बदल केला तरी पृथ्वी बदलणार नाही की सूर्य. पृथ्वी सूर्याला प्रदक्षिणा घालत राहणारच. कारण पृथ्वी व सूर्य माझं पुस्तक वाचणार नाहीत आणि मी काय लिहितो याची त्यांना पर्वा नाही.'

गॅलीलियोनं आपल्या पुस्तकातील या विधानावर काट मारली आणि खाली टीप दिली: मी हे विधान रद्द केल्यानं काही फरक पडणार नाही हे चांगलं माहीत असूनसुद्धा मी ते खोडत आहे. जे खरं आहे ते तसंच राहणार.

बायबलमध्ये म्हटल्याप्रमाणे पृथ्वी चपटी नसून गोल आहे, हे कोपर्निकसच्या लक्षात येताच तो अडचणीत आला.

या सर्व गोष्टींचा धर्माशी काही संबंध नाही. पृथ्वी गोल असो वा चपटी धर्माला काय देणंघेणं आहे? पृथ्वी कोणत्याही आकाराची असली तरी धर्माचा त्याच्याशी काय संबंध?

पण ख्रिश्चन आणि इस्लाम हे अगदी अविकसित आणि रानटी धर्म आहेत. त्यांच्यापाशी हिंदू, जैन, बौद्ध, ताओ ह्यांच्यासारखा सुसंस्कृतपणा व स्वच्छ दृष्टिकोन नाही. त्यांना चर्चा करणं माहीत नाही. त्यांना फक्त लढणं माहीत आहे. तलवार हीच त्यांची एकमेव चर्चा आहे. तलवारीच्या टोकावरूनच खरा कोण ते ठरणार.

पश्चिमेला आंतरात जाण्यापासून परावृत्त करणारं चर्च आहे हे ऐकून तुम्हाला आश्चर्य वाटेल. चर्चनंच माणसाला ऐहिकतेकडे, भौतिकतेकडे जाण्यास भाग पाडलं. अंतर्मनासंबंधीचे सर्व निर्णय चर्चनंच घेतले. तिथं फक्त त्याचाच अधिकार होता. तुम्हाला त्या बाबतीत शोध घेण्याची, माहिती करून घेण्याची किंवा ध्यान करण्याची आवश्यकता नव्हती. तुम्ही फक्त ईश्वरावर विश्वास ठेवायचा. दुसरं काहीही करायचं नाही. हं! भौतिक गोष्टीत तुम्ही काही करू शकत होतात —जोपर्यंत अशा गोष्टींचा बायबल बरोबर खटका उडत नव्हता तोपर्यंतच-

कोपर्निकसनं पोपला सांगितलं, 'ही अगदी मामुली गोष्ट आहे. ...पृथ्वी गोल आहे हे सिद्ध करण्यासाठी माझ्याजवळ सर्व पुरावे आहेत. ही माझी आयुष्यभराची मेहनत आहे आणि यामुळे तुमच्या धर्मावर मुळीच परिणाम होणार नाही.' पोप म्हणाला, 'तुम्हाला समजत नाही. धर्मावर परिणाम होतो की नाही हा प्रश्न नाही, तर बायबल ईश्वराचा ग्रंथ आहे. पवित्र ग्रंथ आहे आणि बायबलमधील एक वाक्य चुकीचं आहे हे सिद्ध झालं तर ईश्वर चुकला असं होतं. हे आम्ही कधीही मान्य करू शकत नाही.'

ईश्वराबद्दल काय बोलायचं! हे लोक तर 'पोप कधी चुकतो' हेही मानायला तयार नाहीत. पोप दूरचा.. फार दूरचा प्रतिनिधी आहे. येशू ईश्वराचं प्रतिनिधित्व करतो आणि पोप येशूचं. तेही सरळ सरळ नाही तर आधी मृत्यू पावलेल्या पोपच्या साखळीतून. त्यांच्यामार्फत तो येशूशी जोडला गेलाय आणि येशूजवळ ईश्वराशी थेट

बातचीत करण्यासाठी टेलिफोन असणारच.

पहिली गोष्ट म्हणजे बायबलमधील वचनाविरुद्ध एक जरी विधान खरं ठरलं तरी ईश्वर चुकणारा आहे हे सिद्ध होतं. या गोष्टीचा स्वीकार करणं शक्य नाही आणि दुसरी गोष्ट म्हणजे बायबलमधील एक जरी वचन खोटं ठरलं तर बाकीच्या वचनांच्या खरेपणाची काय गॅरंटी? त्यांच्याबद्दल पण शंका घेतली जाईल. विश्वास आणि श्रद्धा यांचा पायाच डळमळायला लागेल. 'म्हणून बायबलमधील कोणतंही वचन चूक आहे हे आम्ही अजिबात मान्य करू शकत नाही. तुम्ही फक्त बायबलच्या विरुद्ध न जाणारी विधानं करू शकता.'

मग राहता राहिला पदार्थ. तुम्ही पदार्थविज्ञान, रसायनशास्त्र, जीवशास्त्र, प्राणिशास्त्र व भूगर्भशास्त्र यांत संशोधन करू शकता. तुम्ही स्वतंत्र आहात या गोष्टी करायला.

माणसाला आत वळण्यापासून परावृत्त करायला चर्चनं चीनच्या भिंतीप्रमाणे काम केलं. हे विचित्र वाटलं तरी खरं आहे. धर्माचा शत्रू असल्याचं ख्रिश्चन चर्चनं सर्व जगाला सिद्ध करून दाखवलं. दुसऱ्या धर्मांनी पण हेच केलं पण ते ख्रिश्चन धर्माइतके महान निघाले नाहीत.

पश्चिमेला फक्त भौतिक गोष्टीत काम करण्याची मुभा होती. पूर्वेकडे प्रतिभेला पहिलं आवाहन होतं आंतर्यात्रेचं. दुय्यम दर्जाच्या लोकांनीच बाय गोष्टींसाठी कष्ट घेतले. जे खरोखरच बुद्धिमान होते त्यांनी ध्यानाचाच मार्ग अनुसरला.

हळूहळू अंतर वाढत गेलं. पश्चिम भौतिकवादी झाली. याला जबाबदार चर्च आहे आणि पूर्व जास्तीत जास्त आध्यात्मवादी झाली. प्रत्येक माणसात जशी विभागणी झाली तशी पूर्व व पश्चिम यांच्यात झाली.

एका मोठ्या कवीनं म्हटलं आहे की पूर्व ती पूर्व व पश्चिम ती पश्चिम. त्यांचं मीलन कधीही होणं शक्य नाही. हा कवी म्हणजे रुडयार्ड किपलींग. याला पूर्वेत अधिक रस होता. तो बरीच वर्षे भारतात राहिला होता. तो सरकारी नोकर होता. संपूर्ण पूर्व आतल्या दिशेला वळली आहे आणि पश्चिम बाहेरच्या. हे पाहून... त्याचं मीलन कसं शक्य आहे?

रूडयार्ड किपलींगला चूक ठरवणं हे माझं खरं काम आहे. मला तुम्हाला सांगावसं वाटतं की पूर्व पूर्व नाही आणि पश्चिम पश्चिम नाही. त्या पूर्वीपासूनच एकत्रच आहेत. कोणी पूर्व नाही, कोणी पश्चिम नाही. त्यांच्या दृष्टिकोनात खूप अंतर आहे. पण ते समजण्यासारखे आहे.

माझा दृष्टिकोन आणि प्रयत्न प्रत्येक व्यक्तीमध्ये एक सेतू निर्माण करण्याचा आहे. म्हणजे तुम्ही एक व्हाल, पूर्ण व्हाल. देहाशी शत्रुत्त्व करू नका. ते तुमचं घर आहे. आत्म्याशी वैर करू नका. कारण त्याच्याशिवाय तुमचं घर सजवलेलं असलं तरी रिकामं राहील. मालकाशिवाय सुनंसुनं. शरीर आणि आत्मा एकत्र असले म्हणजे

एक सौंदर्य निर्माण होतं. एक संपूर्ण जीवन. एक बहरलेलं जीवन.

प्रतीक म्हणून मी शरीराला झोरबा आणि आत्म्याला बुद्ध म्हटलंय. मी झोरबाबद्दल बोललो काय किंवा बुद्धाबद्दल- माझ्या प्रत्येक वाक्यात ते दोघंही सामील आहेत. माझ्या दृष्टीनं ते अभिन्न आहेत. कुणावर भर देता त्यावर सर्व अवलंबून आहे.

झोरबा फक्त सुखात आहे. जर तुम्ही तुमच्यातील झोरबाला संपूर्ण व्यक्त होऊ दिलंत, तर तुम्हाला चांगला, श्रेष्ठ, महान विचार करावाच लागेल. फक्त वैचारिक चिंतनानं हे साध्य होणार नाही. तुमच्या अनुभवातून निर्माण होईल. कारण क्षुल्लक, मामुली अनुभव कंटाळवाणे होतील. गौतमबुद्धानं झोरबाला चांगलं ओळखलं होतं म्हणून तो बुद्ध झाला. कोणताही झोरबा जगला नसेल असा बुद्ध जगला - एकोणतीस वर्षे - याकडे पूर्वेनं लक्ष दिलं नाही.

गौतमबुद्धाच्या वडिलांनी राज्यातील सर्व सुंदर मुली एकत्र आणून त्याच्या विलासाची व्यवस्था केली होती. त्यांनी ऋतूनुसार वेगवेगळ्या ठिकाणी तीन महाल बनवले होते. त्यांच्या भोवती सुंदर बागा व सरोवरं होती. बुद्धाचं जीवन सुखसोयी आणि भोगविलास यांनी भरलेलं होतं. पण या सगळ्याचा त्याला कंटाळा आला आणि 'हेच का सगळं?' हा प्रश्न त्याला महत्त्वाचा वाटू लागला. मग मी उद्यासाठी का जगतो? जीवनाला काही अर्थ, आशय असला पाहिजे. नाहीतर जीवन निरर्थक होईल.

बुद्धत्वाच्या शोधाचा आरंभ होतो- झोरबाचा भरपूर उपभोग घेतल्यावर. प्रत्येक माणूस बुद्ध होऊ शकत नाही. कारण त्याच्यातील झोरबा जगल्याशिवाय तसाच राहतो. म्हणूनच माझं सांगणं आहे की झोरबाला पूर्णपणे उपभोगा, त्याच्यासह जगा. म्हणजे मग तुम्ही बुद्धाच्या जीवनात प्रवेश करू शकाल.

आपल्या शरीराचं सुख घ्या. ऐहिकाचा उपभोग घ्या. त्यात काही पाप नाही. यामागेच तुमचा आध्यात्मिक विकास, आत्मिक आनंद लपला आहे. जेव्हा तुम्ही ऐहिक सुखाला कंटाळाल तेव्हाच तुम्ही विचाराल, 'याशिवाय काहीच नाही का?' हा प्रश्न केवळ बौद्धिक असणार नाही. त्याला वास्तवरूप असेल. तो जेव्हा असा वास्तव होईल तेव्हाच तुम्हाला तुमच्या आंतरात 'काहीतरी अधिक' मिळेल.

निश्चितच आणखी खूप काही आहे. झोरबा फक्त सुखात आहे. एकदा बुद्धत्वाचा दिवा लागला, जागृतीचा प्रकाश आत्म्यावर पसरला की तुम्हाला समजेल- सांसारिक सुख छायासुद्धा नव्हती... तिथं मग खूप आनंद आहे. परमानंद. पण तो आनंद सुखाच्या विरुद्ध नाही. उलट सुखानंच तुम्हाला या आनंदापर्यंत आणलं आहे.

झोरबा आणि बुद्ध यांच्यात संघर्ष नाही, झगडा नाही. झोरबा बाणाचा नेम आहे, एक संकेत- चिन्ह आहे. जर तुम्ही त्या मार्गाचं योग्य अनुसरण केलं तर बुद्धापर्यंत पोहोचाल.

◆

८

तथाकथित प्रार्थना : ईश्वराच्या नावावर दिलेले सल्ले आणि केलेल्या तक्रारी

प्रिय भगवान,
लहानपणी मला एक औपचारिक प्रार्थना शिकवली होती. ती प्रार्थना म्हणजे एक मागणी आणि तक्रार वाटत असे. आपण मला खऱ्या प्रार्थनेबद्दल काही सांगाल का?

ज्या माणसाचा ईश्वरावर विश्वास नाही, तो धार्मिक नाही असं मी म्हणणार नाही. जो देवळात, चर्चमध्ये किंवा मशिदीत जात नाही; स्वर्ग-नरक या किंवा अशाच मूर्खपणाला मानत नाही, तोही माझ्या दृष्टीनं धार्मिक आहे. पण जो स्वत:ला अपात्र समजत नाही- जे त्याला मिळालंय आणि सारखं मिळतंय प्रत्येक श्वासाबरोबर, हृदयाच्या प्रत्येक ठोक्याबरोबर- ते सर्व घेण्याला तो अपात्र आहे, असं समजत नाही, तो मात्र नक्कीच धार्मिक नाही.

जीवन तुम्हाला सतत देत आहे... आणि हेच जीवन तुम्हाला परमानंद देण्यासही समर्थ आहे. जोपर्यंत या आनंदाची चव तुम्ही चाखत नाही, तोपर्यंत तुम्हाला त्याची कल्पना येणार नाही.

आपल्या या अपात्रतेला धन्यतेत, कृतज्ञतेत बदला. माझ्या मते ही कृतज्ञतेचीच भावना एकमात्र खरी प्रार्थना आहे. शब्दांतसुद्धा काही सांगायची जरूर नाही. 'मी योग्य नाही. हे सगळं मिळवण्याचा मला अधिकार नाही. तरीही मला हे सर्व मिळालं आहे आणि भरभरून मिळतंच आहे... का ते मला माहीत नाही. कृतज्ञ होण्याव्यतिरिक्त मी काही करू शकत नाही.' ही भावना पुरेशी आहे. ही कृतज्ञता तुमच्या आंतरात अगदी खोल रुजली पाहिजे, तुमच्या शरीराच्या रोमारोमात भिनली पाहिजे. तुम्ही फक्त कृतज्ञ व्हा. तीच प्रार्थना आहे.

साधारणत: जिला प्रार्थना म्हटलं जातं ती अगदी खोटी आहे. लाखो मंदिरं, चर्च, मशिदी, सिनेगॉग आहेत. त्यांत करोडो लोक पूजा-प्रार्थना करतात... पण त्या प्रार्थना म्हणजे ढोंग आहे. कारण त्यामध्ये सदैव कसली ना कसली मागणी असते. त्यांना जे मिळालं आहे त्याबद्दल ते कृतज्ञ नसतात. जर तुम्ही त्या प्रार्थना लक्षपूर्वक ऐकल्यात तर तुम्हाला भिकारी दिसतील, प्रार्थना नाही. याचना करणारे कृतघ्न भिकारी. सगळ्या धर्मांच्या सर्व प्रार्थनांत तुम्हाला आणखी एक गोष्ट आढळेल. मी सर्व धर्मांचा शक्य तितक्या खोलात जाऊन विचार केलाय. त्यांच्यात तक्रारी आहेत. गोष्टी पाहिजे तशा नाहीत. दुसऱ्यांना जास्त मिळत आहे आणि मला तेवढं नाही.

या प्रार्थना नाहीत. ते लोक आपला वेळ फुकट घालवत आहेत. त्यांना 'प्रार्थने'चा अर्थसुद्धा समजलेला नाही. प्रार्थना शब्दांत नाही, प्रार्थनामय भावनेत आहे आणि अशा भावनेचा हेतू आहे- फक्त एकच हेतू आहे हे लक्षात असू द्या- कृतज्ञता. आत्म्यात उतरणारी सर्वांसाठी उपकृत होण्याची भावना- धरित्रीची तहान भागविण्यासाठी ढगांतून बरसणाऱ्या पाण्यासाठी उपकृतता. वृक्षांची हिरव्यासाठी उपकृतता...

पावसाच्या पहिल्या शिडकाव्यानंतर मातीतून दरवळणारा सुवास हा पृथ्वीचा कृतज्ञतेचा भाव आहे. हिरवेगार होणारे वृक्ष आणि त्यावर असंख्य फुलणारी फुलं ही पृथ्वीची प्रार्थना आहे, पृथ्वीनं दिलेले धन्यवाद आहेत. असंच व्हायला पाहिजे, तुमची प्रार्थना अशीच असली पाहिजे. कृतज्ञतेशिवाय दुसरं काहीही नाही.

जसजसा माणूस उपकृततेच्या भावात डुंबत जातो तसतसा तो काही मागण्याचं विसरूनच जातो. हळूहळू तक्रारी, राग यांचा विसर पडतो. मागितल्याशिवाय इतकं सगळं मिळतंय. न मागता मोती मिळतात... फक्त आपली दारं उघडी ठेवायला पाहिजेत. मग आपोआप अतिथी येतो. फक्त वाट पाहायची... प्रेमानं प्रार्थनेनं भरलेली प्रतीक्षा.

प्रार्थनेचा जो अर्थ मी तुम्हाला सांगतोय तो कोणत्याही धर्मानं मनुष्यजातीला सांगितलेला नाही. त्यांच्या प्रार्थना अतिशय पोरकट व मूर्खपणाच्या आहेत.

उपकृततेनं भरलेलं मन अधिक समर्थ होतं. या अस्तित्त्वाकडून मिळालेल्या भेटी स्वीकारण्यासाठी.

युगानुयुगं माणसाच्या मनावर तथाकथित धर्मांनी सत्ता गाजवली आहे. त्यातील बहुतेक खोटे आणि काल्पनिक आहेत. अल्बर्ट कामूचं एक विचित्र विधान मला फार सुंदर आणि खरं वाटतं. तो म्हणला होता, 'जर ईश्वर नसता तर आम्हाला त्याला निर्माण करावं लागलं असतं.' नाही तर तुम्ही तक्रारी कुणाजवळ केल्या असत्या? आपली जबाबदारी कुणाच्या खांद्यावर टाकली असती? आपला राग कुणावर काढला असता? तुमचं रक्षण कुणी केलं असतं? तुमचा तारक कोण झाला असता?

'जर ईश्वर नसता तर त्याचा शोध लावावा लागला असता आणि जर असता तर त्याला संपवावं लागलं असतं.' असं म्हणताना कामू फार महत्त्वाची गोष्ट सांगतो. जर ईश्वर असता तर त्याला मारावं का लागलं असतं? कारण आपण त्याला सहन करू शकलो नसतो. त्याची अतीव करुणा तुम्हाला अपमानास्पद वाटली असती. तुम्ही अगदी नालायक आहात आणि तरी तो तुम्हाला देतोच आहे. तो तुम्हाला तुच्छ लेखतोय, तुमचा नालायकपणा, अपात्रता यांची तुम्हाला जाणीव करून देतोय आणि तरी तुम्ही त्याला क्षमा करू शकत नाही.

जर ईश्वर असता आणि माणसाला भेटला असता तर माणसानं त्याचाच नाश केला असता. कारण त्याचं अस्तित्त्व माणसाला सहन झालं नसतं असा कामूच्या म्हणण्याचा आशय आहे. तो तुम्हाला देतच राहिला असता आणि तुमच्याकडून त्यानं काहीच मागितलं नसतं. कारण त्याच्या जवळ सर्व काही आहे. ही संपूर्ण सृष्टीच त्याची आहे. त्यानं तुमची सर्व प्रतिष्ठा हिरावून घेतली असती आणि एक लक्षात ठेवा, तुम्ही बाकी कुठल्याही गोष्टीसाठी एखाद्याला माफ करू शकता, पण जो माणूस म्हणून असलेली तुमची प्रतिष्ठा हिरावून घेतो, अस्मिता नष्ट करतो, त्याला तुम्ही कधीही क्षमा करू शकत नाही.

सुदैवानं ईश्वर वगैरे कुणीही नाही. विशेषतः तुम्हा लोकांसाठी तर अजिबात नाही. लोक देवावर विश्वास ठेवतात, पण खोलात शिरून पाहिलं तर ते त्याच्यावर नाराजच असतात. ते प्रार्थना करतील, मान राखतील, पण मनात म्हणतील, 'माझ्या पत्नीलाच का कॅन्सर झाला? जर परमात्मा दयाळू आहे तर कुठं गेली त्याची दया? मी कित्येक वर्षं प्रार्थना करत आहे तरी मी गरीब का? आणि जे प्रार्थना करत नाहीत मंदिर, चर्च, मशीद असं कुठं जात नाहीत ते श्रीमंत का? मी दुर्बल माणूस आहे तरी शक्य तेवढा सच्चा राहण्याचा प्रयत्न करतो. तरी मी गरीब तो गरीबच. मला कशात सफलता नाही मी कुणीच नाही आणि ते लबाड व अप्रामाणिक लोक हुद्दा, प्रतिष्ठा, दौलत यांच्यासाठी काहीही करायला तयार आहेत तरी ते यशस्वी झालेत. हे पंडित, पुरोहित म्हणतात की देवाजवळ देर आहे लेकीन अंधेर नाही. कुठं आहे तुमचा न्याय? या सगळ्या गोष्टी तुमच्या मनात दबलेल्या असतात. देवाच्या कोपाच्या भीतीनं तुम्ही त्या बोलत नसाल.

जर ईश्वर असता तर नक्कीच त्याची हत्या झाली असती. तो खरोखरच असय झाला असता. सहन करण्याच्या पलीकडे. सुदैवानं तो अस्तित्त्वातच नाही म्हणून कुणी त्याची हत्या करू शकत नाही. तो एक कल्पना मात्र आहे. पण ही कल्पना, अपराध-भावनेपासून मुक्तता मिळवण्यास लोकांना मदत करते आणि यात पाद्र्यांचा फायदा होतो. म्हणूनच पुरोहित, ब्राह्मण, पाद्री यांनी या कल्पनेला जिवंत ठेवलं आहे. ते त्यासाठी झगडतात, कारण आपला अपराध धुवून काढण्यासाठी लोक

ईश्वराला जे देतात ते सगळं पाद्र्याला मिळतं. म्हणून पाद्र्यांचं खरं काम आहे लोकांना, अपराधी, पापी बनवणं. तोच त्यांचा धंदा आहे. लोकांना प्रत्येक गोष्टीत पापी ठरवा. प्रत्येक सुखात... धंदा फारच गुंतागुंतीचा आणि बारकाव्यांचा.

हजारो वर्षं हे धर्माचे ठेकेदार तुमचा दुबळेपणा शोधून काढत आलेत. म्हणजे मग तुम्हाला नावं ठेवता येतात आणि तुम्ही काहीच करू शकत नाही. कारण दुबळेपणा नैसर्गिक असतो. मग तुम्ही स्वत:ला पापी, अपराधी, समजायला लागता. ही अपराधाची भावनाच सर्व धर्मांचा पाया आहे. पाद्र्याला तुम्ही सतत पापी असावं असंच वाटत असतं. कारण तुम्ही पापी असलात तरच तुम्हाला ईश्वराची गरज भासणार. नाही तर तुम्हाला क्षमा कोण करणार? 'हे परमपिता परमेश्वरा, मी पापी आहे. तू पतितपावन आहेस. करुणामय आहेस. मला क्षमा कर.' या व्यतिरिक्त तुमची प्रार्थना काय असते? आणि सर्वांत गमतीची गोष्ट म्हणजे तुमची प्रार्थना ऐकणारा कुणीही नाही.

ईश्वर ही फक्त एक कल्पना असल्यामुळे तुम्ही त्याचा गळा दाबू शकत नाही की त्याला शोधू शकत नाही. अल्बर्ट कामूचं म्हणणं अगदी खरं आहे, 'जर ईश्वर नसता तर त्याचा शोध लावावा लागला असता.' तेच आम्ही केलंय. त्याचा शोध लावला आणि ईश्वर असता तर त्याला नष्ट करावं लागलं असतं.'

मी सांगितलं ना की मी अपात्र आहे, अयोग्य आहे, ही अनुभूती वास्तव आहे. ती सत्य आहे. कारण कोणीही पात्र नाही, कोणीही हक्क सांगू शकत नाही. आम्हाला हे सर्व आपोआप मिळालंय.

सृष्टीपाशी कृतज्ञतेनं वाकणं हाच खरं धर्म आहे. यासाठी हिंदू, मुसलमान, खिश्चन अशा विशेषणांची आवश्यकता नाही. फक्त कृतज्ञतेची भावना हाच काय तो धर्म आहे.

तुम्ही योग्य मार्गावर आहात. पण अपात्रतेपाशीच थांबू नका. ती नाण्याची एक बाजू आहे. नाण्याची दुसरी बाजू आहे कृतज्ञता. एक बाजू नकारात्मक, दुसरी सकारात्मक. नेहमी सकारात्मक, विधायक बाजूबरोबर रहा. म्हणजे तुम्ही भरकटणार नाही.

जेव्हा तुमच्या आंतरात प्रकाश आणि आनंद उचंबळेल, गीत आणि नृत्य यांचं कारंजं उडेल, तेव्हाच तुमच्या मनात काही रचनात्मक घडेल. हा आनंद तुम्हाला आणखी कृतज्ञतेनं भरून टाकील. मग तुमचं अस्तित्वच प्रार्थना होईल.

◆

९

मी जागरण शिकवतो, आचरण नाही

प्रिय भगवान,
कृपा करून नैतिकता आणि धर्म यांच्यामधील संबंधाबद्दल काही सांगा.

नैतिकतेसंबंधीचा प्रश्न अत्यंत महत्त्वाचा आहे. कारण नैतिकतेच्या नावाखाली, अनेक वर्षं जे शिकवलं गेलंय ती नैतिकता नाहीच. सर्वच धर्मांनी 'नैतिकता' या संकल्पनेचा चुकीचा अर्थ लावलाय. ते वेगवेगळ्या तऱ्हांनी, पण मुळात एकच गोष्ट शिकवत असतात आणि ती म्हणजे जोपर्यंत तुम्ही नीतिवान, चारित्र्यसंपन्न होत नाही तोपर्यंत धार्मिक होणं शक्य नाही.

त्यांनी लावलेला नैतिकतेचा अर्थ आहे. सत्यानं वागणं, प्रामाणिक होणं, दयाळू परोपकारी, अहिंसक होणं. थोडक्यांत, हे सगळे उच्च आणि आदर्श आचार तुमच्यात बाणवलेले असले पाहिजेत. मगच तुम्ही धार्मिकतेकडे जाऊ शकाल.

ही संपूर्ण विचारसरणी शीर्षासनासारखी आहे- जोपर्यंत तुम्ही धार्मिक होत नाही, तोपर्यत नीतिवान होणं शक्य नाही असं मला वाटतं. पहिला धर्म नैतिकता त्याची उप-उत्पत्ती आहे. बाय-प्रॉडक्ट आहे आणि बाय-प्रॉडक्ट जर माणसाच्या जीवनाचं ध्येय झालं तर माणसाच्या दु:खाला, त्रासाला पारावार राहणार नाही. माणूस हैराण होईल आणि हे सगळं होईल एक चांगलं कारण पुढं करून. नैतिकतेकडून धार्मिकतेकडे जायला सांगणं म्हणजे बैलांना बैलगाडीच्या मागे जुंपण्यासारखं आहे. त्यामुळे गाडीही चालणार नाही आणि बैलही. दोघंही अडतील.

ज्याला सत्य म्हणजे काय ते माहीत नाही तो सत्यवादी होईलच कसा? जो स्वत:ला ओळखत नाही तो प्रामाणिक कसा होऊ शकेल? ज्याला स्वत:मधील प्रेमाच्या स्रोताचाच पत्ता नाही तो दयाळू होणार कसा? त्याच्यात दया येणार कुठून?

नैतिकतेच्या नावावर तो ढोंगी व पाखंडी मात्र होऊ शकेल आणि पाखंडी

होण्यापेक्षा अधिक कुरूप काही नाही. तो देखावा करू शकेल, खूप कष्ट घेऊन अभिनय करू शकेल, पण ते सगळं वरवरचं असेल. अगदी उथळ. जरा खरवडा आणि तुमच्या लक्षात येईल की सर्व पाशवीक प्रवृत्ती त्याच्यात आहेत. अगदी जिवंत आहेत. अवसर मिळताच सूड घ्यायला तयार आहेत. धर्मांनी माणसाचं नुकसान करताना जे मोठमोठे अपराध केलेत, त्यांतील एक म्हणजे नैतिकतेला धर्माआधी स्थान देणं. या चुकीच्या विचारसरणीनं माणूस दडपला गेला, दबला गेला. असा दडपला गेलेला माणूस म्हणजे एक मानसिक रुग्ण आहे हे लक्षात ठेवा. दोन भागात विभागलेला, सतत स्वत:च्या आत्म्याशी संघर्ष करत असलेला आणि जी कामं करायची इच्छा नाही तीच करण्याचा प्रयत्न करणारा रुग्ण.

नैतिकता ही अत्यंत आरामदायक, तणावरहित आणि अगदी स्वाभाविक गोष्ट असायला पाहिजे. अगदी तुमच्या सावलीसारखी. सावली आपोआपच तुमच्या मागून येते. तिला पकडून, खेचून आणावी लागत नाही.

पण आतापर्यंत असं झालंच नाही- फक्त मानसिक रोगी निर्माण झाले. प्रत्येकजण तणावाखाली आहे. कारण प्रत्येक गोष्ट करताना संघर्ष आहे. बरोबर काय आणि चूक काय. हे ठरवताना तुमचं मन एका बाजूला आणि तुमचे संस्कार बरोबर दुसऱ्या बाजूला आणि ज्या घरात फूट पडलीय ते जास्त दिवस टिकत नाही. प्रत्येकजण कसातरी स्वत:ला फरफटत नेतो आहे. अडचणीतून सांभाळत... नाही तर वेड लागण्याचा धोका समोर आहेच.

मी नैतिकता शिकवत नाही. अजिबात नाही. नैतिकता स्वाभाविकपणे आली पाहिजे. मी तुम्हाला सर्वांत प्रथम शिकवणार आहे तुमच्या आत्म्याची प्रचिती.

जसजसं तुम्ही मौन पाळाल, जास्त जास्त शांत राहाल, क्रोधापासून मुक्त व्हाल, तुमचं आंतरचैतन्य अधिकाधिक एकाग्र व्हायला लागेल, तसतशी तुमच्या प्रत्येक कृत्यात नैतिकता दिसायला लागेल. मग ती मुद्दाम ठरवून करायची गोष्ट राहणार नाही. फुलणाऱ्या गुलाबाप्रमाणे ती नैसर्गिक असेल- गुलाबाच्या झाडाला तपस्या करावी लागत नाही, उपासतापास करावे लागत नाहीत, परमेश्वराची प्रार्थना करावी लागत नाही की दहा आज्ञांचं पालन करून स्वत:ला शिक्षा करून घ्यावी लागत नाही- गुलाबाचं झाड यातलं काहीही करत नाही. त्याचं चांगलं पोषण होऊन वाढ झाली की बस... योग्य वेळी काही प्रयास न करता गुलाब आपोआप फुलतील आणि सौंदर्याची उधळण करतील.

जी नैतिकता प्रयत्नानं येते ती अनैतिक असते.

जी नैतिकता आपोआप येते तीच खरी नैतिकता.

म्हणूनच मी नैतिकतेची चर्चा करत नाही. कारण या नैतिकतेनंच माणसाभोवती, सर्व बाजूंनी, हजारो प्रश्न निर्माण केलेत. चूक काय आणि बरोबर काय यांबाबत

तयार केलेली विचारसरणी तुमच्यावर लादली गेलीय. पण आयुष्यात रेडीमेड, तयार सिद्धान्त उपयोगी पडत नाहीत. कारण जीवन सतत बदलत असतं. एखाद्या नदीसारखं. पावला-पावलावर नवं वळण, अज्ञात सीमा ओलांडाव्या लागतात... पर्वतावरून दरीत, दरीतून मैदानात आणि मग समुद्राकडे.

हेराक्लाइटसचं म्हणणं अगदी बरोबर आहे. तो म्हणतो, 'तुम्ही त्याच नदीत दुसऱ्यांदा पाऊल टाकू शकत नाही.' कारण ती सतत वाहत असते. जेव्हा तुम्ही दुसऱ्या वेळी नदीत पाय ठेवता, तेव्हा तिथं दुसरंच पाणी आलेलं असतं. मी हेराक्लाइटसच्या मताशी इतका सहमत आहे की माझ्या मते तुम्ही एकाच नदीत एकदाही पाय बुडवू शकत नाही. कारण तुमच्या पायाचा स्पर्श वरच्या पाण्याला होत असताना खालून पाणी वाहतच असतं. आणि तुम्ही पाय खोल बुडवलात तर वरचंही पाणी वाहत असतं जेव्हा तुम्ही तळाला स्पर्श करता तेव्हा बरंच पाणी वाहून गेलेलं असतं... आणि ते पाणी तेच नसतं. तुमचे पाय त्याच नदीत पडत आहेत असं तुम्ही म्हणू शकत नाही.

जीवन अगदी नदीप्रमाणे आहे. एक सतत वाहणारा प्रवाह. आणि तुम्ही तयार सिद्धान्त, बांधील मतं वाहून नेत आहात. पूर्वी तयार केलेल्या या विचारांमुळे तुम्ही स्वत:ला 'अनफिट' समजता. जीवनाबरोबर तुमचा ताळमेळ बसत नाही. कारण सिद्धांतप्रमाणे चाललात तर तुम्हाला जीवनाच्या विरुद्ध जावं लागेल आणि जीवनाबरोबर गेलात तर सिद्धांतांच्या विरुद्ध जावं लागेल, सिद्धांत आड येतील.

म्हणून तुमची नैतिकता स्वाभाविक व्हावी असा माझा खरा प्रयत्न आहे. भानावर या. जागं व्हा. तुमच्या मनातून निघणारं प्रत्युत्तर प्रत्येक वेळेला पूर्णपणे चैतन्याकडून यायला हवं. मग तुम्ही जे कराल ते बरोबर असेल. हा प्रश्न चूक की बरोबर असा नसून तुमच्या चैतन्याचा आहे. प्रत्येक गोष्ट तुम्ही भान ठेवून करता की रोबोटप्रमाणे-यंत्राप्रमाणे ग्लानीत?

माझं संपूर्ण तत्त्वज्ञान चैतन्याच्या विकासावर आधारित आहे. तुमचं चैतन्य इतकं उच्च झालं पाहिजे, त्यात इतकी-सखोलता आली पाहिजे की ते एका विशिष्ट बिंदूपर्यंत पोहोचलं पाहिजे. जिथं अजिबात ग्लानीचा अंश नसेल. मग तुम्ही एक प्रकाशस्तंभ बनाल. अशा प्रकाशात, अशा स्पष्टपणात चुकीचं काम करणं शक्यच नसतं. तुम्हाला चुकीचा त्याग करावा लागेल, तिच्यापासून बचाव करावा लागेल असं नाही, तर तुम्ही मनात आणलंत तरी तसं करू शकणार नाही. त्या प्रमादरहित स्थितीत तुम्ही जे कराल ते एक वरदान असेल, एक आशीर्वाद असेल.

जगातील सर्व लोक मृत सिद्धान्ताप्रमाणे जगत आहेत आणि या मृत सिद्धांतांचा वास्तवाशी मेळ बसू शकत नाही; ते इथं 'फिट' बसत नाहीत. ते फिट' बसूच शकत नाहीत. फक्त एक स्वाभाविक स्वयंस्फूर्त चेतनाच...

हा फरक समजण्यासाठी एक उदाहरण घेऊ या. समजा तुमच्या जवळ पूर्वीचा तुमच्या लहानपणीचा फोटो आहे. पण तो फोटो तुमचा आहे हे तुम्हाला माहीत नाही. मग तुम्ही तो ओळखूही शकणार नाही. कारण आता तुम्ही पार बदललेले आहात. ते चित्र मात्र निर्जीव आहे ते वाढत नाही, त्याचा विकास होत नाही. तुम्ही विकासशील आहात. नैतिकता फोटोप्रमाणे आहे आणि धार्मिकता आरशाप्रमाणे आहे. जर एखादं मूल आरशासमोर आलं तर मुलाचंच प्रतिबिंब पडेल आणि जर म्हातारा समोर आला तर म्हाताऱ्याचंच प्रतिबिंब आरशात दिसेल. हे अगदी आपोआप त्याच क्षणी घडतं, इथं वास्तवच प्रतिबिंबित होतं.

जागरूक माणूस अगदी आरशाप्रमाणे असतो. तो वास्तवाला प्रतिबिंबित करतो आणि त्याचप्रमाणे त्याची प्रतिक्रिया असते. त्याचं प्रत्युत्तर, प्रतिक्रिया नैतिक आहे. म्हणूनच मी जागरणावर भर देतो, आचरणावर नाही. मी नैतिकतेचा आधार बदलत आहे. माझा जोर कर्मावर नसून, जागृतीवर आहे.

जास्तीत जास्त व्यक्ती जागृत झाल्या तर या जगाचं रूपच बदलून जाईल. जागृत माणूस युद्धावर जाणार नाही. आपल्या देशासाठी, धर्मासाठी बलिदान करण्यानं पुण्य मिळतं असं धर्मग्रंथ जरी सांगत असले तरी सुज्ञ या मृत विचारांप्रमाणे वागू शकणार नाही. त्याच्या दृष्टीनं 'देश' ही संकल्पना अनैतिक आहे. कारण ती मानवतेचं विभाजन करते आणि युद्ध तर निश्चितच अनैतिक आहे. तुम्हाला चांगले, सुंदर शब्द आणि नावं मिळू शकतात. कधी 'धर्म' कधी 'राजनैतिक विचारधारा' कधी 'ख्रिश्चॅनिटी' तर कधी 'समाजवाद.' फार उच्च, फार मोठे विचार! पण या विचारांनीच माणसाचं कसायात रूपांतर केलं आहे, हे सत्य आहे.

जर जग थोडं जरी जागं झालं तरी सैनिक आपली शस्त्रं फेकून देऊन एकमेकांना मिठ्या मारतील आणि झाडाच्या सावलीत बसून गप्पागोष्टी करतील. राजकारणी एकमेकांना मारण्यास या सैनिकांना भाग पाडणार नाहीत. पोप किंवा इतर धर्मगुरू ईश्वराच्या नावावर हत्या करण्यास त्यांना राजी करणार नाहीत. फारच विचित्र गोष्ट आहे. ...कारण ईश्वरानंच सर्वांना घडवलंय. तुम्ही कुणाचीही हत्या केलीत तरी ईश्वराचीच एक कृती नष्ट करता. परमेश्वरानंच सर्व सृष्टी निर्माण केली हे जर खरं असेल तर मग या जगात युद्ध होता कामा नये. कारण मग जग एकच परिवार झाला. वेगवेगळे देश असणंही योग्य नाही. या सर्व अनैतिक गोष्टी आहेत. - ही राष्ट्रं, हे धर्म आणि लोकांत भेदभाव व संघर्ष निर्माण ठरणाऱ्या इतर सर्व गोष्टी –

खरी नैतिकता ही जागृतीची, चैतन्याची, उप-उत्पत्ती आहे. जागृत होण्याची कला हाच खरा धर्म आहे. हिंदू धर्म धर्म नाही. मुस्लिम धर्म धर्म नाही आणि ख्रिश्चन धर्मही धर्म नाही. धर्म तर फक्त एकच आहे आणि तो म्हणजे जागरण-जागृती. तुम्ही इतकं जागृत झालं पाहिजे, प्रमादरहित प्रकाशानं भरून गेलं पाहिजे की तुमची

दृष्टी स्वच्छ झाली पाहिजे, स्पष्ट झाली पाहिजे आणि या स्पष्टपणातूनच तुमची कृत्यं विकास पावली पाहिजेत.

कोणत्याही जागृत व्यक्तीला शब्दांनी फसवता येत नाही. मुसलमान म्हणतात की तुम्ही जर 'जिहाद'मध्ये... धर्मयुद्धात... मारले गेलात... कुठलंही युद्ध धर्मयुद्ध होऊच कसं शकतं? खोलात जाऊन विचार केल्यास युद्ध कधी धार्मिक असूच शकत नाही. पण इस्लाम, ख्रिश्चन व इतर उरलेले धर्म सांगतात की धर्मयुद्धात मृत्यू आल्यास परलोकात फार मोठं बक्षीस मिळतं, पुण्य मिळतं! लोकांचा जीव घेणं या अनैतिक कृत्यासाठी तुम्हाला बक्षीस दिलं जाणार! नुसते सुंदर सुंदर शब्द- धर्मयुद्ध, जिहाद-कुरूपतेला झाकणारे.

'ग्लानीतून मुक्त झालेला माणूस अतिशय बारकाईनं शब्दांकडे पाहतो. त्याला तुमचा ईश्वर, तुमचे धर्मग्रंथ, तुमचं राष्ट्र वा राजकारणी फसवू शकत नाहीत. तो त्याच्या जागृत मनातील विचारांप्रमाणे जगतो. त्याचं असं 'स्वत्त्व' असतं. स्फटिकाप्रमाणे पारदर्शी आणि स्वच्छ. एका न झाकलेल्या आरशाप्रमाणे. या आरशावर कधीही धूळ जमत नाही.

पण लोक फार दुःखी, गांजलेले, त्रासलेले आहेत. म्हणून दुसऱ्यांना छळण्यात, त्रास देण्यात, मारण्यात त्यांना रस वाटतो. कुणी आनंदात आहे, मौजमजा करतंय हे त्यांना पाहवत नाही. जेवढी व्यथा त्यांच्या वाट्याला आली आहे, त्यापेक्षा जास्त त्रास, व्यथा दुसऱ्यांच्या वाट्याला यावी असंच त्यांना वाटतं.

लोकांना दुःखी करण्यासाठी नैतिकता ही एक फार चांगली युक्ती आहे. लोकांना सतवायला तुम्हाला काहीच करावं लागत नाही. ते स्वतःच स्वतःला सतावतात. जसं... आपल्या स्वतःच्या पत्नीवर प्रेम करणंही पाप आहे. ते दुसऱ्या कुणाच्या पत्नीबद्दल बोलत नाहीत. इतकंच म्हणतात की कामवासना पाप आहे आणि कामवासनेशी निगडित प्रत्येक गोष्ट पाप आहे.

काम, विषय ही एक नैसर्गिक गोष्ट आहे. त्यापासून वाचण्याची शक्यता नाही. पण तुम्ही माणसाला द्विधा मनःस्थितीत टाकता आहात. माणसाचं मन ऐंद्रियसुख, कामवासना यांनी भरलं आहे आणि तुम्ही त्याच्या डोक्यात 'विषय अनैतिक आहे' ही गोष्ट ठासून भरली आहे.

संशोधनानंतर लक्षात आलंय की जगातील अनेक लोकांना संभोगानंतर एक प्रकारची डोकेदुखी होते. मायग्रेन होतं. मी एका ख्रिश्चन शास्त्रज्ञाचा रिपोर्ट वाचत होतो. तो ख्रिश्चन असल्यानं त्याचे संस्कारही तसेच होते. तो मायग्रेनची कारणं शोधत होता. मागच्या वर्षभर तो याच विषयावर काम करतोय. नुकताच त्याचा रिपोर्ट प्रसिद्ध झालाय. त्यामध्ये शरीरशास्त्रविषयक, रासायनिक आणि इतर कारणं दिलीत. पण वस्तुस्थिती इतकी सरळ व स्वच्छ आहे की त्यासाठी संशोधनाची

गरजच नाही.

माणसानं मनाला दोन भागांत विभागलंय, ही वस्तुस्थिती आहे. एक भाग म्हणतो, 'हे काय करतोस? हे बरोबर नाही. असं करू नकोस.' दुसरा भाग म्हणतो, 'हे मी करणारच. या प्रलोभानापासून दूर राहणं मला शक्य नाही.' हे दोन भाग आपापसात लढायला, भांडायला लागतात.

मायग्रेन म्हणजे दुसरं तिसरं काही नसून, तुमच्या आत्म-संघर्षाचा, मनात खोलवर ठाण मांडून बसलेल्या द्वंद्वांचा परिणाम आहे. आदिवासीला संभोगानंतर डोकेदुखीचा त्रास होत नाही. कॅथॉलिक जेवढे मायग्रेननं त्रासतात तेवढे दुसरे कुणी त्रासत नाहीत. कारण त्यांचं नीतिशिक्षण, संस्कार मनात फार खोल रुजले आहेत. ते त्यांच्या मनाला विभागतात. युगानुयुगं जे सांगितलं गेलंय त्याला आधार नाही, प्रमाण नाही. पण तेच तेच उगाळलं जातंय आणि जेव्हा एखादी खोटी गोष्ट पुनः पुन्हा सांगितली जाते. तेव्हा ती खरी वाटू लागते, हे लक्षात घ्या. शब्दांबाबत फार जागृत राहायला पाहिजे...

गुत्त्यात एकजण 'पोलिश' विनोद सांगत होता. त्याच्या पलीकडे एक धिप्पाड, दांडगा माणूस बसला होता. त्या दांडगट माणसानं पहिल्या माणसाकडे रोखून पाहत म्हटलं 'मी पोलिश आहे. कृपया एक मिनिट थांबा. मी जरा माझ्या मुलांना बोलावतो. मग तुम्ही तुमचा विनोद ऐकवा.'

तो पोलिश जोरात ओरडला, 'इव्हान, जरा बाहेर ये आणि तुझ्या भावालाही बरोबर आण.' मागच्या दरवाजातून बापापेक्षाही आडदांड, तगडे दोन तरुण बाहेर आले. 'जोसेफ', तो माणूस पुन्हा गरजला, 'तूही तुझ्या चुलत भावाला घेऊन इकडे ये. 'दुसऱ्या दरवाजातून आणखी दोन पहिलवान हजर झाले. त्या पाचहीजणांनी विनोद सांगणाऱ्या माणसाला घेरलं.

'हं! सांगा आतां' पहिला पोलिश म्हणला, 'तुमचा चुटका पुरा करा बघू,'

'नाही. मी नाही सांगणार.' तो विनोद सांगणारा घाबरून म्हणाला, ' आता का नाही सांगणार?' पोलंडवासीयानं मुठी आवळत विचारलं, 'घाबरलात का? 'नाही हो' विनोद सांगणारा स्वतःला सावरत म्हणाला, 'खरं म्हणजे पाच जणांना चुटका पुनःपुन्हा समजावून सांगायचा माझा मूड नाही.'

लोक भाषेबरोबर खेळण्यात फार हुशार आहेत. शब्दांच्या आड सत्याला लपवण्यात कुशल आहेत. तो माणूस घाबरलाय- ते पाच जण त्याचा जीव घेऊ शकतात- पण त्याला शब्दांचा बहाणा मिळतो, तो असा की पाच पाच जणांना चुटका समजावून सांगायचा त्याचा मूड नाही.

सगळ्या धर्मांनीच शब्दांशी खेळ मांडलाय आणि माणूस शब्दांपलीकडे पाहू शकेल एवढं समजूतदार त्यांनी माणसाला होऊ दिलेलं नाही. त्यांनी शब्द,

सिद्धान्त, निरनिराळी मतं, पंथ, विचार आणि संप्रदाय यांचं जंगल उभं केलंय आणि गरीब, बिचारा माणूस नैतिकतेच्या नावाखाली हे ओझं वाहतोय.

मी तुम्हाला सांगतो नैतिकतेची काळजी सोडा.

एका खऱ्या साधकाचा शोध-एकमात्र शोध- जागृततेसाठी, अधिक भानावर येण्यासाठी आहे. तुमचं भान, तुमचं चैतन्य तुमच्या कर्मांची काळजी घेईल, प्रयत्न न करता तुमची कृत्यं नैतिक होतील. अगदी फुलांप्रमाणे -श्रमाशिवाय, प्रयासाशिवाय ती तुमच्या सभोवती फुलायला लागतील.

नैतिकता म्हणजे दुसरं काही नसून, एका जागृत व्यक्तीची जीवनशैली आहे.

◆

१०

मी परिवर्तन शिकवतो, निग्रह नाही

प्रिय भगवान,
सर्व धर्म कामवासनेच्या विरुद्ध का आहेत?

हे क्षेत्र जीवनातील सर्वात संवेदनशील क्षेत्रांपैकी एक आहे. कारण हे मूळ जीवनशक्तीशी संबंधित आहे. कामवासना... हा शब्द अत्यंत बदनाम झालाय. कारण माणूस ज्यामुळे आनंदित होतो त्या सर्व गोष्टींचे सर्वच धर्म शत्रू आहेत. म्हणूनच कामाला इतकं बदनाम केलं गेलंय. लोक दु:खी असावेत, त्यांना कोणत्याही प्रकारची शांती, थोडंसुद्धा समाधान मिळू नये आणि या रुक्ष वाळवंटात क्षणभरासाठीसुद्धा त्यांना हिरवळ दिसू नये, तशी शक्यताही असू नये, असंच त्यांना वाटत होतं. कारण यामागे त्यांचा स्थायी स्वार्थ होता. माणूस ज्यामुळे सुखी होईल त्या सर्व शक्यता नष्ट करण्याची धर्मांना फार आवश्यकता होती.

हे एवढं आवश्यक, एवढं महत्त्वाचं का होतं? कारण ते तुम्हाला, तुमच्या मनाला दुसऱ्याच दिशेला वळवू पाहत होते. परलोकाच्या दिशेला. जर तुम्ही इथं, या लोकात आनंदी असाल तर तुम्ही परलोकाची चिंता कशाला कराल? परलोकाच्या अस्तित्त्वासाठी तुम्ही दु:खी असणं अत्यंत आवश्यक आहे. परलोक किंवा स्वर्ग यांना स्वत:चं अस्तित्त्व नाही. त्यांचं अस्तित्त्व तुमचं दु:ख, कष्ट, खेद यातच आहे.

जगातील सर्व धर्म तुमचं अहित करत आले आहेत. ते ईश्वराच्या नावावर आणि सुंदर व चांगल्या शब्दांआडून तुम्हाला जास्तच कष्ट, जास्तच दु:ख, जास्तच घृणा, अधिक क्रोध देत आले आहेत. तुम्हाला अधिक जखमी करत आलेत. ते प्रेमाची चर्चा करतात, पण तुमच्यात प्रेम निर्माण करणाऱ्या सर्व शक्यतांचा नाश करतात.

मी 'काम', 'विषय' याचा शत्रू नाही. जीवनातील सर्व गोष्टींइतकीच मला कामभावना पवित्र वाटते. खरं तर कोणतीच गोष्ट पवित्र किंवा अपवित्र नाही. जीवन

एक आहे. सगळी विभागणी खोटी आहे आणि 'काम' जीवनाचा केंद्रबिंदू आहे.

म्हणूनच युगानुयुगं काय होत आलंय हे तुम्हाला समजावून घ्यावं लागेल. जर तुम्ही कामभावना दाबून टाकलीत तर तुमच्यातली शक्ती बाहेर पडण्यासाठी नवे नवे मार्ग शोधायला लागते. शक्ती स्थिर राहू शकत नाही. 'ऊर्जा सदैव गतिशील असते' हा जीवनाच्या आधारभूत नियमांपैकी एक आहे. गतिशीलतेचं नावच ऊर्जा आहे. ती थांबू शकत नाही, एका जागी स्थिर राहू शकत नाही. जर तिच्याबरोबर जबरदस्ती केली, एक दार बंद केलं, तर ती दुसरी दारं उघडील. तिला बांधून ठेवता येणार नाही. जर तिच्या नैसर्गिक मार्गात अडथळा आणला, तिचा तो मार्ग बदं केला तर ती अनैसर्गिक मार्गानं वाहायला लागेल. म्हणूनच ज्या समाजांनी कामनिग्रह केला ते अधिक संपन्न, समृद्ध झाले.

जेव्हा तुम्ही कामभावना दाबून टाकता तेव्हा तुम्हाला तुमचं प्रेम-पात्र बदलावं लागतं. आता स्त्रीवर प्रेम करणं धोक्याचं आहे, ती तर 'नरकाचं दार' आहे. सर्व शास्त्र-नियम पुरुषांनी लिहिले असल्यामुळे फक्त स्त्रीच नरकाचा मार्ग आहे. पुरुषांबाबत काय विचार आहे?

हिंदू, मुसलमान, ख्रिश्चन या सर्वांनाच मी सांगत असतो की जर स्त्री नरकाचा मार्ग आहे तर मग फक्त पुरुषच नरकात जाऊ शकतो. स्त्री तर जाणं अशक्य आहे. मार्ग नेहमी आपल्याच जागी राहतो. तो कुठंही ये- जा करत नाही. लोकच त्याच्यावरून जा-ये करतात. आपण म्हणताना म्हणतो की अमका रस्ता अमुक ठिकाणी जातो. पण ही भाषेची चूक आहे. रस्ता कुठंही जात नाही. आहे तिथं आरामात पडून राहतो. लोकच त्याच्यावरून इकडं तिकडं जातात. जर स्त्रिया या नरकाचे मार्ग असतील तर मग नरक फक्त पुरुषांनीच भरलेला असणार. नरक 'फक्त पुरुषांचा क्लब' असणार.

स्त्री नरकाचा मार्ग नाही. पण एकदा तुमच्या डोक्यात हा कुसंस्कार भिनला की तुम्ही स्त्रीऐवजी, स्त्रीच्या जागी दुसरीच कुठली तरी गोष्ट पाहयला लागणार. कारण तुम्हाला प्रेम-पात्र हवं ना! धन तुमचं प्रेम पात्र बनू शकतं. लोक वेड्यासारखे धन-दौलतीला चिकटून बसलेत, घट्ट पकडून बसलेत. का? इतका मोह, इतकी हाव का? कारण संपत्तीच त्यांची प्रेयसी बनलीय. त्यांनी आपली जीवन-शक्ती संपत्तीकडे वळवलीय.

जर त्यांना कुणी धनाचा त्याग करायला सांगितला तर त्यांना पंचाईत पडणार. काहींचं राजाकारणाशी प्रेम जुळणार. राजकारणात पायऱ्या ओलांडत वर जाणं एवढं एकच त्यांच लक्ष्य असणार. राजकारणी, पंतप्रधान, आणि राष्ट्रपती या पदांकडे, प्रियकरानं प्रेयसीकडे पाहवं, तसं पाहतात. ही विकृती आहे.

कुणी आणखी कुठल्या मार्गानं जाईल. उदाहरणार्थ, शिक्षण. मग पुस्तकंच त्याचं प्रेम-पात्र होतात. कुणी धार्मिक होतो. मग परमात्मा त्याचं प्रेम-पात्र होतो. ...तुम्ही कुठल्याही काल्पनिक गोष्टीवर आपलं प्रेम व्यक्त करू शकता. पण त्यानं तुम्हाला समाधान, तृप्ती मिळणार नाही हे लक्षात ठेवा.

◆

११

विकृतीचं मूळ कारण : अस्वाभाविक काम-दमन

प्रिय भगवान,

एडस्‌साठी धर्म जबाबदार आहे असं आपण म्हणता. कृपा करून या विषयाचं अधिक स्पष्टीकरण कराल का?

एडस् हा रोग जगभर पसरलाय. याला धार्मिक लोकच जबाबदार आहेत. कारण त्यांनीच 'ब्रह्मचर्य' या कल्पनेची निमिर्ती केलीय. 'ब्रह्मचर्य' ही अगदी अनैसर्गिक गोष्ट आहे. जर तुम्ही नपुंसक नसाल तर 'ब्रह्मचारी'ही असू शकत नाही.

संपूर्ण इतिहासात कुणीही नपुंसक कुठल्याही क्षेत्रात सृजनशील झालेला नाही. ही गोष्ट लक्षात घेतली पाहिजे. नपुंसक कधी महान संगीतज्ज्ञ, महान कवी, मोठा वैज्ञानिक किंवा ऋषी असा काहीही झालेला नाही. कारण कामभावना तुमची ऊर्जा आहे, शक्ती आहे. तुमची सृजनशील शक्ती. जगात जेवढे सृजनशील लोक आहेत, ते सर्वाधिक कामुक आहेत.

ब्रह्मचर्याचं पालन करायला सांगणं निसर्गाच्या विरुद्ध आहे. भिक्षूंना मॉनेस्ट्रीत आणि जोगिणींना ननरीत-म्हणजेच वेगवेगळं ठेवलं जातं. त्यांना एकमेकांना भेटण्याची परवानगी नसते. यातूनच समलैंगिकता निर्माण झाली. पुरुष होमोसेक्युअल झाले आणि स्त्रिया लेस्बियन झाल्या. ही समलैंगिकताच एडस् सारखा भयानक रोग घेऊन आली.

जगातल्या प्रत्येक सरकारनं 'ब्रह्मचर्या'ला एक गुन्हा ठरवलं पाहिजे. बह्मचर्याचा प्रचार करणाऱ्याला लगेच तुरुंगात डांबलं पाहिजे. कारण तो व्यापक प्रमाणात पसरत जाणाऱ्या जीवघेण्या रोगाचं बीज पेरतोय. जर अण्वस्त्रांनी तुमचे प्राण घेतले नाहीत, तर एडस् घेईलच.

बौद्धिकदृष्ट्या विसंगत आणि तर्कहीन विचारांत व कल्पनात या गलिच्छ रोगाची

मुळं आहेत. निसर्गानंच तुम्हाला जननशक्ती दिली आहे. निसर्ग परमेश्वराच्या विरोधात आहे का?

सर्वांत आश्चर्याची गोष्ट म्हणजे हेच लोक एकीकडे म्हणतात की ही सृष्टी परमेश्वराची निर्मिती आहे, सर्व काही परमेश्वरानं निर्माण केलंय. मग कामवासनाही परमेश्वरानंच निर्माण केली असणार. का परमेश्वरानं कामविरहित माणूस निर्माण केला आणि सैतानानं त्याच्यात काम निर्माण केला असं तुम्हाला वाटतं?

मग आपल्यापुढे प्रश्न उभा राहतोच की सैतानाला कुणी बनवलं? जर तुमच्या मते ईश्वरच सर्व गोष्टींचा निर्माता असेल, तर मग सैतानाची निर्मिती त्यानंच केली असणार, अशुभाचा जन्मदाताही तोच असणार आणि लैंगिक भावनेची- सेक्सची निर्मितीही त्यानंच केली असणार. सर्व सुष्टीचा निर्माता तोच आहे.

ईश्वरानंच कामभावनेला जन्म दिला, पण त्या ईश्वराचे प्रतिनिधी मात्र कामभावनेच्या विरुद्ध आहेत, ते लोकांना ब्रह्मचारी होण्यास सांगतात, ही खरोखरच गमतीशीर गोष्ट आहे.' त्यांना शरीरशास्त्र, जीवशास्त्र, शरीरात उत्पन्न होणारे स्राव, हारमोन्म यांतील ओ का ठो कळत नाही. एखादा माणूस ब्रह्मचर्याचं व्रत घेऊ शकतो. पण तो आपलं शरीर, त्याची कार्यपद्धती, त्याच्यातील रासायनिक प्रक्रिया यांना कसं काय बदलू शकतो? त्याच्या रासायनिक आणि शारीरिक प्रक्रिया पवित्र बायबल वाचत नाहीत, त्यांना पोप कळत नाही, त्या निरर्थक बकवास ऐकत नाहीत. त्या निमूटपणे आपलं काम करत राहतात.

साधू-संतांच्या शरीरांतही काम-शक्ती निर्माण होते, जिवंत शुक्रजंतू निर्माण होतात आणि त्यांच्यासाठी एवढ्या मोठ्या शरीरात एक छोटीशी जागा असते. तेही जेवतांत, श्वास घेतात. म्हणजेच ऊर्जा उत्पन्न होणारी सगळी कामं ते करतात? आणि जुने शुक्रजंतू बाहेर पडण्याच्या घाईत आहेत.

आता तुम्ही त्या बिचाऱ्याला असं अडचणीत टाकलंय, अशी कठीण परिस्थिती निर्माण केलीय... की त्याला काहीच करता येत नाही.

तुम्ही त्याला रामनाम जपायला सांगा, 'अवे मारिया अवे मारिया' असं म्हणायला सांगा किंवा 'नमो अरिहंताणम्, नमो सिद्धाणम्' असा मंत्र घोकायला लावा- शुक्रजंतू अशी वायफळ बडबड ऐकत नाहीत, त्यांचा मंत्रावर विश्वास नाही, ते श्रद्धाळू नाहीत, त्यांचं आयुष्यमान अगदी कमी असल्यामुळे त्यांना फक्त बाहेर पडण्याची घाई आहे.

आणि ते बाहेर पडण्यासाठी मार्ग शोधणारच. नैसर्गिक मार्ग त्यांना मिळाला नाही, तर लैंगिक विकृती निर्माण होतात.

तुमच्या धर्मांमुळेच सर्व लैंगिक विकृती निर्माण होतात.

मानवता आणि मानवतेचं कल्याण यांच्याशी संबंधित सर्व गोष्टींबाबत पोपबरोबर चर्चा करायला मी तयार आहे आणि पोपला ज्यांनी निवडून दिलंय ते त्याचे

कार्डिनल्स, बिशप्स आणि इतर यांनीही त्या चर्चेच्या वेळी हजर राहावं, अशी माझी इच्छा आहे. म्हणजे मग त्यांना कळेल की त्यांच्या पोप्जवळ एकाही गोष्टीचं उत्तर नाही. सगळं थोतांड आहे, ढोंग आहे आणि हे असंच चालत आलंय, कारण सर्व धर्म एकाच नावेत स्वार झालेत. म्हणूनच ते मूलभूत महत्त्वाच्या मुद्‌द्यांवर एकमेकांशी वादविवाद करत नाहीत.

मी कुठल्याच धर्माचा नाही. म्हणून मला भीतीही नाही. माझं कोणतंच तत्त्वज्ञान नाही. मी कुणावर संस्कार करत नाही. उलट, संपूर्ण मनुष्यजातीला नैतिक आणि धार्मिक संस्कारातून मुक्त करण्याची माझी इच्छा आहे.

माणसावर मला नवीन संस्कार करायचेही नाहीत. म्हणजे मग तो मानसिक विभागणीशिवाय, द्वंद्वांशिवाय निर्दोष, साधं, सरळ जीवन शांतीत आणि आनंदात जगू शकेल.

◆

१२

धर्मांची संघटित गुन्हेगारी

प्रिय भगवान,
मी नुकतंच एक पुस्तक वाचलं. त्या पुस्तकात रोमन कॅथॉलिक चर्चच्या काळ्या कृत्यांचं सविस्तर वर्णन केलं आहे. हत्या, दहशतवादी कारवाया, अपहार, मादक द्रव्यांचा व्यापार, विश्वास बसणार नाही एवढ्या मोठ्या रकमांची अफरातफर, अमेरिका, इटली, पोलंड आणि दक्षिण अमेरिकेतील देशांत राजकीय हस्तक्षेप हया आणि अशाच बेकायदेशीर व्यवहारांची एक लांबलचक यादी. ही यादी विलक्षण तर आहेच, पण नाझारथच्या सुतार-पुत्राच्या (येशूच्या) संदेशाच्या जवळपास जाणारीसुद्धा नाही. कृपया याबद्दल काही बोला.

कॅथॉलिक चर्चच्या खुनी प्रवृत्तीवर प्रकाश पाडण्यात या पुस्तकानं फार महत्त्वाची भूमिका निभावली आहे. सर्वच धर्मांची अशी चौकशी केली पाहिजे. कारण कमीजास्त प्रमाणात- सगळेच अशा धंद्यात गुंतलेले आहेत. कॅथॉलिक चर्च त्याचं सर्वोत्तम उदाहरण आहे. कारण जगातील सर्वांत जास्त संघटित धर्म म्हणजे कॅथॉलिक. त्याच्या अनुयायांची संख्या सर्वांत जास्त आहे. जगात जवळ जवळ सत्तर कोटी कॅथॉलिक आहेत.

जेवढ्या गुन्यांची आपण कल्पना करू शकतो तेवढे सर्व गुन्हे या धर्मानं केले आहेत. त्यानं हजारो स्त्रियांना जिवंत जाळलं. एका भ्रामक कल्पनेच्या नावाखाली. त्यांना चेटकिणी ठरवून. जगात सैतान नाही आणि चेटकीणही नाही. पण या स्त्रिया कॅथॉलिक धर्माच्या विरुद्ध होत्या. म्हणून त्यांना शोधून शोधून त्यांचा नाश केला गेला. जेव्हा जगात एकही धर्म नव्हता, सर्व जग 'पेगान' होतं, तेव्हापासून चालत आलेल्या अत्यंत पुरातन आणि प्राचीन परंपरांच्या त्या स्त्रिया अनुयायी होत्या. त्या निसर्गाची पूजा करत होत्या. कॅथॉलिक धर्माच्या दृष्टीनं हा वाईटातला वाईट अपराध होता. कारण मग निसर्ग पुरेसा ठरतो. ईश्वराची आवश्यकता राहत नाही.

कुणीही या भवसागरात बुडत नाही, तेव्हा तारणहाराच्या रूपात येशूची गरजच नाही. निसर्ग कशालाही पाप समजत नसल्यामुळे कॅथॉलिक पाद्र्यांची आवश्यकता नाही आणि त्यांच्यासमोर प्रायश्चित घेण्याचीही गरज नाही.

त्या स्त्रियांना जिवंत जाळलं गेलं कारण त्या 'पेगान' होत्या. 'निसर्ग-पूजक' होत्या. पण केवळ त्या 'निसर्ग-पूजक' आहेत एवढे कारण पुरेसं नव्हतं. त्यांना जिवंत जाळणं बुद्धीला पटण्यासाठी त्यांची पुरेशी बदनामी करणं आवश्यक होतं. त्यांचा पुष्कळ दिवस छळ केला जायचा. त्यासाठी खास क्लृप्त्या शोधून काढण्यात आल्या होत्या. एक-दोन आठवडे उपाशी ठेवणं, सर्व प्रकारांनी त्यांना त्रास देण्यात येत असे, मारणं, बडवणं, झोपू न देणे,... शेवटी त्या दीनवाण्या असहाय स्त्रियांना 'त्या हडळी, चेटकिणी आहेत' हे कबूल करावंच लागे. जोपर्यंत हा गुन्हा त्या कबूल करत नसत तोपर्यंत त्यांचा छळ केला जाई. त्यांना पळून जायला मार्गच नव्हता. तेव्हा विरोध करण्यात किंवा गुन्हा नाकबूल करण्यात काही अर्थच नव्हता, त्याचा काहीही उपयोग होण्यासारखा नव्हता.

चर्च अत्यंत शक्तिशाली होतं. फक्त धर्माचीच नाहीत तर राज्याची सूत्रंही त्याच्याच हातात होती. धर्म आणि राजकारण या दोन्ही शक्तींवर चर्चचं प्रभुत्त्व होते. तेव्हा विचारलेल्या प्रश्नांना होकारार्थी उत्तरं द्यावीच लागत ...त्या स्त्रियांना नाइलाजानं आपला अपराध मान्य करावाच लागे.

चर्चचं प्रभुत्त्व कायम राहिलं. पण त्यांची हुकमत संकोच पावून आठ चौरस मैलाच्या क्षेत्रफळातच – व्हॅटिकनमध्ये सीमित झाली. जरी असं झालं तरी व्हॅटिकन अजूनही एक साम्राज्य आहे. राजकीयदृष्ट्या एक स्वतंत्र राष्ट्र आहे आणि त्या राष्ट्राचा प्रमुख पोप आहे.

सध्या व्हॅटिकन बँकेचा मॅनेजर लपून बसलाय, कारण तपासानंतर त्याचे अनेक मोठमोठे गुन्हे उजेडात आलेत. इटलीच्या सरकारजवळ त्याला अटक करण्याचा वॉरंट आहे. पण ते त्याला व्हॅटिकनमध्ये जाऊन अटक करू शकत नाहीत, कारण व्हॅटिकन एक स्वतंत्र देश आहे.

जगातील सर्वात मोठी गुन्हेगारांची टोळी 'माफिया' बहुधा पोपच्याच आसऱ्यानं चाललीय. मादक द्रव्यांच्या व्यापाऱ्यातून आलेल्या बेकायदेशीर पैशाला व्हॅटिकनच्या पोपची बँक कायदेशीर करतेय. काळ्या पैशाला पांढरं करते. प्रत्येक आठवड्यात करोडो डॉलर्स. इटलीचं सरकार बँकेच्या मुख्य अधिकाऱ्याच्या शोधात आहे. इटलीचे पोलिस बिना जामिनाचा पकड-वॉरंट घेऊन व्हॅटिकनच्या अवती भोवती फिरताहेत. त्याची बाहेर येण्याची वाट बघताहेत. आणि पोपनं बॅंक-मॅनेजरला पुरस्कृत केलंय, त्याची पदोन्नती केलीय, बिशपचं कार्डिनल बनवलंय.

हा पोप जगभर फिरण्यासाठी जेवढा पैसा खर्च करतोय तेवढा कोणत्याच पोपनं

केला नव्हता. नुकताच त्यानं पूर्व ऑस्ट्रेलियाचा दौरा केला. ऑस्ट्रेलियाच्या दौऱ्यावर पोपनं जितका पैसा खर्च केला तेवढा इंग्लंडच्या राणीनंही ऑस्ट्रेलियाच्या दौऱ्यावर केला नव्हता. तो आपल्या जगभरच्या दौऱ्यासाठी दरसाल साधारण नऊ कोटी डॉलर्स खर्च करतोय. हे सगळे पैसे हेरॉइन आणि इतर मादक द्रव्यं यांच्यामार्फत येतात.

माणसं पूर्णपणे आंधळी झालीत हीच तर चिंतेची बाब आहे. हे लोक मोठमोठ्या गप्पा मारत असतात. ते मादक द्रव्यांच्या विरुद्ध आहेत असं म्हणतात. पण त्यांचं संपूर्ण साम्राज्य त्यावरच उभं आहे. ते ज्या गोष्टींची निंदा करतात त्या गोष्टी त्यांनाच लागू पडतात. ते समलैंगिकतेला नावं ठेवतात आणि जवळ जवळ पन्नास टक्के कॅथॉलिक साधू समलैंगिक आहेत. पन्नास टक्के हे कॉन्झरव्हेटिव्ह एस्टिमेट आहे. त्या पक्षातील विचारवंतांचा अंदाज आहे. वास्तवात हा आकडा वाढण्याचीही शक्यता आहे. मठात राहणाऱ्या साधूंबद्दल तर काय बोलावं! हल्लीच्या पॉल पोपच्या आधीचा पोप स्वत:च होमोसेक्स्युअल होता. पोप होण्याआधी तो मिलानमध्ये कार्डिनल होता. तिथं त्याचा एक बॉयफ्रेंड होता. त्यांच्या संबंधाबद्दल सर्व शहरभर बोललं जाई. पोप झाल्यावर त्यानं पहिलं काम काय केल असेल तर त्या बॉयफ्रेंडला आपलं सचिव केले. तो होमोसेक्स्युअल आहे हे सर्व जगाला माहीत होतं. कॅथॉलिक चर्च होमोसेक्स्युॲलिटी विरुद्ध आहे आणि त्यांचा प्रमुख मात्र होमोसेक्स्युअल! बेइमानाची हद्द! पाखंडाला सीमा नाही.

ईश्वर आणि धर्म यांच्या नावावर धर्मयुद्धात आणि जिहादमध्ये करोडो लोकांची हत्या केली गेली. हत्या, दहशतवादी कारवाया, मादक द्रव्यांचा व्यापार, मोठमोठ्या रकमेची अफरातफर आणि अपहार, यु.एस.ए, दक्षिण अमेरिका, इटली, पोलंड या देशांत राजकीय हस्तक्षेप आणि इतर बेकायदेशीर धंदे व त्यात असलेला रोमन कॅथॉलिक चर्चचा सहभाग या सर्वांची माहिती देऊन चर्चचं पितळ उघडं पाडण्यात या पुस्तकाची भूमिका महत्त्वाची आहे.

'चर्चनं कोणत्याही प्रकारच्या राजकरणात भाग घेता कामा नये आणि ख्रिश्चन पाद्री, बिशप, कार्डिनल व साधू यांनी राजकारणापासून दूर राहवं अशी घोषणा काही दिवसांपूर्वीच पोपनं केली होती. ज्या वेळी ही घोषणा केली जात होती त्याच वेळी पोलंडमधील राजकीय पक्षाला साम्यवादी पक्षाच्या विरुद्ध निवडणूक लढवण्यासाठी करोडो डॉलर्स पाठवले जात होते. जवळ-जवळ एक अब्ज डॉलर्स म्हणजे पंधरा अब्ज रुपये निवडणूक प्रचारासाठी दिले गेल्याचं समजलंय. या लोकांचे किती मुखवटे! किती सोंगं! जर तुम्हाला राजकारणात भाग घ्यायचा नाही तर पोलंडमध्ये साम्यवादी सत्तेवर येऊ नयेत, यात तुम्हाला एवढा रस का? आणि विरुद्ध पक्षाला मदत करण्यासाठी तुमच्याजवळ एवढा पैसा आला कुठून? मादक द्रव्यांतून?

पण ही काही नवीन गोष्ट नाही. येशूला सुळावर चढवल्यापासून ही भानगड चालूच आहे. जर त्या 'सुताराच्या मुलाला' आपल्या शिकवणुकीचा आणि संदेशाचा परिणाम असा होणार आहे हे माहीत असतं तर ज्यूंना त्याला सुळावर चढवायची गरजच पडली नसती. त्यानं स्वत:च आत्महत्या केली असती.

कॅथॉलिक चर्चबद्दल तपास करून त्याच्या संबंधीची तथ्यं जशी या पुस्तकानं उजोडात आणली आहेत, तसंच इतर सर्व धर्मांबाबतही करायला पाहिजे. त्यांच्या व्यवहारांचा खोलात जाऊन तपास करायला हवा. ते कॅथॉलिक ख्रिश्चनांइतकेच गुन्हेगार असतील.

बौद्धांचं काय झालं माहीत आहे ना? गौतमबुद्धाचा जन्म भारतात झाला. त्याचा प्रभाव इतका प्रचंड आणि जबरदस्त होता की जवळ-जवळ सगळा देश त्याच्या प्रभावाखाली आला. लाखो लोकांनी बौद्ध धर्म स्वीकारला. पण बुद्धाच्या मृत्यूनंतर त्या लोकांचं काय झालं? त्यांची हत्या करण्यात आली त्यांना जिवंत जाळण्यात आलं आणि त्यांना या देशाबाहेर घालवून देण्यात आलं. संपूर्ण आशिया खंड बौद्ध झालं. कारण आपला जीव वाचवण्यासाठी ते भारतातून पळाले. चीन, कोरिया, व्हिएटनाम, थायलंड, बर्मा, जपान, आणि श्रीलंका इथं पोहोचले. पूर्ण पूर्वेत दूरपर्यंत पसरले. भारत सोडून सगळी पूर्व बौद्ध झाली. भारतात मात्र मागच्या पंचवीस शतकांत एकही बौद्ध नाही.

एवढं मोठं आंदोलन इतक्या सहजासहजी हवेत विरून जाऊ शकत नाही. पण हे आंदोलन ब्राह्मणांच्या विरुद्ध होतं, हिंदूंच्या विरोधात होतं, म्हणून ब्राह्मणांना ते सहन झालं नाही. हिंदूंना ते असय झालं. या आंदोलनामुळे त्यांचा धंदा बसत चालला होता, व्यवसाय नष्ट होत चालला होता. कारण ब्राह्मण समाजाच्या जिवावर बांडगुळाप्रमाणे जगतात, धार्मिक कार्यांव्यतिरिक्त ते काहीही करू शकत नाहीत.

बुद्ध कर्मकांडांच्या विरुद्ध होता. तो वेदांच्याही विरुद्ध होता, कारण ते निरर्थक गोष्टींनी भरलेले आहेत. जोपर्यंत बुद्ध जिवंत होता तोपर्यंत हिंदूंना गप्प बसावं लागलं. बुद्धाचा पराभव करण्याचा कोणताही उपाय हिंदूंजवळ नव्हता. बुद्ध जे सांगत होता ते इतकं स्वच्छ, स्पष्ट आणि समयोचित होतं की त्याच्याशी वादविवाद करणं शक्यच नव्हतं. पण त्याच्या पाठीमागे बौद्धांची भयानक हत्या सुरू झाली.

असंच जैनांच्या बाबतीतही झालं. पण कुणी काही बोलू शकत नाही, कारण जरा आवाज उठवताच 'कुणाच्याही धार्मिक भावनांना धक्का लागता कामा नये' असं म्हणून सरकार हस्तक्षेप करतं.

भले कितीही लोकांची हत्या होवो, पण त्याबद्दल काही बोलता कामा नये, ही खरोखरच आश्चर्याची गोष्ट आहे. म्हणूनच या पुस्तकाशी तुलना करण्यायोग्य एकही पुस्तक भारतात नाही. कारण सरकार मतदारांचा विचार करतं, सरकार

मतांवर अवलंबून आहे आणि हिंदू बहुमतात आहेत.

मोगलांच्या कारकिर्दीत, मुसलमानांनी हिंदू किवा जैन यांच्यावर किती आणि कसे अत्याचार केले याच्या इतिहास कुणीही लिहिला नाही. त्यांनी कितीतरी सुंदर मंदिर जमीनदोस्त केली, हजारो मूर्ती आणि अनेक शतकांच्या श्रमातून निर्माण झालेले कलेचे नमुने त्यांनी नष्ट केले. कित्येक स्त्रियांवर बलात्त्कार केले आणि कित्येक पुरुषांवर मुसलमान होण्यची सक्ती केली. त्यांना 'मुसलमान व्हा, नाही तर मारायला तयार व्हा' असं सांगण्यात आलं.

भारतातले सगळे मुसलमान काही अरबस्थानातून आलेले नाहीत. लोकांना मारून मुसलमान बनवलं गेलं. तलवारीच्या टोकानं चर्चा करून, समजावून नाही, 'इस्लाम इतर धर्मांपेक्षा श्रेष्ठ आहे' असं दाखवून देऊन नाही. मुसलमानांनी एकाच गोष्टीचा आधार घेतला-तलवारीचा. पण पंधराशे वर्षं चालत आलेल्या हत्या व बलात्त्कार यांची कथा सांगणारं एकही पुस्तक नाही.

प्रत्येक धर्मांकडे लक्षपूर्वक पाहिलं पाहिजे, चौकशी केली पाहिजे आणि धर्म मानवतेवर काय काय अत्याचार करताहेत याची खरी माहिती लोकांनी मिळवली पाहिजे. 'धार्मिक भावना दुखवल्या जातात' अशा मूर्खपणाच्या गोष्टींकडे लक्ष देऊ नये. ते मनुष्य जातीवर संकट आणत राहिले, अपराध करत गेले, आणि खरं बोलायला लागलं तर त्यांच्या धार्मिक भावनेला धक्का बसतो!

आता कठोरपणानं त्यांचं पितळ उघडं पाडण्याची वेळ येऊन ठेपलीय. मगच नव-मानवाच्या जन्मासाठी भूमी तयार होईल. यालाच मी विद्रोह, रिबेल म्हणतो. त्यातूनच या गलिच्छ संस्था आणि संप्रदाय यांच्या विरुद्ध एक महाविद्रोह निर्माण होईल. मग संपूर्ण मनुष्यजात प्रेमाच्या बंधनात बांधली जाईल. राष्ट्रांशिवाय, धर्मांशिवाय पण एका सखोल धार्मिकतेत नहालेली, जीवनाबद्दल खूप आदर आणि अस्तित्त्वाबद्दल कृतज्ञता या भावनांनी ओतप्रोत भरलेली.

फक्त एका व्यापक विद्रोहाची, बंडाची गरज आहे. विशेषत: तरुणांमध्ये. कारण भविष्य त्यांचं आहे... आणि घडलेल्या गोष्टींची पुनरावृत्ती होता कामा नये.

◆

१३

मी आत्मज्ञान मिळविण्यास शिकवतो, उपदेश करत नाही

प्रिय भगवान,
तथाकथित धर्मांनी माणसाचं सर्वात जास्त नुकसान कोणतं केलंय?

तथाकथित धर्मांनी माणसाचं फार मोठं नुकसान केलंय. माणसाला खऱ्या धर्माचा शोध घेण्यापासून परावृत्त करणं हेच ते नुकसान. 'तेच खरा धर्म आहेत' असं सांगून ते माणसाला फसवत आलेत.

ज्या कुंटुबात जन्म होतो, त्या कुटुंबाचा धर्म हाच खरा धर्म असा विश्वास लहानपणापासूनच मनावर बिंबावा, असेच संस्कार जगातील सर्व धर्मांनी माणसाच्या मनावर केले. हिंदू त्यांच्याच धर्माला एकमात्र प्रामाणिक आणि सनातन धर्म मानतात. त्यांच्या मते बाकी सर्व धर्म असत्य, खोटे आहेत. पण ज्यू, मुसलमान, ख्रिश्चन आणि बौद्ध यांचंही आपापल्या धर्मांबद्दल असंच मत आहे.

या सर्व धर्मांचं फक्त एकाच गोष्टीवर एकमत आहे आणि ती म्हणजे प्रामाणिक धर्माचा शोध घेण्याची मुळीच आवश्यकता नाही. सच्चा धर्म तर तुमच्यापाशी आहेच, तुम्हाला तो मिळालेला आहेच, त्यातच तर तुमचा जन्म झालाय.

मी यालाच त्यांनी केलेलं मोठं नुकसान मानतो. कारण खरा धर्म समजला नाही तर माणंसाचं जगणं हे नावालाच जगणं असतं, त्याला खरं म्हणजे जिवंतपणा म्हणणं शक्य नसतं. ते जगणं अत्यंत वरवरचं आणि पोकळ असतं. तो जीवनाचं गांभीर्य आणि यथार्थता समजू शकत नाही. तो स्वत:च्या अंतरातील सखोलताही समजू शकत नाही. जसा आपण आपला चेहरा आरशाच्या माध्यमातून पाहतो, तसाच तो स्वत:ला दुसऱ्यांचं त्याच्याबद्दल काय मत आहे, त्याच्यावरून ओळखतो. दुसरे तुमच्याबद्दल काय म्हणतात, त्यांचं तुमच्याबद्दल काय मत आहे यावरूनच

तुम्ही तुमचा परिचय करून घेता. स्वत:बद्दल तुम्हाला काहीही ज्ञान नाही आणि ज्या मतांच्या आधारावर तुम्ही स्वत:ची ओळख करून घेता ती मतं दुसऱ्यांची तर असतातच, पण हे दुसरेही तुमच्यासारखेच असतात. त्यांना त्यांच्या स्वत:बद्दल काही ज्ञान नसतं.

या धर्मांनी एक आधळ्यांचा समाज निर्माण केलाय आणि 'तुम्हाला तुमच्या स्वत:च्या डोळ्यांची अजिबात आवश्यकता नाही' असंच ते सांगत असतात. येशूला डोळे होते. मग ख्रिश्चनांना डोळ्यांची गरज काय? तुम्ही फक्त येशूवर भरवसा ठेवायचा, श्रद्धा ठेवायची. बाकी काही करायला नको. येशू तुम्हाला स्वर्गाच्या मार्गानं नेईल. तुम्ही फक्त त्याच्या मागून जायचं.

तुम्हाला विचार करण्याचं स्वातंत्र्य दिलं जाऊ शकत नाही. कारण विचार तुम्हाला भरकटवू शकतात. दुसऱ्याच मार्गानं नेऊ शकतात आणि तुम्हाला अशा दुसऱ्या मार्गानं जाऊ द्यायला ते तयार नाहीत. कारण चिंतनाचा अर्थ तुमची बुद्धी तीक्ष्ण करणं, तुमच्या संशयाला धारदार करणं आणि हे तथाकथित धर्मांच्या दृष्टीनं अत्यंत धोक्याचं ठरू शकतं.

तुम्ही मेल्यासारखं राहवं, कसंतरी स्वत:ला फरपटत नेत राहवं, प्रतिभाहीन आणि मंद बुद्धी व्हावं, असंच या धर्मांना वाटतं. पण सुंदर व चांगले शब्द तुमच्या अंतरात कोंबण्यात मात्र ते हुशार आहेत. ते याला विश्वास म्हणतात, श्रद्धा म्हणतात. खरं पाहता हे दुसरं काही नसून तुमच्या प्रतिभेची हत्या आहे.

खरं तर धर्माची तुमच्याकडून श्रद्धा आणि विश्वासाची अपेक्षा नसावी, तर तुम्हाला स्वत:ला साक्षात्कार व्हावा अशी अपेक्षा असावी. त्यानं तुमच्या शंका सोडून द्यायला न सांगता उलट तुमच्या शंकांना जास्त तीव्र केलं पाहिजे, धार चढवली पाहिजे म्हणजे, तुम्ही तुमचा शोध शेवटपर्यंत सुरू ठेवाल.

खरा धर्म तुम्हाला तुमचं स्वत:चं सत्य शोधायला मदत करील. आणि माझं सत्य तुमचं सत्य बनू शकत नाही, हे लक्षात असू द्या. सत्य एका व्यक्तीकडून दुसऱ्या व्यक्तीकडे देण्याचं कोणतंच साधन नाही.

महम्मदाचं सत्य हे महम्मदाचंच सत्य असेल. तुम्ही मुसलमान झालात म्हणून ते तुमचं होणार नाही. तुम्हाला त्याच्यावर फक्त विश्वास ठेवता येईल. महम्मदाला स्वत:ला सत्य समजलं होतं का नाही कोण जाणे! येशू विक्षिप्त, अर्धवट वेडाही असेल!

'येशू एक मनोरुग्ण होता' या निष्कर्षावर आधुनिक मानसशास्त्रज्ञ आणि मनोविश्लेषक यांचं एकमत झालं आहे.

स्वत:ला ईश्वराचा पुत्र म्हणवून घेणं आणि 'मी मसीहा आहे. सर्व जगाला पापातून आणि त्रासातून मुक्त करायला मी आलो आहे' असं सांगणं हे सर्वसाधारण

माणसाचं लक्षण आहे का? आणि किती लोकांचा त्यानं उद्धार केला? मला नाही वाटत की एका तरी माणसाला त्यानं पापातून आणि तपातून मुक्त केलं असेल! नक्कीच येशू एक मेगॅलामेनियाक होता.

तुम्ही भरवसा कसा ठेवणार? गौतमबुद्धाला सत्य खरंच माहीतही असेल. पण तुमच्याजवळ असे कोणतं साधन आहे की त्याला सत्य माहीत आहे की नाही, हे समजू शकेल? हं! तुम्हालाच सत्याचा अनुभव आला असेल, सत्याचं ज्ञान झालं असेल, तरच तुम्ही दुसरी व्यक्ती खरंच सत्य जाणते की नाही हे ओळखू शकाल. नाहीतर लोक ज्यावर विश्वास ठेवतात त्यावरच तुम्हीही विश्वास ठेवत राहाल. तुम्ही गर्दीच्या मानसशास्त्रावर विश्वास ठेवत राहाल. याचा दर्जा खालचा असतो.

अत्यंत प्रखर प्रतिभेतच सत्य अवतरतं.

पण सुरुवातीपासूनच तुम्हाला विश्वास ठेवायला शिकवलं गेलं तर मग तुम्ही अपंग होता, तुमची प्रतिभाच नष्ट होते. सुरवातीलाच श्रद्धा ठेवायचा संस्कार तुमच्यावर केला गेला तर तुम्ही तुमच्या आत्म्यालाच गमावून बसता. मग तुम्ही कसं तरी जीवन जगत राहता. पूर्णपणे जिवंत होतच नाही कधी! आणि जगातील करोडों लोक हेच करत आहेत, असंच जीवन जगत आहेत.

तुमच्याजवळ जीवन काय असणार? तुम्ही स्वत:लाच ओळखत नाही, स्वत:बद्दलच अज्ञानी आहात. तुम्ही कोठून आलात आणि तुम्हाला कुठं जायचंय हेही तुम्हाला माहीत नाही. या येण्याजाण्याचा हेतूही तुम्ही जाणत नाही.

हे सगळं माहीत करून घेण्यापासून तुम्हाला रोखलंय कुणी? सैतानानं नाही. तर पोप, पुरोहित, शंकराचार्य या लोकांनी. खरं विचाराल तर हेच सैतान आहेत. माझ्या दृष्टीनं सर्व- मंदिर, मशीद, चर्च सिनेगॉग- हे सर्वच्या सर्व देवाचं नाही तर सैतानाचं आहे. कारण त्यांनी जे काय केलंय ते कल्याण करणारं नाही, दिव्य नाही. फक्त हत्या आहे. सगळ्या मानवी मनाची निर्घृण हत्या.

याशिवाय त्यांनी आणखी खूप कामं केली आहेत.... हे जे मुळातून नुकसान केलं गेलंय ते तेवढंच करता येत नाही. त्याबरोबर आणखी काही नुकसान झालंय आणि ते व्हावंच लागतं. उदाहरणार्थ, धर्मांनी ब्रह्मांडाचा रहस्य- भेद केला आणि मी या गोष्टीला मोठ्या अपराधांतला एक अपराध मानतो.

मी पुन्हा सांगू इच्छितो की त्यांनी ब्रह्मांडाचा रहस्य-भेद केला आणि मी या गोष्टीला मोठ्या अपराधांतील एक अपराध मानतो. हे त्यांनी इतक्या खुबीनं, हुशारीनं केलं की तुमच्या बाबतीत काय घडतंय हे तुम्हाला समजलंसुद्धा नाही.

जेव्हा मी ब्रह्मांडाच्या रहस्य-भेदाबद्दल बोलतो तेव्हा माझा उद्देश काय आहे? मला काय म्हणायचंय? माझा इशारा रेडीमेड उत्तरांकडे, तयार उत्तरांकडे आहे.

सर्व धर्मांजवळ त्यांचे स्वत:चे सिद्धान्त आहेत, कॅटिकिझम आहेत. मला

एकदा एका ख्रिश्चन व्यक्तीनं विचारलं की ज्यात आपले महत्त्वाचे सिद्धान्त एकत्र केलेत अशी एक छोटीशी पुस्तिका आपण का प्रसिद्ध करत नाही? कारण आपली खूप पुस्तकं आहेत. ती सगळी वाचून, त्यांचा अभ्यास करून त्यांतून आपले प्रमुख सिद्धान्त एकत्र करणं फार कठीण काम आहे. आपणही ख्रिश्चनांप्रमाणे एका पोस्टकार्डवर आपली मूळ शिकवणूक छापलीत तर फार सोपं, सरळ होईल.

मग मला त्या व्यक्तीला सांगावं लागलं की माझ्याजवळ असे तयार सिद्धान्त नाहीत, कॅटिकिझम नाही. त्यामुळे मला असं करणं शक्य नाही. तुम्हाला माझी सर्वच पुस्तकं वाचावी लागतील. -त्या जंगलात प्रवेश करून तुम्हीच माझा संदेश शोधून काढाल. तुम्ही संदेश शोधाल की त्या जंगलात हरवून जाल हेही मला माहीत नाही. दुसरीच गोष्ट घडण्याची अधिक शक्यता आहे.

सर्व धर्मांनी तुम्हाला कॅटिकिझम दिले. हे काय आहे? तर तुम्ही प्रश्न विचारण्यापूर्वीच त्या प्रश्नांना दिलेली उत्तरं आहेत आणि हे प्रश्न कोणते? तर अजूनपर्यंत ते अनुत्तरित आहेत, ज्यांना उत्तर देणं शक्य नाही. पण कुठल्याही धर्माजवळ एवढं धाडस नाही की ते तुम्हाला सांगतील, 'जगात काही गोष्टी अशा आहेत की त्याबद्दल तुम्ही प्रश्न विचारू शकता. पण उत्तराची अपेक्षा करू शकत नाही. जीवन एक रहस्य आहे.' असे प्रश्न अनुत्तरित राहिले, उत्तराशिवाय राहिले तरच जीवन रहस्यमय राहू शकेल.

पण मग धर्माची तुमच्यावरची पकड सैल होते. जर उत्तर न मिळण्यासारखे काही प्रश्न असतील तर मग तुमचे मसीहा, पैगंबर, आणि ईश्वराचे अवतार- हे सगळे मूर्ख करतात काय? ज्या प्रश्नांना मुळात उत्तरं नाहीत आणि जे उत्तराशिवायच ठेवायला पाहिजेत, त्या प्रश्नांना या सर्वांनी उत्तरं दिली. एक सच्चा आणि प्रामाणिक माणूस हे कबूल करील की हे प्रश्न आहेत पण यांना उत्तरं नाहीत.

जसजसं तुम्ही परिपक्व होता, अस्तित्त्वाच्या वेगवेगळ्या क्षेत्रांत प्रवेश करता, त्यावर प्रेम करता, त्याचा अनुभव घ्यायला लागता आणि जगायला सुरुवात करता, तसतसं ते एक सिद्धान्त न राहता एक काव्य, कला, एक नृत्य, संगीत होतं, एक प्रेम संबंध होतो. -हळूहळू रहस्य गहन होतं. इतकं गहन होतं की तुम्ही रहस्याच्या खजिन्यावर बसला आहात याची तुम्हाला कल्पनाही येत नाही.

पण या धर्मांनी तुम्हाला तयार, बांधीव उत्तरं देऊन टाकली.

अस्तित्त्व आहे. मग साहजिकच प्रश्न निर्माण होतो, 'याला कुणी निर्माण केलं? हा प्रश्न तुमच्याजवळ तसाच राहू द्या. कोणत्याही उत्तराचा स्वीकार करू नका... .कारण चहू बाजूला तऱ्हेतऱ्हेचे दुकानदार ग्राहकांच्या शोधात आहेत. हिंदू, मुसलमान, ख्रिश्चन, जैन, बौद्ध, ज्यू- ते तुम्हाला जे विकायला बघताहेत ते शुद्ध विष आहे.

ते म्हणतील, 'ईश्वरानं बनवलं' किंवा 'अल्लानं बनवलं' त्यांनी उत्तर तर दिलं. पण त्यांनी तुमचं किती नुकसान केलं माहीत आहे? तुम्ही त्यांचं उत्तर मान्य केलंत तर तुमच्या प्रश्नातला जीवच जाईल.

आणि प्रश्नाच्या मृत्यूबरोबर तुमचा शोधही थांबतो हे लक्षात ठेवा. आता तुम्ही कधीच शोध करणार नाही. पण तुम्ही शोध सुरूच ठेवला असता... तर मी अगदी खातरीनं सांगतो आणि माझी ही खातरी वेद, बायबल, कुराण अशा कशावरही आधारित नाही, ती माझा स्वत:चा, मी केलेला शोध आणि प्रचिती यावर आधारित आहे. मी अनुभवाच्या बळावर सांगतो की तुम्ही कोणतंही उत्तरं न मानता, प्रश्न विचारतच राहिलात- त्या सर्व उत्तरात माझंही उत्तर धरलंय तर हळूहळू तुम्हाला कळेल की उत्तर मिळालं नाही, पण प्रश्नच विरून गेला, गायब झाला.

हाच क्षण रहस्याच्या साक्षात्काराचा क्षण आहे.

फरक तुमच्या लक्षात येतोय का? तथाकथित धर्म तुमचे प्रश्न दाबून टाकतात. त्या प्रश्नांनी डोकं वर काढू नये म्हणून त्यांच्या डोक्यावर एकेक उत्तर ठेवून देतात. -आणि ही उत्तरं अशी असतात की जणू काही ईश्वरानंच ती दिलीत.

'वेदांची रचना परमेश्वरानं केली असं हिंदू म्हणतात. पण हा शुद्ध मूर्खपणा आहे. कारण वेदांत अशा पुष्कळ विसंगत गोष्टी असल्याचं आढळून आलं आहे. ईश्वरानं अशा निरर्थक, बाष्कळ गोष्टी लिहिल्या असतील तर त्याला पदच्युत केलं पाहिजे.

हे सर्व लोक आपल्या उत्तरांना अतिशय महत्त्व देतात. ती अर्थपूर्ण व प्रमादरहित व्हावीत म्हणून धडपड करतात. कारण ती उत्तरं ईश्वराकडून, त्याच्या पुत्राकडून अथवा एखाद्या पैगंबराकडून दिली गेलीत असं दिसावं. ही उत्तरं तुमच्या मनांत खोलवर घर करून बसावीत, ठसावीत आणि त्यामुळे तुमचे प्रश्न सुप्त मनात विरून जावेत. म्हणून त्यांनी या सगळ्या क्लृप्त्या चलाखीनं योजल्यात.

धर्मांच्या ठेकेदारांनी तुमच्या मनाचा जो कब्जा घेतलाय, तुमच्या मनात जो उत्तरांचा कचरा साठवलाय तो बाहेर फेकून देणं आणि तुमच्या प्रामाणिक प्रश्नांना, शंकांना, जिज्ञासेला चाळवून अज्ञात, अपरिचित शोधात तुम्हाला मदत करणं, हेच धर्माचं खरं काम आहे. ही शोधयात्रा संकटांनी भरलेली आहे.

धर्मांनी तुम्हाला सोयीस्कर, श्रमाशिवाय जगण्याचे सोपे प्रकार दिलेत. पण जोपर्यंत संकटांशी सामना करायला, स्वत:च्या हिमतीवर अंधारात शोध करायला तुम्ही राजी होणार नाही, तोपर्यंत तुम्हाला योग्यप्रकारे जीवन जगण्याची कला अवगत होणार नाही.

आणि मी तुम्हाला सांगतो की तुम्हाला काहीही उत्तर मिळणार नाही. कधीच कुणाला उत्तर मिळालेलं नाही. सगळी उत्तरं खोटी आहेत.

हं! तुम्हाला सत्य कळेल. पण सत्य तुमच्या प्रश्नाचं उत्तर असणार नाही, मरण असेल.

जेव्हा तुमचे सर्व प्रश्न विरून जातात आणि उत्तर काहीच मिळत नाही, तेव्हा जे शून्य राहतं तेच रहस्य आहे. हे रहस्य दर्शनच खऱ्या अर्थानं धर्म आहे.

विज्ञानानं अगदी सुरुवातीला धर्मांनी गुळगुळीत केलेल्या मार्गांनीच जायचा प्रयत्न केला. पण ते त्या मार्गांवरून फार दूर जाऊ शकलं नाही. कारण धर्म- तथाकथित धर्म- कल्पनांशी खेळत होते. पण विज्ञानाला वास्तवाबरोबर काम करायचं होतं. धर्म आपल्या कल्पनांच्या जाळ्यात गुंतून राहू शकतो. पण विज्ञानाला कधी ना कधी वास्तवाला सामोरं जावंच लागतं.

'आम्ही अल्प कालावधीतच ब्रह्मांडाचं रहस्य उघड करू आणि प्रत्येक गोष्टीचं सर्व ज्ञान मिळवू' हे शास्त्रज्ञांचं वक्तव्य एक शतकभरसुद्धा टिकलं नाही.

आज ज्या शास्त्रज्ञांनी द्रव्याच्या गूढतेत, पदार्थाच्या रहस्यात डोकावून पाहिलंय त्यांना विचारा, अल्बर्ट आइनस्टाईन, लॉर्ड रूदरफोर्ड यांना विचारा- या सर्वांचं बोलणं गूढवाद्यांप्रामणे आहे हे ऐकून तुम्हाला आश्चर्य वाटेल. आता हे लोक फारच नम्र झालेत. अठराव्या आणि एकोणिसाव्या शतकांतील शास्त्रज्ञांचा अहंकार लोप पावलाय. आज शास्त्रज्ञ जगातील सर्वांत नम्र व्यक्ती आहे. कारण सर्व जाणणं अशक्य आहे, हे तो जाणतो.

आम्ही अधिक चांगल्या तऱ्हेनं जगण्याची सोय करू शकतो, जास्तीत जास्त सुखसोयीची साधनं गोळा करू शकतो, जास्त दिवस जगण्याची व्यवस्था करू शकतो-. पण हे जीवन काय आहे हे आपल्याला समजू शकत नाही. शेवटी हा प्रश्न प्रश्नच राहतो.

इथं, माझा प्रयत्न तुम्हाला पुन्हा अज्ञानी बनविण्यास मदत करण्याचा आहे.

धर्म तुम्हाला ज्ञानी बनवून तुमचं अहित करत आले आहेत. त्यांनी इतक्या सहजपणे, इतक्या सरळपणे ख्रिश्चन कॅटिकिझम तुमच्या हातांत दिलाय की तासाभरात पाठ करून तुम्ही पोपटपंची करू शकता. पण जे सत्य, जे वास्तव तुम्हाला आंतरबाय व्यापून राहिलंय ते तुम्हाला त्यातून कळत नाही. कॅटिकिझम तुम्हाला सत्य सांगत नाही.

पण कठीण प्रश्नातला एक प्रश्न आहे ज्ञानाला सोडणं.

कारण ज्ञानानं अहंकार पोसला जातो, एक बळ मिळतं, अहंकाराला सर्व ज्ञान आपल्या मुठीत असावं, असं वाटतं.

'पांडित्य सोडून तुम्ही मुलांप्रमाणे व्हा' असं मी म्हणतो, त्याचा अर्थ पंडित-पुरोहित इत्यादींनी जिथून तुम्हाला विचलित केलं, भ्रमिष्ट केलं त्या बिंदूपर्यंत परत येऊन तुम्हाला तिथून नव्यानं सुरवात करायला पाहिजे. तुम्हाला पुन्हा अगदी साधं-

सरळ, अज्ञानी व्हायला पाहिजे, तुम्हाला काहीही माहिती नाही असं जाणवलं पाहिजे म्हणजे मग तुमच्या मनात पुन्हा प्रश्न निर्माण व्हायला लागतील, जिज्ञासा पुनरुज्जीवित होईल. जिज्ञासेचा पुनर्जन्म झाला की तुम्हीही जिवंत व्हाल, असे मेल्यासारखे जगणार नाही.

मग जीवन जबाबदारीनं भरलेली यात्रा असते, साहसानं भरलेला शोध असतो. अशा वेळी प्रत्येक गोष्टीच्या भोवती सुगंधाचं- अद्‌भुत रहस्यमय सुगंधाच- तेजोवलय असतं. मग गुलाबाच्या फुलानं हाक मारताच तुम्ही तसंच निघून जाऊ शकणार नाही. त्याचा सुगंध हीच त्याची हाक नाही तर दुसरं काय आहे? तीच त्याची भाषा आहे. ते म्हणतंय, 'जरा थांबा. एक क्षण माझ्याजवळ या. मी एकटा आहे. मी प्रेमाचा भुकेला आहे.' तुम्ही तसंच पुढे जाल? नाही. कुठलंही लहान मूल असं जाणार नाही.

पण हे पंडित, मौलवी, रबाई आणि तथाकथित विद्वान शास्त्राच्या ओझ्याखाली पार दबून गेलेत. त्यांच्या डोक्यात केरकचरा दाबून भरलाय— ते ॲन्टीक्स आणि खोदताना मिळालेली हाडं आणि अवशेष गोळा करत बसतात— त्यांना गुलाबाची हाक ऐकूच येत नाही.

त्यांना तर सर्वच ज्ञात आहे. ईश्वर कसा निर्माण झाला, या सुष्टीची रचना कशी झाली, आत्मा कुणी निर्माण केला, हे सर्व त्यांना माहीत आहे. मग या गुलाबाच्या फुलाची त्यांना काय गोडी?

पण एखाद्या कवीला विचारा. तो म्हणेल, 'गुलाब गुलाब आहे- बस! गुलाब आहे.' हे काय उत्तर झालं! हा प्रश्नही नाही आणि उत्तरही नाही. हे फक्त वर्णन आहे. सरळ, स्वच्छ वर्णन. त्यानं जे पाहिलं, ते साध्या शब्दांत मांडलं. त्यानं कुठल्याही शास्त्राचा संदर्भ नाही दिला.

पण लोक मात्र शास्त्रांचे संदर्भ देतच राहतात. त्यांना स्वतःचा अनुभव नाही. ते शास्त्रीय ज्ञान आणि शब्द यांनीच भरलेत. तुम्हाल स्वतःचा अनुभव नाही तर आत्मवंचना करत बसू नका. पांडित्य धोका देऊ शकतं आणि लोकांना पंडित बनविण्याचा दोष आणि जबाबदारी या धर्मांची आहे.

धर्मांनी लोकांना सरळ आणि निर्दोष व्हायला मदत करायला पाहिजे होती, त्यांना खोट्या ज्ञानापासून मुक्त करायला पाहिजे होतं, त्यांच्यात जिज्ञासा आणि शोधाची इच्छा निर्माण करायला पाहिजे होती. पण असं करण्याऐवजी, तुम्ही ज्यांचा शोध घ्यायला पाहिजे होता त्या सर्व गोष्टी त्यांनी तुमच्या पानात वाढूनच दिल्या. प्रत्येक प्रश्नाचं उत्तर दिलं. त्यांनी दिलेल्या या भेटीमुळे तुम्ही काय गमावलंय याचा तुम्हाला अंदाज नाही. तुम्ही सर्व काही गमावलंय.

धर्मांनी तुम्हाला कसं जगायचं ते सगळं सांगूनच टाकलंय. तुम्ही एक शिळं

जीवन जगताय. एक उधार जीवन जगताय. तुमचं जीवन कसं असावं, तुमचं आचरण आणि तुमची प्रकृती यांच्यावर नियंत्रण कसं ठेवावं हे सर्व त्यांना शिकवलंय तुम्ही आंधळ्याप्रमाणे, त्यांच्या सांगण्याप्रमाणे वागत आला आहात. 'गौतमबुद्ध फक्त एकदाच होतो' या सरळ साध्या नियमाला तुम्ही समजूनच घेतलं नाही. तसंच जगत राहिलात.

मागच्या पंचवीसशे वर्षांत लाखो लोकांनी बुद्ध होण्याचा जिवापाड प्रयत्न केला. पण एकालाही यश आलं नाही. ही गोष्ट अगदी स्पष्ट आहे आणि कुणालाही यश मिळालं नाही, हेच माझ्या दृष्टीनं सौभाग्य आहे. कुणाला सफलता मिळालीच असती तर मोठं दुर्दैवंच ओढवलं असतं. कुणालाही यश मिळालं नाही, याचं कारण प्रत्येक व्यक्तीत स्वत:च असं खास स्वत्त्व आहे. प्रत्येक व्यक्ती अद्वितीय आहे.

गौतमबुद्धाला त्याचं असं वैशिष्ट्य होतं, तुम्हाला तुमचं अद्वितीयत्त्व आहे. त्यानं तुमचं अनुसरण केलं नाही आणि तुम्हाला त्याच्या मागून जाण्याची गरज नाही.

अनुसरणातून अनुयायांचा, नकल्यांचा, अनुसरण करणाऱ्यांचा जन्म होतो. तुम्ही दुसऱ्याची नक्कल करायला सुरुवात करताच स्वत:चा जीवन-संपर्क गमावून बसता. 'तुम्ही मेल्यासारखं जीवन जगता' असं मी म्हणतो त्याचा अर्थ तुम्ही तुमचं जीवन पूर्णपणे विसरून दुसऱ्याचीच भूमिका करत असता.

कॅथॉलिक ख्रिश्चनांचे असे आश्रम आहेत की जिथं साधूनं एकदा प्रवेश केला की तो पुन्हा कधीही बाहेर येऊ शकत नाही. अशा आश्रमांतून हजारो साधू राहतात. ते तिथं कुठल्या कामात गुंतलेत? काहीही करून येशूसारखं होण्याचा ते सतत प्रयत्न करताहेत. संपूर्ण नाही तरी काही अंशी थोडं तरी येशू बनण्याचा प्रयत्न चाललाय.

पण हे अनुकरण उपयोगी पडणारं नाही. हे अनुकरण तुम्हाला एक खोटं आवरण, एक मुखवटा देईल. पण जरा खरवडा आणि मग तुम्हाला दिसेल की आत खरा माणूस अजूनही आहे. अनुकरणानं तुम्ही आत्म-वंचना करू शकता, अस्तित्त्वाला धोका देऊ शकत नाही.

तुम्ही काय विचार केला पाहिजे, तुम्ही काय केलं पाहिजे आणि काय झालं पाहिजे- याबद्दल धर्मांनी आदर्शांच्या रूपानं तुम्हाला सर्व काही दिलंय. तुम्हाला विचार करायला त्यांनी काही बाकी ठेवलंच नाही. तुम्हाला फक्त त्यांचं अंधानुकरण करायचंय. मग सगळी मनुष्यजात आंधळी होऊन चालत असेल, तर त्यात आश्चर्य कसलं?

पण या आंधळेपणाला जबाबदार कोण?

तुमचं जीवन पोकळ, खोटं, कागदाच्या फुलाप्रमाणे नकली बनवायला हे धर्मच

जबाबदार आहेत. काय खायला पाहिजे, काय खायचं नाही, कधी झोपायचं, कधी उठायचं या प्रत्येक बाबतीत सविस्तर सूचना त्यांनी दिल्यात. तुमचं संपूर्ण जीवन नियंत्रित आहे. तुमचं रोबोटमध्ये म्हणजे यांत्रिक मानवात रूपांतर केलंय. जेवढं तुम्ही रोबोटप्रमाणे यांत्रिकतेनं वागाल तेवढे महान ठराल. मग तुमची पूजा होईल. धर्माचे लोक तुमचा सन्मान करतील. जेवढे तुम्ही कृत्रिम आणि खोटे व्हाल तेवढे आदराला जास्त पात्र व्हाल. पण ज्या क्षणी तुम्ही तुमचं खरं रूप दाखवाल त्याच क्षणी तुमचा सन्मान काढून घेतला जाईल.

नाही. कुठलाही धर्म तुम्हाला आज्ञा देऊ शकत नाही. तुम्हाला स्वतःलाच जीवनाचा शोध घेतला पाहिजे. जागृत होऊन- जागृततेच्या प्रकाशात.

जेव्हा माझे संन्यासी मला विचारतात की त्यांनी कशा रीतीनं जगावं, काय करावं आणि काय करू नये, तेव्हा मी त्यांना म्हणतो, 'तुम्ही अजून मला समजून घेतलेलंच नाही. 'जास्तीत जास्त स्वतःला जाणून घ्या. स्वयं व्हा' हाच माझा एकमात्र संदेश आहे.

पहिली गोष्ट- स्वयं होणं,

आणि दुसरी गोष्ट- स्वतःला ओळखणं. मी कोण आहे, हे जाणून घेणं. म्हणून तुम्ही आहात तसेच राहा. आपल्या नैसर्गिक प्रकृतीप्रमाणे जगा आणि तुमचं जीवन गतिमान ठेवणाऱ्या शक्तिप्रवाहाबद्दल जास्तीत जास्त जागृत व्हा, सावध व्हा.

तुमच्या हृदयात कोण स्पंदन पावतोय?

आपली कृत्यं, विचार आणि भावना यांचं जास्त भान ठेवा. जागृत व्हा. श्वास कोण घेतोय? डोंगराच्या शिखरावर उभं राहून सगळीकडे पाहणाऱ्या प्रमाणे जागरूक दर्शक व्हा. आत्म-नियमन म्हणता येईल असं आचरण किंवा जीवन- शैली शोधण्यास जी अनुभूती उपयोगी पडते ती पाहा.

असं जागृततेनं पाहणं, सभान होणंच, तुम्ही काय खावं, काय खाऊ नये, काय करणं योग्य, काय अयोग्य हे समजण्यास मदत करील. सतत जागृत राहून अवलोकन करत गेल्यास ज्या अनावश्यक गोष्टी ओझ्याप्रमाणे तुम्ही वाहून नेताय त्या टाकून देण्यास तुम्ही तयार व्हाल. तुमच्याबरोबर ज्यांची लय साधली गेलीय, ज्यांचं ओझं वाटत नाही, अशाच गोष्टी निवडायला हे अवलोकन तुम्हाला मदत करील. या अशा निवडलेल्या गोष्टींत आणि तुमच्यात तारतम्य असेल. या गोष्टी तुमच्यावरचा बोजा कमी करतील.

जर तुम्ही पूर्ण जागृततेनं जीवन जगत असाल, तर ठीक आहे. तुम्ही योग्यरीतीनं जीवन जगताय.

पण तुम्ही नक्कल करत असाल, अनुकरण करत असाल तर ते चूक आहे.

माझ्या दृष्टीनं स्वतःला न समजणं, स्वयं न होणं हेच केवळ पाप आहे.

स्वतःला समजून घेणं. -आत्मज्ञान होणं - हेच फक्त एकमात्र पुण्य आहे.

या सर्व धर्मांनी मोठ्या घटनेला घडू दिलेलं नाही. आता या मूर्खपणापासून आणि असमंजसपणापासून मुक्त होण्याची वेळ आली आहे. हा मूर्खपणाचा आणि असमंजसपणाचा भार भूतकाळानं आमच्यावर लादला आहे.

तुम्ही पुन्हा ॲडम आणि ईव्ह झाला असतात. महावीर, महम्मद, मोझेस, येशू, कन्फ्यूशियस, लाओत्से असं कुणीही न होता... अगदी नवजात... आताच ईडनच्या बागेतून हाकलून दिलेले ॲडम व ईव्ह असतात तर तुम्ही काय केलं असतं? तुम्हाला उपदेश करायला, मार्गदर्शन करायला तिथं कुणी पंडित, पुरोहित, पोप, रबाई नसता तर तुम्ही काय केलं असतं?

बरोबर तसंच आता करा.

◆

धार्मिकता म्हणजे जीवनकला

जागृती आणि हास्य, आनंद-कृतज्ञता-महोत्सव

भाग २

१

ईडनच्या उद्यानात पुनर्प्रवेश

प्रिय भगवान,
ईडनच्या उद्यानात परत कसं जायचं?

तुम्ही ईडनची बाग कधी सोडलेलीच नाही. ही ख्रिश्चन गोष्ट चुकीची आहे. मी या ख्रिश्चन कथेबद्दल वेगवेगळ्या दृष्टिकोनांतून चर्चा करत आलो आहे. ही कथा फारच गोड आहे आणि तिच्यात निश्चितच पुष्कळ शक्यता दडल्या आहेत. तुम्ही कुठंही असा, तुम्ही ईडनची बाग सोडलेली नाही हा पैलूही आपल्याला विचारात घेतला पाहिजे. या बागेतून बाहेर काढण्याचं सामर्थ्य ईश्वरातही नाही. ईश्वराला तुम्हाला हाकलण्याची इच्छा झालीच तरी तो तुम्हाला हाकलणार कुठं? कारण ईडनची बाग सर्वव्यापी आहे. - सर्व ठिकाणी आहे. ईश्वरानं ॲडम आणि ईव्हला ईडनच्या बागेतून हाकलून देऊन त्यांची रवानगी कुठं केली याबद्दल गेल्या दोन हजार वर्षांत एकाही ख्रिश्चन तत्त्वज्ञानीनं किंवा धर्मशास्त्रज्ञानं शंका घेतली नाही, या गोष्टीचं मला फार आश्चर्य वाटतं. या सुष्टीच्या बाहेर आणखी काही आहे का?

जे काही आहे ते या सुष्टीतच सामावलेलं आहे. त्याच्या पलीकडे काही असूच शकत नाही. सत्य निस्सीम आहे. त्याला सीमा नाही. तेव्हा तुमची हकालपट्टी शक्य नाही. तुम्ही अजून ईडनच्या बागेतच आहात. ही गोष्ट अगदी स्पष्ट आहे. फक्त तुम्ही झोपलेले आहात इतकंच.

आणि तुमची ही मूर्च्छा तुमच्या स्वप्नांमुळे, तुमच्या महत्त्वाकांक्षांमुळे, तुमच्या वासना-कामनांमुळे- तुमच्या मनांतून- आलेली आहे. एकदाच हा केरकचरा काढून टाका आणि मग पाहा. तुम्ही आपोआपच जागे व्हाल आणि जागे झाल्यावर तुम्हाला कळेल की तुम्ही ईडनच्या बागेतच आहात.

ईडनची बाग ही काही ईश्वराची वडिलोपार्जित संपत्ती नाही की स्वत:ची दौलत नाही. त्यावर प्रत्येकाचा हक्क आहे. प्रत्येक प्राण्याचा अधिकार आहे. कारण

जगातील सर्व चैतन्य, सर्व आत्मे यांचंच सामूहिक नाव परमात्मा. परमात्मा ही कुणी व्यक्ती नाही.

या कथेत ख्रिश्चन लोकांनी परमात्म्याचं अत्यंत कुरूप चित्रण केलं आहे. दुसऱ्यांदा ही कथा मला लिहायची झालीच तर मी त्या गोष्टीत, तुम्हाला दिला तोच सल्ला ॲडम आणि ईव्हला देईन- ज्ञानाचं फळ खा. अमृत जीवनाचं फळ खा- तुम्ही परम चैतन्याचं एक अंग आहात. अमृतपृत्र आहात- अमृतस्य पुत्रः तुम्ही बुद्ध आहात. फक्त तुम्हाला एका धक्क्याची आवश्यकता आहे.

तुम्हाला कठोर तपश्चर्या करावी लागणार नाही किंवा ईश्वराचं दार ठोठावून, गयावया करून, 'हे परमपिता परमेश्वरा, दार उघड. मी पुन्हा कधीही ते फळ खाणार नाही. एवढंच नाही तर त्याच्याकडे पाहणारसुद्धा नाही'. अशी प्रार्थनाही करण्याची गरज पडणार नाही. तुम्ही तर त्या वृक्षाच्याच खाली बसलेले आहात. फक्त डोळे उघडा आणि पाहा. परमज्ञान आणि शाश्वत जीवन हे तुमचंच आहे. ते दोन वृक्ष नसून एकच वृक्ष आहे.

या गोष्टीत पुष्कळ ठिकाणी चुका आहेत. पहिली गोष्ट म्हणजे ईश्वर- जो पिता आहे- तुम्हाला ज्ञानाचं फळ चाखण्यापासून आणि अमृताचा स्वाद घेण्यापासून परावृत्त करू शकत नाही. दुसरी गोष्ट ज्ञान आणि अमरत्व भिन्न नाही. ते एकाच अनुभूतीचे दोन पैलू आहेत.

म्हणूनच मी तुम्हाला सांगतो, घोषित करतो की ईडनची बाग हीच आहे.

◆

२

मी आनंद शिकवतो, दु:ख नाही

प्रिय भगवान,
आज मानवता एवढी दु:खात का आहे?

पहिला रशियन अंतराळ यात्री युरी गागारीन अंतराळ प्रवास करून परत आल्यावर म्हणाला, 'काही क्षण मी आश्चर्यानं दिङमूढ झालो होतो- युरी चंद्राला इतक्या जवळून आणि पृथ्वीला इतक्या लांबून पाहणारा पहिला मानव होता. त्याक्षणी त्याच्या मनात, पृथ्वीवरील जमिनीचा एक खंड सोव्हिएत रशिया आहे, एक खंड अमेरिका आहे, एक हिस्सा भारत आणि एक तुकडा चीन आहे, असा विचारही आला नाही. तिथून पृथ्वी खंडात विभागलेली दिसत नव्हती. जसा इथून आपल्याला चंद्र चमकताना दिसतो तशीच तिथून पृथ्वी चमकताना दिसत होती. असं तेज दिसायला एका मोठ्या अवकाशाची, लांब अंतराची आवश्यकता असते. कारण सूर्याचे किरण पृथ्वीवरून परावर्तित होऊन परत जातात.

जर तुम्ही चंद्रावरून पाहिलं तर पृथ्वी चंद्रासारखी व चंद्र पृथ्वीसारखा दिसतो. चंद्रावर उभं राहून पाहिल्यास, चंद्र चमकताना दिसत नाही. पण जेव्हा आपण लांब अंतरावरून म्हणजेच पृथ्वीवरून चंद्राला बघतो तेव्हा चंद्रावरून परावर्तित होऊन आपल्या डोळ्यांत शिरणारी सूर्याची किरणं चंद्राला प्रकाशमान करतात. 'चंद्र पृथ्वीसारखा दिसेल आणि पृथ्वी प्रकाशमान होईल' असा चमत्कार घडेल याची युरी गागारीनला यापूर्वी कल्पनाच नव्हती. पृथ्वी चंद्राच्या सहापट आहे. म्हणून तिचा प्रकाशसुद्धा चंद्राच्या प्रकाशाहून सहापट अधिक दिसतो. हे अतिशय अद्भुत आणि कल्पनेपलीकडचं वाटतं.

मॉस्कोला परतल्यावर लोकांनी त्याला विचारलं, 'चंद्रावरून पृथ्वीला पाहिल्यावर तुझ्या मनात पहिला विचार कोणता आला?' तो म्हणाला, "माफ करा. पण मी

रशियन आहे हे अजिबात विसरून गेलो होतो. माझ्या तोंडातून सहजपणे उद्‌गार निघाले, अहा! माझी प्रिय पृथ्वी!' सर्वप्रथम माझ्या मनात आले ते हेच शब्द.''

या इतक्या सरळ साध्या सत्याला पाहण्यासाठी इतक्या दूर जाण्याची आवश्यकता आहे का? ही सुंदर पृथ्वी आमची आहे. तिच्यावर कुणा व्यक्तीची किंवा राष्ट्राची मालकी नाही. ती आपल्या सर्वांची आहे; परंतु आम्ही आपली जीवन-शक्ती, बळ, प्रतिभा माणसाला सुखी आणि आनंदित करण्यासाठी उपयोगात आणण्याऐवजी मृत्यूची व्यवस्था करण्यात, स्वत:चीच कबर खोदण्यात खर्ची घालतो आणि त्यासाठी कठोर परिश्रम करतो. हे पाहून वाटतं की जीवनाचं एकमेव उद्दिष्ट हे मृत्यूला सामोरं जाणं आहे. ही अत्यंत अमंगळ गोष्ट आहे.

पृथ्वीत स्वर्ग बनण्याची क्षमता आहे. पण तसं होणं आपल्यावर अवलंबून आहे. हे बिचारे पर्वत काहीही करू शकणार नाहीत. हे गरीब वृक्ष सूर्याच्या उन्हात आणि पावसाच्या सरीत नाचतील. पण त्याहून जास्त काही करणं त्यांच्या आवाक्या बाहेरचं आहे. माणूस मात्र या सगळ्या वातावरणाला बदलू शकतो. मृत्यूकडे जाणाऱ्या वातावरणाला जीवनसेवेसाठी समर्पित करू शकतो.

दर रविवारी चर्चमध्ये जाणाऱ्या अथवा मंदिर, मशीद किंवा सिनेगॉगमध्ये जाणाऱ्या लोकांपेक्षा जी व्यक्ती जीवनाशी एकनिष्ठ आहे तीच, माझ्या मते, खरी धार्मिक आहे. स्वत:च्या आत्मरूपात कोणताही बदल न करता, कोणताही धोका न पत्करता, धर्माचा स्वस्तात सौदा करून हे लोक स्वत:लाच फसवत आहेत. त्यांनी सुंदर खेळण्यांबरोबर खेळण्याची व्यवस्था केली आहे- परमात्माच्या मूर्ती, स्वर्गातून अवतीर्ण झालेली शास्त्रं, ईश्वराचा संदेश घेऊन येणारे पैगंबर आणि ईश्वराचे अवतार ही आहेत सर्व खेळणी. ही खेळणी आमच्या कल्पनेतूनच निर्माण झालेली आहेत. कारण परमेश्वर आपली काळजी घेतो, आपल्याला संदेश पाठवतो, हा विचारच मोठं समाधान देणारा आहे. म्हणूनच सर्वांना आवडणाराही आहे.

आपल्या अहंकारामुळेच आपण या अवतारांवर व पैगंबरावर विश्वास ठेवला आहे. या अहंकारामुळेच ईश्वरानं माणसाची निर्मिती केली आणि आपल्या स्वत:च्या रूपासारखाच माणूस बनवला या गोष्टीवर विश्वास ठेवला. माणूस हाच जणू त्याच्या सृजनाची परमावधी अशाच तऱ्हेने त्यानं माणसाची निमिर्ती केली. त्यानंतर त्यानं कसलीही निमिर्ती केली नाही. माणूस हीच त्याची अंतिन कृती आहे. त्यानंतर त्यानं निवृत्ती स्वीकारली, तो रिटायर झाला.

माझ्या दृष्टीनं याचा अर्थ अगदी वेगळा आहे. माणूस स्वत:ला परमात्म्याची कृती मानतो. कारण 'मी कुणी असा तसा नाही. कुणी साधारण नाही, तर परमेश्वराची निर्मिती आहे,' हा विचार माणसातल्या अहंला पोसतो, वाढवतो.

परंतु माझ्या मते, परमात्मा ही कल्पनाच असंस्कृत आहे. ईश्वरानं माणसाला

घडवलं हा विचार माणसाला कळसूत्री बाहुली बनवतो. तुम्हाला कुणीतरी घडवलं- कारखान्यात म्हणा किंवा परमेश्वरानं प्रत्यक्ष आपल्या हातानं म्हणा- हा विचारच तुमचा सर्व अभिमान, गौरव आणि आत्मसन्मान हिसकावून घेतो. मग तुमचा स्वत:चा असा आत्मा उरतच नाही. मग तुम्ही एक यंत्र होता. एवढंच नाही तर एका तऱ्हेवाईक ईश्वराच्या हातांत तुमचं जीवन जातं. त्याला तऱ्हेवाईक का म्हणायचं? तर काहीही निर्माण न करता तो अनंत काळ चुपचाप बसला आणि मग अचानकच त्याला सृजनाची सणक आली.

ख्रिश्चॅनिटीप्रमाणे, परमेश्वरानं येशूच्या अगोदर बरोबर चार हजार चार वर्षं माणसाला बनवलं. तो एक जानेवारी आणि सोमवारचाच दिवस असावा असा माझा तर्क आहे. अर्थात हे फक्त अनुमान आहे. कारण सृष्टी निर्माण होण्याआधी कॅलेंडर नव्हतंच. म्हणूनच तो तुम्हाला कुठल्या दुसऱ्या दिवशी बनवू शकलाच नसता. ज्या दिवशी त्यानं तुमची निर्मिती केली तो दिवस एक जानेवारी होता आणि आमच्या प्रभूच पहिलं वर्ष होतं.

यावरून मला एका जर्मनीतील ज्यू ज्योतिषाची आठवण येते. अचूक भविष्यवेत्ता म्हणून त्याची ख्याती होती. 'या माणसानं जसं भविष्य वर्तवलं तसंच घडलंय, याची भविष्यवाणी नेहमीच खरी ठरलीय', हे जरी ॲडॉल्फ हिटलरला चांगलं माहीत होतं तरी भीत-भीतच त्यानं आपलं भविष्य सांगण्याची त्याला परवानगी दिली. कारण हिटलरची नियतीच सर्व देशाची नियती होती. त्याच्या दृष्टीनं त्याचं भाग्य म्हणजेच सर्व जगाचं भाग्य होतं आणि ही काही एक-दोन वर्षांपुरती गोष्ट नव्हती. पूर्ण मनुष्यजातीवर एक हजार वर्षं राज्य करण्याचा त्याचा मनसुबा होता.

तो ज्यू ज्योतिषी आला. त्यानं ॲडॉल्फ हिटलरच्या जन्मवेळेच्या ग्रहस्थितीचा अभ्यास केला. मग त्याच्या ज्योतिषशास्त्रांवरील ग्रंथात बघून त्यानं सांगितलं की ज्यूंच्या कुठल्या तरी पवित्र दिवशी, कुठल्यातरी सणाच्या दिवशी आपला अंत होणार, हे अगदी निश्चित आहे.

ॲडॉल्फ हिटलर म्हणला, 'हे भविष्य काहीसं चमत्कारिक वाटतं! आपल्याला काय म्हणायचंय? कुठल्या सणाच्या दिवशी?'

'ते नक्की नाही' ज्योतिषानं उत्तर दिलं, 'पण ज्यूंच्या सणाच्या दिवशी आपला अंत होणार हे मात्र नक्की. मी याची खातरी देतो कारण आपला अंत कुठल्याही दिवशी होवो, तो दिवस ज्यूंचा सण होईल. सर्व ज्यू उत्सव साजरा करतील.'

याचप्रमाणे परमेश्वरानं ज्या दिवशी जगाची निर्मिती केली तोच दिवस एक जानेवारी मनाला गेला असणार. दुसरं तर काही कारण दिसत नाही आणि ही केवळ सहा हजार वर्षापूर्वीची घटना आहे. ...त्याच्या आधी? म्हणूनच मी त्याला विक्षिप्त म्हणतो तो लहरी, तऱ्हेवाईक ईश्वर अनादिकालापासून स्वस्थ बसला होता. कुठलीही

निर्मिती न करता शांत आणि अचानक सहा दिवसांत सर्व जग निर्माण केलं. तेव्हा पासून त्याची काही बातमी नाही, खबरबात नाही. सातव्या दिवशी त्यानं आराम केला. ठीक आहे. चालेल. पण सोमवारी तरी त्या भल्या माणसानं कामावर यायला पाहिजे होतं. तो कधी ऑफिसात आलाच नाही आणि जर तो ऑफिसमध्ये परत आलाच- हे धोकादायकच वाटतं – तर तो करील काय? नाशाशिवाय आता करायला काही उरलंच नाहीय. ज्या ईश्वराच्या डोक्यात, काहीही करण नसताना, जग बनवण्याचं वेड शिरलं होतं, त्याच्या जवळ विनाकारण ते नष्ट करण्याचं सामर्थ्यही असणार.

तुमची निर्मिती का केली गेली? या प्रश्नाचं कोणतही उत्तर तुमच्याजवळ नाही आणि 'तुमचा नाश का केला?' या प्रश्नाचं उत्तर विचारायला तुम्हाला वेळ मिळणार नाही. कारण तुम्ही संपलात की संपलात. मग प्रश्न विचारीलच कोण?

ईश्वरानं माणसाची निर्मिती केली; या सर्वसाधारण समजुतीनं माणसाच्या जीवनातील सौंदर्य व आनंद हिरावून घेतलाय. आणि तुम्हाला यंत्र बनवलंय. मी तुमच्या जीवनातून ईश्वराला निरोप देऊ इच्छितो. म्हणजे तुम्हाला प्रथमच स्वावलंबी व स्वतंत्र वाटेल. कुणीतरी निर्माण केलेल्या कळसूत्री बाहुलीसारखे नाही, तर जीवनाच्या शाश्वत स्रोताप्रमाणे तुम्ही असल्याचा तुम्हाला अनुभव येईल. तेव्हाच तुम्ही आनंदित व्हाल.

हे जग अगदी उदास दिसतं- ख्रिश्चन लोकांसारखं. केवळ येशूच एकटा दुःखी नाही. त्याला बिचाऱ्याला क्षमा करता येईल. बिचारा सुळावर लटकलाय. त्यानं हसून तुम्हाला 'हॅलो' म्हणावं अशी अपेक्षा करणं ठीक नाही—पण तो जवळ-जवळ सर्वांचंच प्रतिनिधित्त्व करतो. फक्त ख्रिश्चनच नव्हते. तर सर्वच लोक सुळावर चढवल्यासारखे दिसतात. एखाद्या अदृश्य सुळावर ...असे सगळे गंभीर दिसतात. येशू म्हणत होता ते कदाचित बरोबरच होतं. प्रत्येक व्यक्तीला आपला सूळ आपल्या स्वतःच्या खांद्यावरून वाहून न्यावा लागतो.

पहिली गोष्ट ही की प्रत्येकानं स्वतःच सूळ का वाहून न्यायचा? बरोबर नेण्यासाठी दुसरी कोणतीही वस्तू मिळत नाही का?

ही गोष्ट मला पटतच नाही. कुणीही सूळ वाहून नेऊच नये – मग तो स्वतःसाठी असो वा दुसऱ्यांसाठी. तुम्ही सूळ तर अजिबात वाहून नेऊ नये. जगात सुंदर सुंदर गोष्टी आहेत. तुम्ही स्वतःजवळ एक गिटार ठेऊ शकता किंवा एखादी बासरी बाळगू शकता आणि तुम्हाला वजनदार वस्तू बाळगण्याचाच शौक असेल, तर जुन्या तऱ्हेच्या पियानोसारख्या भारी-भक्कम, मोठमोठ्या वस्तू बाळगू शकता- कुठली तरी सुंदर वस्तू शोधा. अशी वस्तू की जी बुद्धिमान माणसाजवळ शोभून दिसेल- सूळ नको.

तुम्ही दु:खी आणि उदास राहवं, असेच संस्कार तुमच्यावर केलेत. म्हणूनच सर्व मानवजात दु:खाच्या खोल समुद्रात बुडलेली दिसते. तुम्ही हसावं, गावं, नाचावं असं तुमच्या धर्मांना वाटतच नाही. कारण हसणारे-गाणारे लोक मुळातून स्वतंत्र आचार-विचाराचे असतात. त्यांच्याजवळ त्यांचं असं खास 'स्व'त्त्व असतं, एक वेगळेपण असतं. ते कुणाचे गुलाम नसतात आणि काहीही झालं तरी ते गुलाम व्हायला तयार नसतात.

हे जग काही स्थायी स्वार्थांसाठी तुम्हाला कामात गुंतवून ठेवायला बघतं, कठोर श्रम करायला लावतं, तुम्ही तुमचा वेळ ध्यान करण्यात, गिटार वाजवण्यात किंवा चांदण्या रात्री नृत्य करण्यात वाया घालवावा हे त्याला पसंत नाही. त्याच्या हितसंबंधांना हे पसंत नाही. तुम्ही उदास आणि दु:खी असावं, असंच त्याला वाटतं म्हणजे मग सहजगत्या तुम्हाला गुलाम करता येतं, तुम्हाला विकत घेता येतं आणि सरळ सरळ तुमचं शोषण करता येतं.

एक क्षणभर कल्पना करा की सर्व जग हसतंय, नाचतंय, गाण्यात धुंद झालंय— फक्त एक तासासाठी का होईना- सर्व प्रकारची गुलामगिरी संपलेली असेल; सगळी राष्ट्रं जातील आणि सर्व धर्म विलय पावलेले असतील. हे सगळं असं घडताना पाहून सर्व राष्ट्रपती, पंतप्रधान, पोप आणि आयातुल्ला वगैरे चकित होतील आणि उशिरानं का होईना तेही या उत्सवात सामील होतील. कारण या नाचत गात आनंद साजरा करणाऱ्या जगात वठलेल्या झाडाप्रमाणे उभं राहण्यात काय मतलब? त्यांना कुणी विचारतही नाही की काय भानगड आहे? आपल्याला काय झालंय? कुणाजवळ त्यांची विचारपूस करायला वेळ नाही. सगळे मौज मस्तीत दंग आहेत. थोड्याच वेळात पोपही या आनंदानं नाचणाऱ्या गर्दीत सामील झालेला तुम्हाला दिसेल. कारण या गर्दीबाहेर नुसतं पाहत उभं राहणं त्यालाही विचित्र, असभ्य व लज्जास्पद वाटेल. जर येशू जिवंत असता तर तोदेखील सुळावरून उतरून नाचायला लागला असता. सूळ, ख्रिश्चन धर्म सर्व काही विसरून गेला असता.

ईश्वराची पर्वा कुणाला असते? फक्त दु:खी लोकांना. चर्चमध्ये कोण जातात? ज्यांचा मृत्यू जवळ आलाय ते लोक. नीरस जीवन, एकटेपणा, अंधकार आणि मरणाच्या कल्पनेनं घाबरलेले म्हातारे. थडग्यात कयामतच्या दिवसाची, शेवटच्या निर्णयाच्या दिवसाची वाट त्यांना पाहवी लागणार असते. नक्कीच ही प्रतीक्षा खूप मोठी असणार. तिथं हालचाल करणंही कठीण. मग नाचण्याचा प्रश्नच नाही.

मी गॅरंटी देऊन, खातरीनं सांगतो की कयामताच्या दिवशी काहीही निर्णय लागणार नाही. करण शतकानुशतकं कबरीत पडलेले लोक, तुम्ही सर्व आणि कयामतच्या दिवसापर्यंत आणखी किती तरी लोक- अब्जावधी तिथं जमा होणार.

अशी भाऊगर्दी होईल की न्याय वगैरे अशक्य होईल आणि या गर्दीत अर्ध्या स्त्रिया असतील हे लक्षात ठेवा. मग तिथं एवढ्या गप्पा, एवढी बडबड ...आणि शिवाय शोधाशोध. कुणी आपल्या पतीला शोधतेय तर कुणी पत्नीला. मला नाही वाटत की काही निर्णय वगैरे होईल— विशेषत: अंतिम निर्णयाच्या दिवशी. ही समजूतच निरर्थक आहे. सर्व निर्णय एकाच दिवशी?.. या लोकांनी आपापल्या कबरीत का वाट पाहायची?

म्हणूनच मृत्यू जवळ आला, आपला एक पाय कबरीत अडकलाय, असं वाटायला लागलं की असे लोक आपला दुसरा पाय चर्चमध्ये ठेवतात. त्यांना वाटतं की चर्चमध्ये ज्या गोष्टी सांगितल्या जातात त्या खऱ्या असतीलही आणि तशी हरकत काहीच नाही. कशाला धोका पत्करायचा? कशाला रिस्क घ्यायची?

मला ग्रीसमधून हद्दपार केलं गेलं. त्या आधी तिथल्या आर्च-बिशपनं सरकारला धमकी दिली होती की जर मला ताबडतोब तिथून हाकलून दिलं नाही तर तो माझं घर डायनामाइटनं उडवून देईल आणि माझ्या बरोबरच्या लोकांना जिवंत जाळून टाकील. हा त्याच येशूचा प्रतिनिधी बरं! येशूनच तर सांगितलं होतं की आपल्या शत्रुवरसुद्धा प्रेम करा. मी तर त्यांचा मित्रसुद्धा नव्हतो. येशू पुढे असंही म्हणाला होता की आपल्या शेजाऱ्यावर प्रेम करा. आपल्या देशात आलेल्या पर्यटकांवर – टूरिस्टस्वर प्रेम करा हे सांगायला मात्र तो विसरला.

अशा तऱ्हेचे लोक धर्मांचे ठेकेदार आहेत. त्या आर्च-बिशपला माझ्याकडून एवढा त्रास तरी काय झाला? कारण मी तर समुद्र किनाऱ्यावरील, ग्रीसच्या एका सिने-दिग्दर्शकाच्या भव्य वाड्यात पाहुणा म्हणून राहिलो होतो— ती अतिशय प्राचीन वास्तू आहे आणि आधुनिकीकरण करून तिला आणखीनच सुंदर बनवलंय— त्याच्या भोवती सुंदर बाग आहे. तिथं एका झाडाखाली बसून मी माझ्या लोकांशी चर्चा करत असे.

ज्यांनी मला दोन-पाच वर्षांत पाहिलंही नव्हतं असे सर्व जगातील लोक तिथं एकत्र व्हायला लागले होते. मी जवळ होतो म्हणून ते लोक तिथं आले होते. आम्ही कुणाचंही नुकसान करत नव्हतो. आम्ही फक्त नाचत होतो, गात होतो. एकीकडे संगीत असे आणि मी लोकांच्या प्रश्नाला उत्तर देत असे. याचा आर्च-बिशपला काय त्रास झाला बरं? पण तो नक्कीच हैराण झाला असणार. नाहीतर त्यानं उगाचच कुणाला जिवंत जाळण्याची धमकी दिली नसती.

ती खुषी, ती मस्ती ... लोक नाचताहेत, एकमेकांशी प्रेमानं वागताहेत, आनंदाशिवाय तिथं काहीही नाही- प्रार्थना नाहीत, येशू नाही आणि त्याचा सूळ नाही— पण यामुळे आमची तरुण पिढी बिघडेल' असं त्याला वाटलं. म्हणून तो घाबरला.

लोकांच्या मानेवरची धर्मांची पकड ढिली पडलीय, पण सुप्त मनावरची नाही. जागृत मन खरं काय ते पाहतं. गोष्ट अगदी स्वच्छ सरळ आहे. असं गैरवर्तन नुसतं अमानुषच नाही तर त्यांच्या धर्माच्या, येशूच्या शिकवणीच्या आणि पवित्र बायबलच्या विरुद्ध आहे. पण त्यांचं सुप्त मन त्यांच्या हातांत नाही. ते आर्च-बिशपला असं करण्यापासून अडवू शकले नाहीत. 'तुम्ही आम्हाला मान खाली घालायला लावताय, येशूचा अपमान करताय. तुमचं वागणं ख्रिश्चन धर्माच्या शिकवणुकीच्या विरुद्ध आहे.' असं ते त्याला म्हणू शकले नाहीत.

ग्रीक सरकारसुद्धा आर्च-बिशपला असं म्हणू शकलं नाही की तुम्ही राजीनामा दिला पाहिजे. कारण तुम्ही या पदाला योग्य नाही. ज्यानं कुणाचं काहीच वाईट केलेलं नाही अशा निर्दोष व्यक्तीशी तुमचा हा गैरव्यवहार आणि सततच्या धमक्या— पंचवीस माणसांना जिवंत जाळू अशा गालिच्छ धमक्या — याला धार्मिक तर सोडाच पण सभ्यपणा मानणंही शक्य नाही.

पण लोकांतही साहस दिसत नाही आणि सरकारमध्येही नाही. माणसांत काही दमच उरला नाही असं वाटतं. मी जगभर हिंडलो आहे. माझा अनुभव असा आहे की खच्चीकरण करून भावी सांडाला जसं बैल बनवलं जातं अगदी तसंच हे सर्व धर्म, शतकानुशतकं, माणसाचं खच्चीकरण करत आलेत. ते तुमचं साहस आणि गौरव नष्ट करत आलेत. तुम्हाला गुलामीची इतकी सवय झालीय की तुम्ही बंडही करू शकत नाही आणि आज बंडाचीच आवश्यकता आहे. सर्व मानवतेनं, सगळ्या सीमा, अधिकार क्षेत्रं, तुरुंग आणि बंधनं यांच्याविरुद्ध बंड करणं ही आजची सर्वांत मोठी आवश्यकता आहे.

जरी कार्ल मार्क्सशी मी सहमत नसलो तरी त्याचं एक वचन अमान्य करणं अशक्य आहे. तो म्हणतो, 'सर्व धर्मांनी तुमच्या बंधनांना फुलांनी सजवून टाकलंय. हेतू हा की तुम्हाला बेड्या दिसू नयेत. फुलंच फक्त दिसावीत.'

फेकून द्या ही सर्व फुलं आणि तोडून टाका सगळ्या बेड्या. मगच तुम्ही स्वतंत्र व्हाल. तुमचं हृदय तुमचं असेल. तुमचं जीवन हास्यानं भरेल. विनाकारण दुःखी कष्टी होण्यासाठी आपलं जीवन नाही. पण दुःखी राहण्याची आपल्याला सवयच झालीय, आपल्याला दुःखी राहयलाच शिकवलंय. त्यामुळे सुखाचे प्रसंगही आपण गमावतो, असं दिसतं.

बालीमध्ये एक जुनी म्हण आहे. 'तुम्ही आनंदी असाल तर तुम्ही केव्हाही नृत्य शिकू शकता.' पण माणूस मुळातच आनंदी नाही. उलट इतका दुःखी आहे की आपलं दुःख विसरण्यासाठी तो दारू प्यायला लागतो, काही तास तरी दुःखातून सुटका व्हावी म्हणून तो अफिम, मारिजुआना, हशीश, ही आणि अशीच आणखी काही मादक द्रव्यं घ्यायला लागतो.

दुःखी होण्याचं काही कारणच नाही. खरं तर दुःख अपवाद असायला पाहिजे आणि प्रसन्नता सहज, स्वाभाविक गोष्ट. कुणाला असं विचारायला लागू नये की आज फार खुषीत दिसताय. काय झालं?' पण परिस्थिती अशीच आहे खरी!

जर तुम्ही खूष, हसतमुख आणि प्रसन्न दिसलात तर लोक तुमच्याकडे निरखून पाहतील. जणू काही तुमचं काही तरी चुकलंय. या बिचाऱ्याला काय झालं? हा हसतोय का? एवढा प्रसन्न का? काही समजत नाही. कुणी ना कुणी विचारणारच, 'भानगड काय आहे?' पोलिस येऊन विचारील, 'मिस्टर, हसताय का? नाचताय कशासाठी? इथं गर्दी जमवून ट्रॅफिक जाम का करताय?'

निरोगी आणि सुखी असण्याचं कारण सांगण्याची आवश्यकता आहे का? पण दुःखी माणसाला कुणी काहीही विचारत नाही. त्याच्याकडे कुणी थांबून पाहतही नाही. उदासीनतेला सहज प्रवृत्तीप्रमाणे मान्यता आहे. म्हणून कुठल्याही— चौकशीची, कारणाची गरज नाही. यासंबंधी विचार करा म्हणजे माणूस किती विमनस्क आणि विक्षिप्त अवस्थेत पडलाय ते कळेल आणि त्यावर विश्वास ठेवणं तुम्हाला कठीण जाईल.

एका डॉक्टरनं त्याच्या एका पेशंटला फोन केला आणि त्याच्या तपासणीचा रिपोर्ट सांगून तो पुढे म्हणला, 'माझ्याकडे एक वाईट बातमी आणि दुसरी त्याहूनही वाईट बातमी आहे. वाईट बातमी ही आहे की आपण फक्त चोवीस तास जगणार आहात. त्याहून जास्त जगण्याची आशा नाही.'

'नाही. नाही. असं म्हणू नका हो, डॉक्टरसाहेब', रोगी काकुळतीनं म्हणला, 'याहून आणखी वाईट बातमी काय असणार!'

डॉक्टरनं उत्तरं दिलं, 'मी तुम्हाला कालपासून फोन करायचा प्रयत्न करतोय. पण लाइनच मिळत नव्हती.'

माणसाची यापेक्षा वाईट अवस्था काय असणार? पण झाली आहे खरी! तो हसणं विसरलाय. जे हास्य घेऊन प्रत्येक मूल जन्माला येतं ते त्यानं हरवलंय. त्याला सुखाच्या मार्गाचा विसर पडलाय. पूर्णतेचं दार त्याला सापडत नाही.

जिथं जीवन आणि मृत्यूचं निरंतर मीलन होतं तिथंच, त्याच क्षणी, नेहमी तिथंच आणि तसंच ते दार उघडतं.

तुम्ही मृत्यूकडे तोंड करून बसायचं ठरवलंत. कारण ज्यांच्या हातांत सत्ता आहे त्यांच्या ते हिताचं होतं. पण तुम्ही औदासीन्यात बुडले असतानाही जीवन सरतेय, हे तुम्ही विसरलात.

एकदा कन्फ्युशिसला त्याच्या एका शिष्यानं विचारलं, 'खूष कसं राहता येईल? आनंदित कसं होता येईल?' कन्फ्युशिसनं उत्तर दिलं, 'तू मोठा विचित्र प्रश्न विचारलास. या तर स्वाभाविक गोष्टी आहेत. गुलाब कसं होता येईल? असं गुलाब

कधीच विचारत नाही.'

औदासीन्य आणि दुःख यांच्यासाठी कबरीत तुम्हाला खूप वेळ मिळेल. तिथं तुम्ही मनसोक्त दुःखी व्हा. पण जोपर्यंत जिवंत आहात तोपर्यंत तरी हसत-खेळत पूर्णत्त्वानं जगा. समग्रतेनं आणि गतिशील जगण्यातूनच खुषीचे पाझर फुटतील. एक प्रसन्न माणूस नक्कीच नृत्य शिकू शकतो. त्या जुन्या बाली म्हणीशी मी सहमत आहे.

आम्ही संपूर्ण मनुष्यजात आनंदानं नाचता गाताना पाहू इच्छितो. मग हा संपूर्ण ग्रहच परिपक्व होईल. चैतन्याच्या स्तरावर त्याचा विकास होईल. एका दुःखी, गंभीर माणसाचं चैतन्य धारदार, तीव्र होऊ शकत नाही. ते मंद, विझल्यासारखं, अंधारी असतं. जेव्हा तुम्ही मनापासून हसता तेव्हा सर्व अंधार नाहीसा होतो- जशी वीज चमकून गेली.

तुमच्या हास्यात तुम्ही सच्चे असता, स्वयम् असता. दुःखात तुम्ही आपला खरा चेहरा नकली मुखवट्यानं झाकता, कारण समाज तुमच्याकडून तशीच अपेक्षा करतो. तुम्ही खूप आनंदानं रस्त्यावर नाचावं, असं कुणालाही वाटत नाही. तुम्ही मनःपूर्वक हसावं, खदखदून हसावं, अशी कुणाचीही अपेक्षा नसते. उलट असं हसल्यास शेजारी तुमचा दरवाजा ठोठावून म्हणतील की हे काय चाललंय? बंद करा बघू! तुमच्या हसण्याचा आम्हाला डिस्टर्बन्स होतोय. त्रास होतोय. औदासीन्यच बरं! जो दुःखी नाही तो दुःखी माणसाला असह्य होतो.

सॉक्रेटिससारख्यांचा एकच दोष होता. तो म्हणजे ते आनंदी होते. त्यांच्या आनंदानं दुःखात जगणाऱ्या गर्दीत मत्सर निर्माण केला. लोकांच्या गर्दीला असा आनंदी माणूस असय झाला. त्याला संपवावंच लागलं. कारण असे लोक तुमच्या मनातील बंडाच्या शक्यतेला चाळवतात आणि तुम्ही बंडाला घाबरता.

व्यक्ती एकदा विद्रोहाच्या प्रेमात पडली की योग्य मार्गावर येते.

मी एक जुनी रशियन कथा ऐकलीय. चेम नगरातील लोक खूप काळजी करत. या काळजी करण्याच्या सवयीनं ते अगदी बेजार झाले होते. ते इतके हैराण झाले होते की आपण खूप काळजी करतो याची पण त्यांना काळजी वाटायला लागली. तेव्हा त्या नगराचे नगराध्यक्ष आणि प्रधान पुरोहित यांनी ऐरा नावाच्या एका दरिद्री माणसाला नोकरीवर ठेवलं. ऐराचं काम एवढंच होतं की त्यानं नगरातल्या सर्व नागरिकांच्या ऐवजी एकट्यानंच चिंता करायची. त्याबद्दल त्याला आठवड्याला चार रूबल मिळणार होते.

परंतु सर्व योजना फसली. कारण नोकरी मिळताच ऐराच्या आनंदाला पारावार राहिला नाही. त्यानं त्याचं गाव-रूथ- इथं जाऊन आपल्या कुटुंबीयांना ही आनंदाची बातमी सांगितली. 'चमत्त्कारच झाला! मला आठवड्याला चार रूबल मिळणार.

आता आपल्याला कोणत्याही गोष्टीची काळजी करायला नको.' अर्थातच त्याला नोकरीवरून काढून टाकण्यात आलं. कारण पूर्ण शहरच्या बदल्यात फक्त त्यानंच काळजी करायची होती अणि याबद्दल त्याला चार रूबल मिळणार होते. पण बिचारा गरीब ऐरा हे विसरला. ...चार रूबल दर आठवड्याला मिळणार म्हणून तो इतका खूष झाला की त्याच्या तोंडातून निघून गेलं, 'आता आपल्याला कोणत्याही गोष्टीची काळजी करायचं कारण नाही.' आणि अशा रीतीनं तो आपली नोकरी गमावून बसला.

हवामानातील बदलामुळे पॅडीची तब्येत थोडी बिघडली. तो त्याच्या डॉक्टराकडे गेला. डॉक्टरांनी त्याला तपासलं आणि सांगितलं, 'पॅडी, मला तुझ्या आजाराचं कारण सापडत नाही. कदाचित अती मद्यपानामुळे असं होण्याची शक्यता आहे.'

पॅडी उठून निघण्याची तयारी करता करता म्हणाला, 'असं असेल तर मग तुमची नशा उतरल्यावर मी पुन्हा येऊन भेटीन.'

हाइमी गोल्डबर्गला मानसोपचारतज्ज्ञानं अखेरीस विचारलं, 'मला सांगा महाशय, आपण आपल्या बहिणीचा इतका तिरस्कार का करता?' 'डॉक्टर साहेब, पण मला तर बहीण नाही.' गोल्डबर्गनं उत्तरं दिलं. 'हे बघा, मि. हाइम', मानसोपचारतज्ज्ञ म्हणाला, 'जर तुम्हाला माझ्याकडून उपचार करून घ्यायचा असेल, तर मी मांडलेल्या सिद्धान्ताप्रमाणे वागायला हवं आणि 'बहिणीचा तिरस्कार केल्यामुळे असा रोग होतो' हा माझा सिद्धान्त आहे. 'तेव्हा मला बहीण नाही' असं तुम्ही म्हणू शकत नाही.'

जर तुम्हाला बहीण नसेल, तर तो मनोविश्लेषण करूच शकत नाही आणि तुमचं सहकार्य तर आवश्यक आहे.

असं आहे हे जग! याहून अधिक वाईट काय असणार?

◆

३

मी जीवन-प्रेम शिकवतो, मृत्यू-पूजा नाही

प्रिय भगवान,
जीवनाचं उद्देश्य काय आहे?

जीवनाचं उद्देश्य जीवनाशिवाय दुसरं काहीही नाही. कारण परमात्म्याचं दुसरं नाव जीवन. जगातील प्रत्येक गोष्ट कुठल्या तरी साध्याचं साधन होऊ शकते, तिचं काही तरी प्रयोजन असू शकतं. पण कमीत कमी एका तरी गोष्टीला सर्वांचं साध्य म्हणून सोडावंच लागेल. तिला साधन बनवता येत नाही. तुम्ही त्या गोष्टीला अस्तित्त्व म्हणू शकता, वाटलं तर परमात्मा म्हणू शकता किंवा जीवनही म्हणू शकता. कारण एकाच सत्याची ही वेगवेगळी नावं आहेत.

आस्तिक विचारांच्या तत्त्वज्ञानींनी जीवनालाच ईश्वर म्हटलंय. पण यात धोका आहे. या विधानाविरुद्ध आक्षेप घेतले जाऊ शकतात, याचं खंडन केलं जाऊ शकतं. जवळ-जवळ अर्ध जग ईश्वरावर विश्वास ठेवत नाही. फक्त कम्युनिस्टच नाहीत, तर बौद्ध, जैन आणि इतर हजारो स्वतंत्र विचारांचे लोक नास्तिक आहेत. 'ईश्वर' हा शब्द फारसा सुरक्षित नाही. कारण तो माणसानं तयार केलाय. आमच्यापाशी त्याचं कुठलंही प्रमाण, पुरावा किंवा आधार नाही. हा कमीअधिक प्रमाणात एक पोकळ शब्द आहे. तुम्ही म्हणाल तो त्याचा अर्थ होतो.

'अस्तित्त्व' हा शब्द त्याहून चांगला आहे. या शतकातले थोर विचारवंत आस्तित्त्ववादी आहेत. त्यांनी ईश्वर हा शब्दच काढून टाकलाय. त्यांच्या दृष्टीनं अस्तित्त्व त्याचं त्याच्यात पुरेसं आहे, पूर्ण आहे; परंतु माझ्या दृष्टीनं ईश्वर जसा सर्वांच्या पार आहे, तसं अस्तित्त्वही सर्वांच्या पार आहे. कारण अस्तित्त्व या शद्बावरून ते जीवित आहे का मृत हे कळत नाही. त्या शब्दावरून ते विवेकपूर्ण आहे का नाही तेही कळत नाही. कदाचित ते विवेकशून्यही असेल. 'ते चैतन्यशील आहे'

याचंही प्रमाण मिळत नाही. तेव्हा ते अचेतन, जड असण्याचीही शक्यता आहे.

म्हणूनच मी 'जीवन' हा शब्द निवडला आहे. जे सर्व असायला पाहिजे, ते सर्व या शब्दात समाविष्ट आहे. शिवाय यासाठी प्रमाण गोळा करण्याचीही गरज नाही. कारण तुम्हीच स्वत: जीवन आहात. तुम्हीच प्रमाण आहात, तुम्हीच स्वत: त्याचं कारण आहात. जीवनाला नाकारता येत नाही. म्हणूनच इतिहासात एकाही विचारवंतानं जीवनाला नाकारलेलं दिसत नाही.

लाखो लोकांनी ईश्वराचा अस्वीकार केला. पण जीवनाचा अस्वीकार कसा करणार? तेच तुमच्या हृदयात धडकतंय, तुमच्या श्वासात सामावलंय, तुमच्या डोळ्यांतील ज्योती बनलंय. तुमच्या प्रेमात जीवनच प्रकट होतंय. या पर्वतांत, या नद्यांत, या वृक्षांत आणि या पाखरांत— हजारो रूपांत— ते उत्सव साजरा करतंय.

प्रत्येक गोष्टीचं लक्ष्य जीवन हेच आहे. म्हणूनच जीवनाचं लक्ष्य जीवनच. त्याचं दुसरं लक्ष्य नाहीच. दुसऱ्या शब्दांत सांगायचं म्हणजे जीवनाचं लक्ष्य सार्वत्रिक आहे. पसरणं, विकास पावणं, प्रेम, नृत्य, आनंद आणि उत्सव यांत डुंबणं - हे सगळं त्यात सामावलेलं आहे. हे सर्व जीवनाचे वेगवेगळे पैलू आहेत.

परंतु आजपर्यंत कोणत्याही धर्मानं जीवनाला आमच्या सर्व प्रयासांच्या आणि प्रयत्नांच्या लक्ष्याच्या स्वरूपात स्वीकारलेलं नाही. उलट ते जीवनाला नाकारत राहिले आणि एका काल्पनिक ईश्वराला सत्य मानत आले. पण जीवन सत्य असल्यामुळे हे सर्व जीवन-विरोधी धर्म हजारो वर्षं झाली तरी जीवनावर आपला ठसा उमटवू शकले नाहीत. त्यांचा ईश्वर जीवनाच्या गाभ्याचा केंद्रबिंदू नव्हता. उलट तो जीवनाचा त्याग केल्यावरच मिळू शकत होता. या अत्यंत दुर्दैवी स्थितीतून मानवतेला जावं लागलंय. जीवनाचा त्याग म्हणजेच मृत्यूचा सन्मान.

तुमचे सर्व धर्म मृत्यू-पूजक आहेत. तुम्ही फक्त मृत संतांची पूजा करता हे अनपेक्षित नाही. जेव्हा ते जिवंत असतात, तेव्हा त्यांना सुळावर चढवता, दगड मारता, विष पाजता आणि मेल्यावर त्यांची पूजा करता. अचानक परिवर्तन होतं. तुमचा दृष्टिकोन संपूर्ण बदलतो. या बदलाच्या मानसशास्त्राचा कुणी खोलवर विचार केलेला नाही. पण जीवित संतांची निंदा आणि मृत संतांची पूजा का होते, ही विचार करण्यासारखी गोष्ट आहे. याचं कारण हेच की मृत संत धार्मिक होण्यासाठी ठेवलेल्या सर्व अटी पुऱ्या करतात. ते बिचारे हसत नाहीत, आनंदित होत नाहीत, प्रेम करत नाहीत, नृत्य करत नाहीत. थोडक्यात अस्तित्त्वाबरोबर कोणत्याही प्रकारचा संबंध ठेवत नाहीत. त्यांनी जीवनाचा संपूर्ण त्याग केलाय- ते श्वास घेत नाहीत. त्यांच्या हृदयाची धडधड होत नाही – ते पूर्णत: धार्मिक आहेत. ते कुठलं पापसुद्धा करू शकत नाहीत. ते विश्वास ठेवण्यास योग्य झालेत याबद्दल अजिबात शंका नाही. तुम्ही त्यांच्यावर भरोसा ठेऊ शकता.

पण जीवित संत एवढा भरोसेलायक नसतो. त्याचं मन उद्या बदलूही शकतं. पापी पुण्यवान होतात आणि पुण्यवान पापी होतात— तेव्हा जोपर्यंत ते मरत नाहीत, त्याच्याबद्दल खातरीनं काही सांगता येत नाही. तुम्ही मंदिर, मशीद, चर्च, सिनेगॉग, गुरुद्वारा, इथं मृतांना पुजण्याच्या मूळ कारणापैकी हे एक आहे. ...तुम्ही मृतांना पूजता आणि एक जिवंत माणूस मूडद्याची पूजा करतोय, वर्तमान भूतकाळाची अर्चना करतोय, जीवनाला मृत्यूची आराधना करायला विवश केलं जातंय, यातील मूर्खपणा पण तुम्हाला दिसत नाही.

जीवनाविषयी नकारात्मक भावनेनं भरलेल्या या धर्मांमुळेच युगानुयुगं 'जीवनाचा उद्देश्य काय?' हा प्रश्न पुन:पुन्हा विचारला जातोय. तुमच्या धर्मांप्रमाणे जीवनाचं लक्ष्य जीवनाचा त्याग करणं, जीवन नष्ट करणं आणि एका प्राचीन कल्पित परमात्म्याच्या नावानं स्वत:ला सतावणं हेच आहे.

पशूंना जीवनाशिवाय दुसरा धर्म नाही. तसंच या वृक्षांच, चंद्र-ताऱ्यांचं - त्यांना जीवनाशिवाय दुसरा धर्म माहीत नाही. माणूस सोडून सर्व अस्तित्त्व जीवनावरच भरोसा ठेवतं. जीवनाला सोडून ना कुठला ईश्वर आहे, ना मंदिर, ना धर्मशास्त्र. जीवनच सर्व काही आहे. जीवन म्हणजेच ईश्वर, जीवन म्हणजेच मंदिर आणि जीवन म्हणजेच धर्मशास्त्र. हे जीवन समग्रतेनं आणि मनापासून जगणं हाच खरा धर्म. एकमात्र धर्म. मी तुम्हाला अशा पूर्णतेनं आणि समग्रतेनं जीवन जगायला शिकवतो की प्रत्येक क्षण एक उत्सव व्हावा. याशिवाय जीवनाचं दुसरं काहीही उद्देश्य नाही. उद्देश्याचा विचार आल्याबरोबर मनात भविष्याचा विचार येतो. कारण कोणत्याही लक्ष्याला, साध्याला, उद्देश्याला भविष्य आवश्यक असतं. सर्व लक्ष्य तुम्हाला वर्तमानातून दूर करतात. पण वर्तमान हेच वास्तव आहे, एकमेव सत्य आहे. भविष्य केवळ तुमची कल्पना आहे आणि भूत तुमच्या स्मृतीवर उमटलेल्या पदचिन्हांप्रमाणे आहे. आता भूत खरा राहिलेला नाही आणि भविष्य अजून वास्तव, खरा ठरलेला नाही.

केवळ हा क्षणच सत्य आहे आणि हा क्षण तुम्ही कुठल्याही दबावाला बळी न पडता, कुठलाही अडथळा न मानता, भविष्यातील लोभाची अथवा भयाची पर्वा न करता, भूताची पुनरावृत्ती न करता, आठवणीत हरवून न जाता, कल्पनांमध्ये गुंतून न पडता- म्हणजेच अगदी ताजं होऊन, तरुण होऊन ताजेपणानं जगता तेव्हा जी पवित्रता, निर्दोषता प्राप्त होते, त्या सरळ गोष्टीतच मला देवपण दिसतं.

माझ्या दृष्टिनं ज्यानं सृष्टीला जन्म दिला तो परमात्मा नाही, तर तुम्ही ज्याला जन्म देता तो परमात्मा- आपल्याकडून समग्रतेनं, पूर्ण गतीनं, काहीही राखून न ठेवता मनापासून जगून जेव्हा तुमच्या जीवनातील प्रत्येक क्षण आनंद होतो, नृत्य होतो, संपूर्ण जीवन एक आनंदाचा आणि प्रकाशाचा महोत्सव होतो— बस! प्रत्येक

क्षण अत्यंत मोलाचा आहे. कारण एकदा तो गेला की कायमचा गेला.

कुठल्याही लक्ष्यासाठी जगणं म्हणजे वर्तमानातल्या क्षणात न जगणं. स्वर्ग मिळविण्यासाठी जगणं हाही एक लोभ आहे.... तुम्ही वर्तमानाला गमावता आणि ज्याला काही आधार नाही, प्रमाण नाही अशा काल्पनिक स्वर्गाच्या पायावर तुमच्या हातांत असलेल्या अमूल्य सत्याचा बळी चढवता.

जीवनाचं उद्देश्य जीवनच आहे – महान जीवन, उच्च कोटीचं जीवन, अधिक सखोल जीवन—पण नेहमी जीवनच. जीवनापेक्षा श्रेष्ठ दुसरं काही नाही. मग जीवनाबद्दल आदर वाटणं अनिवार्य होतं. जर जीवनाचं लक्ष्य जीवनच असेल तर जीवनाबद्दल आदर बाळगणं हाच तुमचा धर्म ठरतो. मग दुसऱ्यांच्या जीवनाबद्दलही आदर बाळगा. कुणाच्याही जीवनात हस्तक्षेप करू नका. तुम्हाला जो मार्ग बरोबर वाटतो त्या मार्गावर दुसऱ्यांना चालवण्याचा प्रयत्न करू नका. तुम्ही त्या मार्गानं जाऊ शकतां. ते तुमचं स्वातंत्र्य आहे. पण कधीही दुसऱ्यावर ते लादू नका.

जगाला संघटित धर्मांची आवश्यकता नाही; परंतु जे हिंदू, मुसलमान, ख्रिश्चन असे कुणीही नाहीत, जे स्वर्ग किंवा बहिश्त यांच्या शोधात नाहीत, उलट समृद्ध आणि सखोल जीवनाच्या शोधात आहेत अशा धार्मिक व्यक्तींची मात्र आवश्यकता आहे. जसजशी जीवनाची खोली वाढत जाते तसतसं तुम्हाला इथेच स्वर्ग आहे हे समजतं, तुम्ही परमेश्वराच्या राज्यातच प्रवेश करता. या राज्याची दारं तुमच्या हृदयात आहेत. पण लोक आंधळे आहेत आणि परंपरा त्यांना आणखी आधळं करते. आंधळे, कधी विचार न करणारे, शंक न घेणारे, अविश्वास न दाखवणारे अशा लोकांचा परंपरा आदर करते. मशीनप्रमाणे आज्ञेचे पालन करणारे लोक परंपरेला आवडतात. रूढीवाद्यांच्या बुद्धीनुसार कदाचित मशीन्सच सर्वांत धार्मिक असतील. कारण ती कधीच अवज्ञा करत नाहीत.

माझ्या अंतर्दृष्टीनुसार बंड न करणारी व्यक्ती धार्मिक असूच शकत नाही—भूतकाळाच्या विरुद्ध बंड, संघटित धर्माविरुद्ध बंड आणि तुमच्यावर अधिकार गाजवू पाहणाऱ्या लोकांविरुद्ध बंड. त्या सर्वांनी तुमच्यावर स्त्ता गाजवण्यासाठी मोठ्या सुंदर युक्त्या योजल्यात – 'आमचा धर्म सर्वात प्राचीन आहे, सनातन आहे.' मग काय झालं? याचा अर्थ इतकाच की तुमचा धर्म सर्वांत जास्त सडलेला आहे; परंतु तुम्ही धर्मावर श्रद्धा ठेवावी म्हणून ते धर्म सर्वांत प्राचीन असल्याचं सांगतात—जर दहा हजार वर्षांत कुणी कसली शंका घेतली नाही, सगळे आज्ञा पाळताहेत तेव्हा यात काहीतरी सत्य नक्कीच असणार. प्रत्येक धर्म प्राचीनत्त्व, सनातनपणा याचा आधार घेतो. पण जे धर्म एवढे जुने नाहीत त्यांना याच्या उलट बोलावं लागतं. उदाहरणार्थ, शिखांचा धर्म फक्त पाचशे वर्षांचा आहे किंवा इस्लाम फक्त चौदाशे वर्षांचा आहे. अशा वेळी हे धर्म म्हणतात की जुने धर्म हे ईश्वराकडून माणसांसाठी

पाठवलेल्या संदेशाच्या जुन्या आवृत्या आहेत. आम्ही माणसांसाठी नव्यातला नवा संदेश आणला आहे.

हजरत महम्मद म्हणतात की माझ्या आधी खूप पैगंबर झालेत. पण माझ्या नंतर आणखी कुणी पैगंबर होणार नाही. कारण मी खुदाचा शेवटचा संदेश आणला आहे. म्हणूनच त्यांनी घोषणा केली की एकच अल्ला आहे, एकच धर्मग्रंथ आहे- कुराण आणि एकच पैगंबर आहे- महम्मद. माझ्या नंतर जो कुणी 'त्याचा खुदाशी सरळ संपर्क आहे' असा दावा करील तो महापापी, कृतघ्न, नास्तिक असेल.

सर्व धर्म हेच करताहेत. कुणीतरी आपल्या धर्माचे नियम व प्रस्थापित रचना बदलेल या भीतीनं ते दारच बंद करून टाकतात. पण काळाबरोबर सर्वच बदलत असल्यामुळे परिवर्तनाची निश्चितच आवश्यकता असते. जर आता महावीर आला तर सगळं बदललंय हे त्यालाही दिसून येईल.

जीवन स्थिर राहणारी गोष्ट नाही. हा एक प्रवाह आहे नदीसारखा - सतत वाहणारा. त्याला सतत बदलाची आवश्यकता आहे. प्रत्येक क्षणाला जागृत असण्याची गरज आहे. नाहीतर तुम्ही मागे पडाल आणि मागे न पडणं हे प्रतिभेच्या विकासासाठी उचलल्या गेलेल्या महत्त्वाच्या पावलांपैकी एक आहे. जवळ-जवळ सर्व जगच मागासलेलं आहे व तुम्ही ज्यांची पूजा करता तेच या मागासलेपणाला, अविकसितपणाला जबाबदार आहेत. हजारों वर्षांपूर्वी ते थांबले आणि तुम्ही आजही त्यांना अनुसरत आहात. मधल्या काळात प्रत्येक गोष्ट बदललीय.

एक दिवस ढब्बूजी काही कारणानं ऑफिसातून लवकर घरी आले. घरी येऊन पाहताहेत तर काय त्यांची पत्नी नग्नावस्थेत पलंगावर झोपली आहे, ती बेचैन आहे, दीर्घ श्वास घेतेय, गोंधळलेली आहे. ढब्बूजींनी घाबरून विचारलं, 'प्रिये, तुला काय होतंय? काही त्रास होतोय?' थरथरत्या आवाजात तिनं उत्तर दिलं 'हं... हं... क... कदाचित... म... मला हार्ट ॲटॅक आलाय.'

हे ऐकताच ढब्बूजी वाऱ्यासारखे धावत खालच्या मजल्यावर गेले आणि डॉक्टरांना फोन करायला लागले. त्यांच्या कपाळावरून घाम गळत होता. ते नंबर फिरवत असतानाच त्यांची चार वर्षांची मुलगी धावत धावत तिथं आली आणि म्हणाली 'बाबा, बाबा, वर चला. मला भीती वाटतेय. वरती पलंगाखाली एक माणूस लपलाय.'

बिचारे ढब्बूजी फोन ठेऊन वरती धावले. पाहतात तो त्यांचा जिवलग दोस्त चंदूलाल अगदी नग्नावस्थेत घाबरून पलंगाखाली अंग चोरून बसलाय. 'ही काय मजा करण्याची वेळ आहे, चंदूलाल?' ढब्बूजी रागानं म्हणाले, 'तुला लाज वाटली पाहिजे. इथं माझी बायको हार्ट ॲटॅकमुळे तळमळतेय आणि तू मुलीला घाबरवण्यासाठी नग्नावस्थेत माझ्या घरात घुसलायस.'

जग मूर्खांनी भरलंय असंच वाटतंय!

दुसऱ्या महायुद्धाच्या वेळी जर्मनीत घडलेली एक गोष्ट. खूप गर्दी असल्यामुळे एका नाझी सैनिकाला रेल्वेच्या डब्यातून एका ज्यू कुटुंबाच्याबरोबर प्रवास करावा लागला. ज्यूंचा पराकोटीचा तिरस्कार करणारा तो नाझी सैनिक एक तासभर गप्प बसला. पण मग कुतूहलानं त्यानं विचारलंच, 'ज्यू चतुर, चलाख आणि पैसे कमावण्यात फार हुषार असतात, असं ऐकलंय. जरा हे तर सांगा की ही हुषारी येते कुठून?' 'महाशय, ही आमच्या विशेष खाण्यापिण्याची करामत आहे.' ज्यूनं उत्तर दिलं, 'माशांची शेपटी खाल्ली तर बुद्धी वाढते.' असं म्हणून त्या ज्यू माणसानं आपली बॅग उघडली आणि माशांच्या शेपट्यांचे तुकडे काढून आपल्या बायको-मुलांना देत म्हणाला, 'चला, जेवायची वेळ झाली.'

नाझी सैनिक थोडा वेळ गप्प बसला. मग म्हणाला, 'हे, बघा, काही तुकडे मला पण द्या.' ज्यू खूष झाला. म्हणाला 'सहा तुकड्यांना पंचवीस डॉलर पडतील.'

'ठीक आहे, ठीक आहे', सैनिक जोरात म्हणला, 'हे घ्या पंचवीस डॉलर.'

'त्या कुटुंबानं पंचवीस डॉलरच्या बदल्यात त्या सैनिकाला कच्च्या माशांच्या सहा शेपट्या दिल्या. त्यानं मोठ्या मुश्कीलीनं त्या चावायला सुरवात केली. मध्येच त्याला उलटी होणार असं वाटायला लागलं. तेव्हा ती ज्यू बाई त्याला धीर देत म्हणाली, 'सुरुवातीला असं होतं.'

त्या नाझी सैनिकानं त्या शेपट्या कशा तरी खाल्ल्या आणि त्या ज्यूला विचारलं, 'भाईसाहेब, लोक माशांच्या शेपट्या कचऱ्यात टाकतात. तुम्ही माझ्याकडून यांचे पंचवीस डॉलर घेतलेत. हा जुलूम नाही का?' 'किंमत पाहू नका, साहेब. परिणाम पाहा, परिणाम!' ज्यू बढाई मारत म्हणाला, 'माशांच्या शेपट्या खाताच आपण अकलेनं बोलायला लागलात.'

◆

४

ध्यानाचं वातावरण:
प्रेमाची फुले

प्रिय भगवान,
स्वत:वर प्रेम करण्याचा अर्थ काय?

प्रेमाची सुरवात स्वत:पासून करू नये. कारण तुम्हाला तुम्ही कोण हेही माहीत नाही. मग तुम्ही प्रेम करणार कोणावर? जर प्रेमाची सुरवात तुम्ही स्वत:पासून केली तर तुम्ही तुमच्या अहंकारावरच प्रेम कराल. हा अहंकार म्हणजे तुमचं खोटं व्यक्तित्त्व आहे. हा तुमचा आत्मा नाही. बहुतेक सर्वजण आपल्या अहंकारावरच प्रेम करतात, आपल्या व्यक्तित्त्वावरच प्रेम करतात. माणूस स्वत:च्या अहंकारावर किती प्रेम करतो? तर तुम्ही जर एखाद्या कुरूप स्त्रीलाही 'तू सुंदर आहेस' असं म्हटलं, तर ती या विधानाला नकार देणार नाही.

मी एक गोष्ट ऐकलीय. दोन वृद्ध मित्र रस्त्यात भेटले. एका वृद्धानं खोकत खोकत दुसऱ्याला विचारलं, 'अरे भाई, मागच्या दोन महिन्यांत दिसला नाहीस. तब्येत तर ठीक आहे नं?''

''अरे माझ्या तब्येतीला काय झालंय?'' त्यानं काठी टेकत पहिल्या वृद्धाला इशारा करून एका कोपऱ्यात बोलावलं आणि मग कुजबुजला, 'दोन महिने मी जेलमध्ये होतो. समजलं?'

''जेलमध्ये? तुला कसली शिक्षा झाली?'' पहिल्या वृद्धानं आश्चर्यानं विचारलं.

''सजा नाही रे, मजा झाली मजा!'' अतिशय आनंदानं काठीचा आधार घेत आपला तोल सांभाळत व डोळा मारत दुसरा वृद्ध सांगू लागला, ''दोन महिन्यांपूर्वी असाच बाजारात जाताना दमलो म्हणून इथंच जरा टेकलो. तेवढ्यात एक अप्सरेसारखी सुंदर नवयौवना पोलिसाबरोबर आली आणि माझ्याकडे बोट दाखवून म्हणाली, 'हाच तो माणूस. यानं माझ्यावर बळजबरी केली आणि मला दिवस गेले.'' तिचा हा आरोप

मला इतका आवडला की मी रोमांचित झालो आणि अपराध कबूल केला.''

तुम्ही कित्येक गोष्टी स्वीकारल्यात त्या खऱ्या नाहीत हे चांगलं माहीत असूनसुद्धा. लोक म्हणतात की तुम्ही फारच सच्चे आणि प्रामाणिक आहात, प्रेमळ आणि निष्ठावंत आहात – आणि तुम्ही कधीही हे नाकारत नाही. मी या अशा प्रेमाबद्दल बोलत नाही.

तुम्ही खरोखरच 'स्व' वर प्रेम करावं, असं मला वाटतं. कारण जोपर्यंत व्यक्ती स्वतःवर प्रेम करत नाही, तोपर्यंत दुसऱ्या कुणावरही प्रेम करू शकत नाही. 'आत्म-प्रेम' कळल्याशिवाय 'प्रेमा'चा अर्थ कळणार नाही. पण स्वतःवर प्रेम करण्यापूर्वी तुम्ही स्वतःला ओळखलं पाहिजे. 'आपण कोण आहोत', हे समजलं पाहिजे. पाहिलं आत्म-ज्ञान मग प्रेम. म्हणून ध्यान प्रथम, प्रेम त्यानंतर.

जेव्हा तुम्ही ध्यानात मग्न व्हायला लागाल, डुंबायला लागला तेव्हा एक चमत्कार घडून येईल. तुम्ही तुमचं व्यक्तिमत्त्व आणि अहंकार यांच्या कैदेतून बाहेर पडाल आणि स्वतःच्या आत्म्याची, तुमच्या खऱ्या अस्तित्त्वाची तुम्हाला जाणीव होईल. मग प्रेम अपोआपच चालत येईल. प्रेम निर्माण करण्यासाठी तुम्हाला श्रम करावे लागणार नाहीत. फुलाप्रमाणे अगदी सहजतेनं प्रेम फुलेल. पण हे प्रेमाचं फूल उमलायला एका विशिष्ट वातावरणाची, खास परिसराची गरज असते. या विशिष्ट वातावरणालाच मी ध्यान म्हणतो. जिथं मन शून्यात विलीन होतं, मनातील तर्कवितर्क मिटतात, आणि आत फक्त शांती आणि मौन राहतं, सर्व स्वच्छ आणि स्पष्ट होतं ... अशा वातावरणात अपोआप मनात हजारो फुलं फुलतात. त्यांच्या सुगंधालाच म्हणतात प्रेम.

पहिलं मीलन 'स्व'शीच होतं म्हणून तुम्ही स्वतःवर प्रेम करणं स्वाभाविकच आहे. तुमच्या आंतरातून येणारा सुगंध सर्वांत प्रथम तुम्हालाच जाणवेल. आत फाकलेला प्रकाश आणि आत होणारी आनंदाची बरसात यांची प्रथम जाणीव तुम्हालाच होणार. मग प्रेमपूर्ण होणं हा तुमचा स्वभावच होईल— मग तुम्ही पुष्कळांवर प्रेम करू शकाल, सगळ्यांवर प्रेम करू शकाल.

खरं तर आपल्या आज्ञानामुळे आपण ज्याला प्रेम समजतो, तो फक्त संबंध असतो, एक नातं असतं. पण जेव्हा आपण जागृत होतो, चैतन्यमय होतो तेव्हा प्रेम हा संबंध किंवा नातं राहत नाही. त्याची गुणवत्ताच बदलून जाते. 'मग मी तुझ्यावर प्रेम करतो' असं म्हणण्यापेक्षा 'मी प्रेम आहे', असं म्हणणंच जास्त योग्य ठरेल.

हा सूक्ष्म फरक समजावून सांगावा लागेल. जेव्हा मी म्हणतो की मी तुमच्यावर प्रेम करतो तेव्हा मी 'तुमच्या'शिवाय बाकी सर्व अस्तित्त्वावर प्रेम करत नसतो का? प्रेम जसजसं संकुचित होत जाईल तसतसं सीमित होत चार भिंतीत कैद होत जाईल. त्याचे पंख कापले जातील. मग ते मोकळ्या आकाशात, सूर्यप्रकाशात भरारी मारू

शकणार नाही. त्याचं स्वातंत्र्य नष्ट होईल. त्याची अवस्था सोन्याच्या पिंजऱ्यात बंद असणाऱ्या पक्षाप्रमाणे होईल. पिंजरा खूप सुंदर व मूल्यवान असू शकेल, पण पिंजऱ्यातला पक्षी आता मोकळ्या आकाशात भरारी मारणारा पक्षी राहिलेला नाही, हे लक्षात ठेवा.

प्रेमाला फक्त एका संबंधाचं रूप देता कामा नये. त्याला संकुचित करता कामा नये. उलट त्याला पसरवलं पाहिजे, विशाल बनवलं पाहिजे. प्रेम तुमची आभा झालं पाहिजे. तुमची मूळ गुणवत्ता, तुमचा स्वभाव, तुमचा आत्मा बनलं पाहिजे. सूर्य आपली किरणं कुणा विशिष्ट व्यक्तीसाठी पसरत नाही. अगदी तसंच प्रेमाचं आहे. ध्यानातून पसरणारं प्रेम खास कुणा व्यक्तीसाठी नसतं... उलट अनेक अनामिकांसाठी, अज्ञातांसाठी.

पहिला प्रेमाचा अनुभव स्वत:च्या आत, मनात होईल, स्वत:ला होईल आणि मग ते चहूबाजूला पसरायला लागेल. मग तुम्ही फक्त माणसांवरच प्रेम करणार नाही तर पक्षी, वृक्ष यांच्यावरही प्रेम करायला लागाल. तुम्ही फक्त प्रेमच कराल. प्रेमच होऊन जाल.

तुम्ही विचारता की स्वत:वर प्रेम करण्याचा अर्थ काय?

त्याचा अर्थ आहे. –ध्यान, स्वयं होणं आणि मग निसर्ग तुम्हाला प्रेमाची भेट देईल.

या पंडित-पुरोहितांचं काही ऐकू नका. ते प्रेमाचे शत्रू आहेत. ते जगाला, स्वत:चा तिरस्कार करायला शिकवतात आणि संपूर्ण जगाचाही तिरस्कार करायला शिकवतात. कारण त्यांच्या शिकवणुकी प्रमाणे तुमचा जन्म पापातून झालाय आणि मागच्या जन्मी केलेल्या दुष्कर्मांची फळं, अशुभ कृत्यांची फळं या जन्मी तुम्ही भोगत आहात. ज्यासाठी तुम्ही अपात्र आहात, ज्याचा तुम्हाला अधिकार नाही, ज्याच्यासाठी तुम्ही दावेदार नाही, जे तुम्ही मिळवलेलं नाही अशा जीवनाला एक भेट म्हणून, एक बक्षीस म्हणून आनंदानं आणि कृतज्ञतेनं कोणताही धर्म स्वीकारत नाही.

तेव्हा पहिली गोष्ट -पंडित-पुरोहितांपासून दूर राहा. त्यांनी तुम्हाला जीवनातील नकारात्मक मूल्यं शिकवलीत. जीवनाकडे सकारात्मक दृष्टीनं तुम्ही पुन्हा पाहवं म्हणून मी प्रयास करतोय. यालाच मी 'स्ववर प्रेम करणं' म्हणतो. स्वत:च स्वत:ला पापी मानू नका. जर तुम्ही स्वत:ला पापी समजलात तर स्वत:चा स्वीकार कसा करणार? स्वत:ला पापाचं गाठोडं समजलात, लाखो-करोडो जन्मांत केलेल्या दृष्कृत्यांमुळे स्वत:ला अपराधी समजलात, तर स्वत:वर प्रेम कसं कराल? मग साहजिकच तुमचं मन स्वत:च्या तिरस्कारनं भरून जाईल.

आणि हाच प्रयत्न तुमचे पुरोहित, पाद्री, मौलवी करत आलेत. जीवनाचा त्याग करा, जीवनाचा तिरस्कार करा, सुखांची घृणा करा, प्रत्येक गोष्टीचा

तिरस्कार करा. स्वर्गात प्रवेश हवा असेल तर सर्व सुखांचा बळी द्या आणि स्वर्गातून कुणी परत येत नाही त्यामुळे पुरावाही मिळत नाही. स्वर्ग आहे यालाही काही पुरावा नाही. ...ही सगळी निरर्थक बकवास आहे. फुकटर्चं कसरत. यातून कुठलाही निष्कर्ष मिळत नाही.

एक वृद्ध पाद्री 'पाप' या विषयावर प्रवचन देत होता. चर्चमध्ये जमलेल्या श्रोत्यांना त्यानं सांगितलं की पाप कुत्र्यासारखं आहे. 'लोभरूपी कुत्रा', 'मोहरूपी कुत्रा', 'मत्सररूपी कुत्रा', 'अहंकाररूपी कुत्रा' आणि 'कामवासनारूपी कुत्रा'. स्वर्गाच्या रस्त्यात हे मोठमोठे भयानक कुत्रे भेटतील. ते तुम्हाला स्वर्गात प्रवेश करू देणार नाहीत. म्हणून ते तुमच्यावर झेप टाकून तुमचा स्वर्ग-प्रवेश थोपविण्यापूर्वीच तुम्ही एक-एक करून त्यांना नष्ट करा. हे काम कठीण आहे हे मला माहीत आहे. पण हे काम असंभव नाही. मी स्वत: मागील काही वर्षांत या सर्व कुत्र्यांचा नाश केलाय. पहिल्या प्रथम लोभरूपी कुत्रा मग मोहरूपी कुत्रा. मत्सररूपी आणि अहंकाररूपी कुत्र्यांना मारल्यावर सर्वांत शेवटी कामवासनारूपी कुत्र्यालाही मी मारलं.

'फादर' श्रोत्यांच्या गर्दीतील एका तरुणानं ओरडून वृद्ध पाद्र्याला विचारलं, 'त्या शेवटच्या कुत्र्याचा मृत्यू आपोआप झाला नाही, असं तुम्हाला खातरीनं वाटतं का?'

तुम्ही तुमचा स्वभाव बदलू शकत नाही. पण तुम्ही सहजपणे, स्वाभाविक ढंगानं जगलात तर परिवर्तन होतं, बरंच काही बदलतं, कामभावनाही विह्रन जाते. पण तुमच्या प्रयत्नामुळे नाही. जर तुम्ही प्रयत्न केलेत तरच उलट ती अवतीभोवती फिरत राहील. जेवढी तुम्ही तिला दाबून ठेवाल तेवढी ती अधिक बलवान होताना दिसेल. पण तुम्ही तिच्याबरोबर जेवढ्या सहजतेनं जगाल तेवढी तिच्या पार होण्याची शक्यता वाढेल.

रेडिओवर 'फेथ हीलिंग' चा कार्यक्रम चालू होता. म्हातारा मुल्ला नसरुद्दीन आणि त्याची बेगम गुलजान कार्यक्रम ऐकत होते. म्हातारपणी दुसरं काय करणार? हीलरनं आपली चिकित्सा-पद्धती समजावून सांगितली आणि तो म्हणाला, 'बंधू-भगिनींनो, ईश्वराच्या आशीर्वादानं आपण सर्व बरे व्हाल. आता आपल्याला फक्त एवढंच करायचं आहे की आपला एक हात रेडिओवर ठेवायचा आणि दुसरा आपल्या दुखऱ्या भागावर.'

म्हातारी बेगम उठली. तिनं एक हात रेडिओवर व दुसरा संधिवातानं दुखणाऱ्या कमरेवर ठेवला. म्हाताऱ्या मुल्लानं एक हात रेडिओवर व एक आपल्या जननेंद्रियावर ठेवला. ते पाहून म्हातारी गुलजान खवळून म्हणाली, 'अरे, हे काय करताय? म्हातारचळ तर लागला नाही? हीलर दुखऱ्या भागाला बरं कसं करता येईल ते सांगतोय. मेलेल्या अंगाला जिवंत करायला नाही सांगत.'

सहजतेनं, स्वाभाविकपणे, शांतिपूर्ण असं आपल्या आतील जगात जगा. थोडा वेळ स्वत:साठी काढा- एकांतात- मौन पाळा आणि आत डोकावून पाहा. मनाच्या पडद्यावरची दृश्य प्रत्यक्ष पाहा. हळूहळू विचार विरून जायला लागतात. असं करता करता एक दिवस मन इतकं शांत, स्थिर होईल की जणू ते सर्वांच्या पार गेलंय. त्याचं अस्तित्त्व राहिलेलंच नाही. फक्त एक शांतता... त्या क्षणी तुम्हीही राहत नाही.

या मौनात तुमच्या आतल्या जीवनाचा नवा विस्तार झालेला तुम्हाला दिसतो. या जीवन-विस्तारात क्रोध, लोभ राहू शकत नाहीत. हिंसा संपते. कामवासना लोप पावते.

याचं श्रेय तुम्हाला नाही. ही तुमची कमाई नाही. जीवनाचा नवा विस्तारच असा आहे. मनाच्या पार. तिथं असतं फक्त शुद्ध प्रेम. शंभर नंबरी सोनं. वासना आणि कामना यांच्या गाळापासून मुक्त. तिथं स्वर्गातील फल प्राप्तीसाठी नाही तर विनाकारण- करुणा असते. कारण करुणाच तिचं स्वत:चं फळ आहे, स्वत:च स्वत:चं बक्षीस आहे.

मग एक गूढ इच्छा जन्मते. त्या साऱ्या संपत्तीला, त्या खजिन्याला वाटून टाकण्याची. हा खजिना, ही संपत्ती तुमच्या मनात तुम्हाला सापडलीय. गच्चीवरून लोकांना ओरडून सांगावंसं वाटतं की तुम्ही दरिद्री नाही. स्वर्ग तुमच्या आंत आहे. भिकारी होऊन राहण्याची गरज नाही. तुम्ही जन्मजात सम्राट आहात. फक्त तुम्हाला तुमचं साम्राज्य शोधलं पाहिजे.

तुमचं साम्राज्य बाय जगात नाही तर आंतरातील गाभ्यात आहे. तुमच्यातच ते उभं आहे आणि निरंतर तिथंच राहणार आहे. तुमच्या परत येण्याची ते वाट पाहतेय.

प्रेमाचा एवढा मोठा पूर येईल की तो तुमच्यात सामावू शकणार नाही. तो दाही दिशांना वाहताना तुम्हाला दिसेल. आत लपलेल्या, सौंदर्याला तुमच्या गौरवाला, आंतरातल्या परमधनाला फक्त मिळवा. मग तुमचं जीवन एक गीत होईल, एक आनंदगान. एक नृत्य होईल. एक उत्सव होईल, अहर्निश चालणारा एक महोत्सव होईल. यासाठी तुम्हाला जीवन सकारात्मक तऱ्हेनं, लाइफ-अफर्मेटिव्ह प्रकारानं जगण्याची कला फक्त शिकायची आहे.

जीवनाबद्दल आदर बाळगणाऱ्या, सकारात्मक दृष्टिकोन असलेल्या व्यक्तीलाच मी धार्मिक मानतो. जीवनाकडे नकारात्मक दृष्टीनं पाहणारे लोक, स्वत:ला भलेही धार्मिक समजत असले तरी धार्मिक नाहीत. त्यांचं औदासीन्यच ते अधार्मिक असल्याचं सांगतं. त्याचं गांभीर्यच ते धार्मिक नसल्याचं सांगतं. जो खरा धार्मिक आहे. तो गंभीर असूच शकत नाही. तो प्रफुल्लित, आनंदी आणि हसतमुख असेल. त्याला विनोदाची समज असेल, दृष्टी असेल.

हे ब्रह्मांड आमचं आहे, आमचं घर आहे. आम्ही अनाथ नाही. ही धरती आमची माता आणि आकाश आमचा पिता आहे. हे विशाल विश्व आमच्यासाठी आहे आणि आम्ही त्याच्यासाठी आहोत. खरं तर आम्ही आणि संपूर्ण अस्तित्त्व यात विभागणी नाहीच. आम्ही जिवंत देहातील अंग-प्रत्यंगाप्रमाणे एकत्र जोडलेलं आहोत. आम्ही एकाच ऑर्केस्ट्राचे भाग आहोत. एकाच वाद्यवृदांतील वेगवेगळी वाद्यं आहोत.

अस्तित्त्वाच्या संगीताची अनुभूती हाच एकमात्र प्रामाणिक धर्म म्हणून मी स्वीकारतो. या धर्माचं कोणतंही शास्त्र नाही आणि त्याची आवश्यकताही नाही. या धर्माजवळ कोणत्याही ईश्वराची मूर्ती नाही, ज्याची पूजा करावी असं आराध्य दैवतही नाही. कारण या धर्माचा कपोलकल्पित गोष्टींवर विश्वासच नाही. याच्याजवळ संपत्ती आहे ती फक्त शांतीची, मौनाची. यातूनच कृतज्ञतेचा जन्म होतो, प्रार्थना निर्माण होते आणि संपूर्ण अस्तित्त्वच देवपणात रूपांतरीत होतं.

परमात्मा निराकार आहे. तो सर्व व्यापणारा आहे. वृक्षांत तो आहे, पशूंत आहे, पक्ष्यांत आहे आणि माणसातही आहे. बुद्धिमानांत आहे तसा निर्बुद्धांतही आहे. जिथं जीवन आहे तिथं देवपण सोडून दुसरं काहीही नाही. देवपण पंख पसरून उडायला तयार आहे— स्वातंत्र्यात, चैतन्याच्या संपूर्ण मुक्त आकाशात भरारी मारायला आतुर आहे.

हो! तुम्ही स्वत:वरही प्रेम कराल आणि संपूर्ण अस्तित्त्वावरही.

◆

५

हास्यात असते देवपणाची झलक

प्रिय भगवान,
आपलं हसणं किती गोड आहे. आपण सांगितलेले चुटके किती छान असतात. आपण स्वत:ही किती देखणे आहात.
प्रिय सदगुरू, आपण हास्याबद्दल काही सांगाल का?

जेव्हा भूक लागलेली असते तेव्हा जेवणाबद्दल चर्चा करायची तुमची इच्छा नसते. तुम्हाला जेवणच पाहिजे असतं. तुम्ही नदीत बुडत असताना 'पोहोण्याची कला' या विषयावर भाषण ऐकण्याची तुमची इच्छा नसते. प्रत्येक गोष्टीला योग्य वेळ आणि उचित संधीची गरज असते. तेव्हाच तिच्याबद्दल बोलता येतं. पण तरीही गैरसमजुती होतात. हास्य एक रहस्यमय गोष्ट आहे. त्याच्याबद्दल चर्चा करण्यापेक्षा त्याचा स्वाद घेणं, अनुभव घेणं जास्त चांगलं.

पण हसणं म्हणजे काय, असं कुतूहल वाटतं. हास्य हे तुमच्यात असलेल्या तत्त्वांतील सर्वांत प्रतिभाशाली तत्त्व आहे. म्हशी कधी हसत नाहीत आणि लक्षात ठेवा अशी हसणारी म्हैस तुम्हाला दिसली तर तुम्ही वेडे व्हाल. मग तुम्हाला परत ताळ्यावर आणणं कठीण.

कोणताही पशू हसत नाही. कारण कोणत्याही परिस्थितीत हास्यास्पदता पाहण्यासाठी आणि समजण्यसाठी तीव्र बुद्धिमत्तेची व संवेदनशील मनाची आवश्यकता असते.

चुटके म्हणजे आहे तरी काय? ते मोठ्या हुशारीनं तयार केलेले असतात. तर्कदृष्ट्या आणि बौद्धिक अंगानी आपण एका विशिष्ट दिशेनं विचार करायला लागतो. आता असं होईल, मग तसं होईल, असं आपल्याला वाटतं. तुमच्या अपेक्षेप्रमाणे सर्व घडत असतं. पण एक अचानक वळण येतं, अचानक अनपेक्षित काही घडतं आणि त्यामुळे हसू येत. हा तुमच्या बुद्धीनं केलेल्या अपेक्षांचा भंग

होण्याच्या आंतरिक प्रक्रियांचा परिणाम आहे. जसं तुम्हाला वाटत होतं तसं घडलं असतं तर हसू आलंच नसतं. पण तुम्ही ज्याचा विचारही केला नाही असं काही तरी पाहता... सगळं व्यवस्थित चाललेलं असतं आणि शेवटी असं काही घडतं की त्यापुढे तर्क, बुद्धी, मन यांचं काही चालत नाही.

सामान्य जीवनात हसू ही एकमात्र अशी गोष्ट आहे की जी मनापर्यंतच राहत नाही. म्हणून मी हास्याचा उपयोग तुम्हाला मनाच्या पार नेण्यासाठी, मनातीत होण्यासाठी, ध्यानाची झलक दाखविण्यासाठी करतो. मानवाच्या इतिहासात बहुधा मीच पहिली व्यक्ती असेन की जी चुटक्यांचा उपयोग ध्यानाची पूर्व तयारी म्हणून करत असेल.

येशू कधी हसला नाही, बुद्ध कधी हसला नाही, लाओत्सेही हसल्याचं कधी ऐकलं नाही. ते सगळे गंभीर होते आणि एका गंभीर कार्यात मग्न होते.

रोबिनोविच मॉस्कोच्या एका रेस्टॉरन्टमध्ये जाऊन वेटरला ऑर्डर देतो, 'एक कप चहा आणि एक 'प्रावदाचा अंक.'

वेटर विनयानं सांगतो, 'चहा आता आणतो, साहेब. पण माफ करा, 'प्रावदा' वर्तमानपत्र बंद पडलंय. कारण कम्युनिस्टांचं राज्य उलथलं गेलंय.'

'प्रावदा' रशियाच्या कम्युनिस्ट पक्षाचं प्रमुख दैनिक होतं. 'ठीक आहे, ठीक आहे' रोबिनोविच हसत म्हणला, 'मग फक्त चहाच आण.'

दुसऱ्या दिवशी हाच माणूस पुन्हा त्याच रेस्टॉरन्टमध्ये गेला आणि म्हणाला, 'एक गरमागरम चहा आणि एक 'प्रावदा'. वेटरनं कालचंच उत्तर पुन्हा दिलं. तिसऱ्या दिवशीही असाच संवाद झाला तेव्हा वेटर म्हणाला, 'साहेब, आपण फारच विसरभोळे आहात असं दिसतं. आपण सुशिक्षित, समजूतदार, सज्जन आहात. मी तुम्हाला किती वेळा सांगितलं की कम्युनिस्टांचं राज्य गेलं आणि 'प्रावदा'च प्रकाशनही बंद पडलंय.'

'मला माहीत आहे, बाबा, सगळं माहीत आहे' तो खुषीत म्हणाला, 'पण ही गोष्ट वारंवार ऐकायला फार बरं वाटतं.'

दोन ज्यू एका कॉफी हाऊसमध्ये बसून आपल्या नशिबाचं रडगाणं गात होते. एक म्हणाला, 'आम्ही किती दुर्दैवी आहोत! कधी प्लेग, कधी हत्याकांड, कधी जातीपातीचा भेदभाव तर कधी अडॉल्फ हिटलर... संकटांवर संकटं. यापेक्षा जन्माला आलो नसतो तरच बरं होतं!'

'तुझं म्हणणं बरोबर आहे' त्याचा मित्र म्हणल, 'पण असं भाग्य फारच थोड्यांच्या नशिबी असतं... पन्नास हजारांत एखाद्याच्या.'

समजून घ्यायचा प्रयत्न करा!

ऑफिसमध्ये रात्री बऱ्याच उशिरापर्यंत नव्या वर्षाची पार्टी चालली होती.

अचानक वीज गेली. अंधाराचा फायदा घेत ऑफिसमधील एका टाइपिस्टनं आपल्या प्रियकराचा हात धरला आणि त्याला ती शेजारच्या खोलीत घेऊन गेली. थोड्याच वेळात ते सोफ्यावर होते. त्यांचा श्वासोच्छवास जलद होत होता. प्रियकरानं टाइपिस्टवर चुंबनांचा वर्षाव केला आणि तिला घट्ट मिठी मारली तेव्हा तिनं दबल्या आवाजात विचारलं, 'रमेश, माझ्यावर असं प्रेम तू कधी केलं नव्हतंस. या अशा प्रेमाचं कारण नव-वर्ष आहे का?'

'नाही, ते कारण नाही' तो म्हणाला, 'त्याचं कारण मी रमेश नसून नसरुद्दीन आहे.'

जेव्हा तुम्ही मनापासून हसता तेव्हा मन त्यात नसतं. ते हसत नाही. मनाचा स्वभाव गंभीर आहे. उदास, दु:खी, आजारी आणि गंभीर राहणं हेच त्याचं काम. जेव्हा तुम्ही मनापासून हसता तेव्हा ते हसू तुमच्या मनातून येत नाही तर मनाच्या पलीकडून येतं, तुमच्या अंतरात्म्यातून येतं. माझ्या दृष्टीनं सर्व धर्म महत्त्वपूर्ण नियमांतील एक नियम विसरलेत आणि तो आहे हास्याचा नियम. त्यांनी सर्व जगाला गंभीर बनवून टाकलंय.

माझ्या लोकांनी या जगाला हास्य, खुषी, गीत आणि नृत्य यांनी भरून टाकावं असं मला वाटतं. आम्ही स्वर्गाच्या शोधात नाही. इथं आणि आता कसा स्वर्ग बनवता येईल या शोधात आम्ही आहोत. कारण मृत्यूनंतर काय होईल त्यात आम्हाला उत्सुकता नाही. जर आम्ही इथं आणि आताच स्वर्ग बनवू शकतो, तर नरकात आमची भेट झाल्यावर तिथंही आम्ही नक्कीच स्वर्ग निर्माण करू.

सर्व धर्म माझ्या माणसांची निंदा करतात, टीका करतात. तेव्हा आम्ही नरकात जाण्याचीच शक्यता जास्त आहे. पण मी धर्माच्या ठेकेदारांना धोक्याची सूचना देतो की माझ्या लोकांना नरकात पाठवू नका. जर तुम्ही तसं केलंत तर तुमच्यावर पश्चातापाची पाळी येईल. कारण माझी माणसं नरकालाही स्वर्गापेक्षा सुंदर आणि रसाळ बनवतील. तुमच्या स्वर्गात राहतात कोण तर - म्हातारे-कुरूप संत, महात्मा, हाडांची काडं झालेले मुनी, घाणेरडे तपस्वी आणि हसणंही ज्यांना माहीत नाही, असे नीरस लोक.

मला पूर्ण विश्वास आहे की माझे दहा लाख संन्यासी गात, नाचत, गिटार वाजवत, हसत, आपल्या चुटक्यांबरोबर नरकात प्रवेश करतील तेव्हा तिथलं वातावरणच बदलून जाईल. तिथली सगळी हवाच बदलून जाईल. आणि सैतानही तुमच्या आनंदोत्सवात सामील होईल असं मला वाटतं. तोही संन्यास घेईल. त्याचं नाव असेल- स्वामी आनंद सैतान.

◆

६

जागे व्हा- आणि मुक्त व्हा

प्रिय भगवान,

मी विचारत असलेला प्रश्न बहुधा माझ्या जीवनातील सर्वांत मूलभूत आणि अत्यंत महत्त्वाचा प्रश्न आहे. माझ्या मनातील आकांक्षांत सर्वांत शक्तिशाली आणि तीव्र इच्छा आहे- स्वातंत्र्याची भूक. खरं तर मी माझी सर्व जीवन शक्ती या गोष्टीकडेच लावली आहे. पण अजून मला स्पष्ट बोध झालेला नाही. सर्व गोष्टी स्पष्ट झालेल्या नाहीत. मुक्तीची आकांक्षा हा काय फक्त माझ्या मनाचा खेळ आहे? मुक्त होण्यासाठी मला काय केलं पाहिजे? प्रिय भगवान, मुक्ती म्हणजे काय, हे कृपया समजावून सांगा.

तुम्ही विचारू शकता अशा प्रश्नांतील हा सर्वांत मूलभूत आणि महत्त्वपूर्ण प्रश्न आहे. मी सतत तुमच्यापाशी स्वातंत्र्याबद्दल बोलत असतो- भिन्न भिन्न दृष्टिकोनातून, जेवढे शक्य आहेत त्या सर्व पैलूंतून, सर्व संभवनीय अर्थांतून. पण मला असं दिसतंय की तुम्ही माझं म्हणणं फक्त कानांनी ऐकलंय मनापासून पूर्ण ऐकलेलं नाही.

तुम्ही म्हणता की तुमच्या सर्व आकांक्षांत सर्वांत तीव्र आणि बलवान स्वातंत्र्याची इच्छा आहे- आणि मी तुम्हाला नेहमी सांगत आलोय की काही गोष्टींची कामना करता येत नाही. त्या गोष्टींना तुम्ही आपल्या वासना वा इच्छेचा विषय बनवू शकत नाही. स्वातंत्र्य ही गोष्ट त्यातलीच एक आहे. ती तुमचा जणू स्वभाव आहे, प्रकृती आहे- तुम्हाला ती मिळवायची नाही, ती मिळवण्यासाठी काहीही श्रम करायचे नाहीत. तिच्या इच्छेची किंवा भुकेची पण गरज नाही. कारण स्वातंत्र्य ही गोष्ट तुम्हाला मिळालेलीच आहे. तुमच्यापाशीच आहे.

तुमचा जन्म होताना तुम्ही मुक्तच असता. पण जगताना बेड्या घालून जगता. या बेड्या सोन्याच्या असल्यानं तुम्हीच त्या स्वतःच्या आवडीनं, खुषीनं, स्वेच्छेनं

स्वीकारल्यात हे लक्षात ठेवा. या सोन्याच्या बेड्या पद, प्रतिष्ठा, शक्ती आणि सन्मान यांच्यापासून निर्माण केल्या गेल्यात आणि फुलांनी आच्छादलेल्या आहेत. तुम्ही या आपल्या इच्छेनं घालून घेतल्यात. एवढंच नाही तर तुम्ही अधिक बेड्यांची इच्छा धरता. कारण त्यांना तुम्ही अलंकार समजता. त्या बेड्या मिळवणं हाच तुमच्या जीवनाचं उद्देश्य, लक्ष्य, आदर्श आणि कल्पना आहे, असं तुम्ही समजता आणि तीच तर अडचण आहे.

स्वातंत्र्य कसं मिळवायचं हा प्रश्न नाही तर या बेड्यांतून सुटका कशी करून घ्यायची हा खरा प्रश्न आहे. सर्वांत तुम्हाला एक गोष्ट लक्षात ठेवावी लागेल आणि ती म्हणजे बेड्यांकडे बेड्या म्हणूनच पाहायचं, दागिना म्हणून नाही. तुरुंगाला तुरुंगच मानायचं, घर नाही. विवाहाला बंधन म्हणायचं प्रेम नाही. अशा हजारो बंधनांत तुम्ही जखडलेले आहात. कसं तरी त्यांना ओढताय. जीवन एक ओझं झालंय- एक भार. या ओझ्याला कसंबसं स्मशान घाटापर्यंत न्यायचं या आशेवर तुम्ही जगताय... एक एक क्षण डोंगरासारखा वाटतो, संपता संपत नाही. यातून सुटका झाली तरच मुक्ती मिळेल असं वाटतं.

जिथं शांती आणि विश्रांती मिळेल असं जगात एकच ठिकाण आहे, असं वाटतं. हे ठिकाण म्हणजे कबर. याव्यतिरिक्त कुठंही गेलात तरी बंधनं आणि तुरुंग असणारच. त्यांची नावं वेगवेगळी असतील, बेड्यांचे रंग, रूप, आकार निरनिराळे असतील. कदाचित नव्या बेड्यांचं डिझाइन जुन्या बेड्यांपेक्षा वेगळंही असू शकेल... एखादा ख्रिश्चन हिंदू होतो किंवा एखादा हिंदू ख्रिश्चन होतो. त्यांनी फक्त आपले तुरुंग बदलले. दुसरा काहीही बदल झालेला नाही. आत्म्यात काहीही परिवर्तन झालेलं नाही. चैतन्याला स्वातंत्र्य मिळालं नाही. फक्त जुन्या बेडांच्या जागी नव्या बेड्या आल्या.

आणि लक्षात ठेवा की जुन्या बेड्यांपेक्षा नव्या बेड्या जास्त धोकादायक असतात. कारण जुन्या घासून घासून झिजलेल्या असतात. चटकन तोडता येतात. पण नव्या मजबूत असतात. त्या अधिक कौशल्यानं घडवलेल्या असतात. कारागिरीही जास्त असते. त्यांत आधुनिक तंत्राचा उपयोग केलेला असतो. जुन्या हातांनी तयार केलेल्या होत्या. एवढ्या चलाखीनं बनवलेल्या नव्हत्या. त्यात त्रुटी होत्या. कमकुवतपणा होता. तुम्ही अगदी सहजपणे त्यांच्यातून निसटू शकत होता.

पण या नव्या बेड्यांची गोष्टच वेगळी... जे लोक तुमच्या छाताडावर बसलेत, ज्यांनी तुम्हांला कैद केलंय, त्या बांडगुळांनी सर्व दारं, खिडक्या बंद केल्यात, बाहेर पडण्याच्या सर्व शक्यता बंद केल्यात. तुम्हाला मोकळं आकाश दिसू नये म्हणून भिंतीत एखादं छिद्र अथवा फटसुद्धा ठेवली नाही... सर्व बाजूंनी कडेकोट बंदोबस्त केलाय आणि तुम्ही कष्टी आहात, हैराण झाला आहात, सडत आहात.

ज्या माणसाचा जन्म उत्सव साजरा करण्यासाठी झालाय, त्याला जन्मभर फक्त दु:खात आणि कष्टात दिवस कंठावे लागतात. ही खरोखरच क्लेशकारक गोष्ट आहे. माणसांपेक्षा वृक्ष अधिक भाग्यशाली आहेत, जंगली जनावरं अधिक आनंदात आहेत, आकाशात भराऱ्या मारणारे पक्षी अधिक मजेत आहेत. एकटा माणूसच आपल्या बेड्यांत अडकून फरपटतोय आणि दिवसेंदिवस त्याच्यावरचं ओझं वाढतंच आहे.

प्रश्न स्वातंत्र्याचा नाहीच. 'मी मुक्त कसा होईन?' असं विचारूच नका, असं विचारल्यानं तुम्ही चुकीच्या दिशेनं जाल. तुम्ही विचाराल, 'मुक्ती मिळवण्यासाठी कोणते प्रयत्न, परिश्रम करायला पाहिजेत?' या प्रश्नामुळे तुमचं पहिलंच पाऊल चुकीच्या दिशेला पडेल. त्यापेक्षा 'आम्ही स्वातत्र्य कसं गमावलं?' असं विचारा.

तुम्ही स्वातंत्र्यात जन्मला होतात- मग तुम्ही गुलाम कसे झालात? तुम्ही जन्माला आलात एक माणूस म्हणून- मग तुम्ही हिंदू, मुसलमान किंवा ख्रिश्चन कसे झालात?

अमेरिकेतील एका प्रसिद्ध कादंबरीकारानं मला विचारलं होतं की भगवान, मध्य-पूर्वेमध्ये ज्यू आणि अरब यांचा जो संघर्ष चालू आहे, त्याबाबत आपलं मत काय आहे? यावर उपाय काय? आणि भविष्यात याचे संभाव्य परिणाम काय होऊ शकतील?

मी उत्तरादाखल लिहिलं होतं की तुमच्या प्रश्नाला उत्तरं देण्यापूर्वी, मानवता ज्या स्थितीत जगत आहे, त्याबद्दल माझं विहंगमावलोकन काय आहे, ते मी स्पष्ट करू इच्छितो. इस्त्राइलमध्ये ज्यू आणि अरब यांच्यामध्ये जे चाललंय त्यात नवीन असं काही नाही. सर्व जगात हेच होत आलंय, होत आहे. फक्त नावं वेगवेगळी आहेत. कधी हिंदू-मुसलमान तर कधी ख्रिश्चन-ज्यू. फक्त नावात फरक आहे. लेबलं वेगळी आहेत. पण तीच हिंसा, तेच कष्ट, तीच दु:खं... आणि लोक आपल्या दु:खांना चिकटून बसलेत.

मी त्याला काही महत्त्वाच्या गोष्टी सांगितल्या. पहिली गोष्ट, जोपर्यंत ईश्वर हजर आहे, तोपर्यंत माणूस शांतपणे जगू शकत नाही. हा ईश्वरच माणसा-माणसांमध्ये विभागणी करतोय. तोच माणसाचा सर्वात मोठा शत्रू आहे. नाही तर बघा, हिंदू व मुसलमान, ख्रिश्चन आणि ज्यू यांच्यात फरक काय आहे? फक्त त्यांच्या ईश्वरविषयक सिद्धान्तात, विचारात भेद आहे.

आणि ईश्वरविषयक धारणा वा सिद्धान्त म्हणजे कल्पनांशिवाय दुसरं काहीही नाही- बस, खोट्या कल्पना- ना कुणी ईश्वर आहे, ना त्याला प्रमाण आहे, ना पुरावा आणि जर कुणी 'मला ईश्वराचं दर्शन झालं' असं म्हणत असेल तर तो माणूस विक्षिप्त आहे. त्याला भ्रम झालाय, त्याची कल्पना चुकीची आहे. तो दिवा-स्वप्न

पाहातोय. त्याला मानसिक उपचारांची गरज आहे. जर आम्ही आमच्या साधुसंतांवर वेड्यांच्या इस्पितळात इलाज केले असते तर सर्व मनुष्यजात अधिक शांतपणे आणि समाधानात जगली असती.

हा ईश्वर ही तुमची सर्वात मोठी बेडी आहे. तुम्ही ती फेकून द्यायला तयार आहात?

तुमचे धर्मग्रंथ तुमच्यात फूट पाडताहेत. कारण प्रत्येक धर्मग्रंथ फक्त स्वत:लाच एकमात्र धर्मग्रंथ मानतो. त्यामुळे संघर्ष अनिवार्य होतो. मोठ्या स्पर्धेला यामुळे सुरवात होते. बायबलला हिंदू धर्मग्रंथ कसा मानणार? वेदच फक्त धर्मग्रंथ होऊ शकतात कारण ते सर्वांत प्राचीन ग्रंथ आहेत. त्यांची रचना ईश्वरानं स्वत: केली होती. किती मूर्खपणाची गोष्ट!

हिंदू धर्माच्या प्रकांड विद्वानांबरोबर चर्चा करताना मी त्यांना विचारलं की वेदांना ईश्वरानं रचलं, असा तुमचा दावा आहे ना? मग वेदांतील विषयांसंबंधी तुम्ही खोलवर जाऊन विचार केलाय का? त्यांत काय लिहिलं आहे हे जरा लक्षपूर्वक पाहा— जे लिहिलंय, तेच पुरेसा पुरावा आहे. त्यावरूनच ते ईश्वरानं लिहिलेले नाहीत हे कळू शकतं. ते ईश्वरानं लिहिलं असणं अशक्य आहे. असं निरर्थक, मूर्खपणाचं ईश्वर लिहील?

ओंकारनाथ महाराजांसारखे महापंडित, ज्यांचा वेदांवर फार मोठा अधिकार आहे— असं मानलं जातं, तेही माझा प्रश्न ऐकून अवाक झाले, याचं मला आश्चर्य वाटलं. ते म्हणाले, 'या गोष्टीचा मी कधी विचारच केला नाही.'

मी त्यांना म्हटलं की तुमचा वेदावर फार मोठा अधिकार आहे. कुठूनही उघडून पाहा. कुठलंही पान उघडा. मी अमुकच पान उघडा असा आग्रह करत नाही. कुठलंही पान- जे उघडेल ते वाचा. त्यावरचा मजकूरच तुम्हाला पुरावा म्हणून उपयोगी पडेल. समजून येईल की हे ईश्वरानं लिहिलेलं नाही.

त्यांच्याजवळच ऋग्वेदाची एक प्रत होती. त्यांनी तो उघडला. जे पान उघडलं गेलं त्यावर काय लिहिलेलं होतं माहीत आहे? ते वाचून त्यांना धक्काच बसला. त्या पानावरचा मजकूर असा होता : एक ब्राह्मण परमेश्वराची प्रार्थना करतोय— जरा विचार करा— ईश्वर असं कसं लिहू शकेल. एक ब्राह्मण परमेश्वराची प्रार्थना करतोय. 'हे प्रभू, मी एवढी तुझी पूजा करतो, प्रार्थना करतो, पण तू ऐकतंच नाहीस. शेवटी धीरालाही सीमा असते. या वेळेला माझी प्रार्थना तुला ऐकावीच लागेल. या वर्षी तुझ्या ढगांतून फक्त माझ्याच शेतावर पाऊस पडू दे. 'माझ्या शत्रूंच्या शेतावर नाही.' असलं निरर्थक ईश्वर लिहील का? निश्चितच एखाद्या मूर्ख ब्राह्मणानं हे लिहिलंय. हा एक आधारभूत पुरावा आहे.

असं होऊनही त्यांचं सर्व होतं तसंच चालू राहिलं. दोन वर्षांनी आमची पुन्हा

भेट झाली तेव्हा मी विचारलं, 'तुम्ही अजून ही लबाडी बंद केली नाही?'

ते म्हणाले, 'तुम्ही भेटलात की मला भीती वाटायला लागते.'

मी म्हणालो, 'तुम्हाला भीती का वाटते? तुम्ही लोकांना मूर्खपणाच्या गोष्टी शिकवत फिरता म्हणूनच ना?'

बायबल अश्लीलतेनं भरलंय. त्याची पाचशे पानं कामुकतेनं लडबडलेली आहेत. जेव्हा मी असं म्हटलं तेव्हा दहा ख्रिश्चन संस्थांनी कानपूरच्या न्यायाधीशांना माझ्याविरुद्ध अजामीनपात्र अटक वॉरंट काढण्यास भाग पाडलं. पण सगळीकडे माझेही लोक आहेत. ते अशा वेळी संघर्ष करायला तयार असतात. 'या वॉरंटला काही आधार नाही. न्यायाधीशांनी प्रथम बायबल तरी वाचून पाहायला पाहिजे', अशी बाजू मांडून या माझ्या माणसांनी अलाहाबाद हायकोर्टाकडून स्टे ऑर्डर आणली... मी ती गलिच्छ कामुकतेनं भरलेली पाचशे पानं कोर्टासमोर ठेवायला तयार आहे. ईश्वरानं रचलेला पवित्र धर्मग्रंथ म्हणून 'ओल्ड टेस्टामेंट'ला ज्यू आणि ख्रिश्चन दोघंही मानतात. असं वाटतं... हा ईश्वर अश्लील साहित्यिक आहे की 'प्ले बॉय' च्या संपादक मंडळाचा सभासद?

या अशा समस्या आहेत. प्रत्येक पैगंबर, प्रत्येक मसीहा, प्रत्येक अवतार, प्रत्येक तीर्थंकर 'मीच खरा सच्चा. बाकी सगळे खोटे' असा दावा करताहेत. फक्त सामान्य संसारी माणूसच स्पर्धा करतो असं तुम्हाला वाटत असेल तर ते खरं नाही. तुमचे तथाकथित महापुरुष आपसातील स्पर्धेत अगदी शूद्रपणाने मग्न आहेत यावर तुमचा विश्वास बसणार नाही. पूर्वग्रहाशिवाय पाहिलं तरी तुम्ही विश्वास ठेऊ शकणार नाही.

एवढी युद्ध का झाली? एवढा विक्षिप्तपणा व मानसिक आजार का आहेत? एवढंच नाही तर मानवतेचे मुकुटमणी, या धरित्रीचे महान सुपुत्रही पोरकटपणानं वागतात. येशू सर्वांना सांगतो की तोच ईश्वराचा एकुलता एक पुत्र आहे. तेव्हा गौतमबुद्ध, लाओत्से, कन्फ्यूशिअस, बासो किंवा बौद्धधर्म यांना चुलत वा मामेभाऊ म्हणूनही येशू स्वीकारू शकत नाही. हे स्वाभाविकच आहे. त्याचा परिवार फार विचित्र व अगदी संकुचित आहे. त्यामध्ये स्त्री नाही. खरं तर स्त्रीच कुटुंबाचा आधार व केंद्र असते. स्त्रीशिवाय घराला घरपण येत नाही. फार विचित्र परिवार आहे-पिता परमेश्वर, पुत्र येशू आणि एक विचित्र प्राणी- हा 'होली घोस्ट' कोण आहे? स्त्री आहे का पुरुष? कुणालाच माहीत नाही. पण ही त्यांची 'ट्रिनिटी' आहे. हे तिघं सर्व जगाच्या मानगुटीवर बसलेत.

शतकानुशतकं बुद्धिमान ख्रिश्चनांना कमीत कमी एक तरी स्थान स्त्रीला मिळावं असं वाटलं. पण पुरुषांच्या अहंकारानं हे स्वीकारलं नाही. हा अहंकार एवढा आहे की येशूच्या आईलाही या परिवारात सामील केलेलं नाही. एका स्त्रीला एवढं उच्च

पद देणं ठीक नाही. तिला श्रेष्ठतेच्या शिडीवर चढू देणं त्यांना मान्य नाही. हेच ख्रिश्चन, सच्चे धार्मिक म्हणून महावीर आणि बुद्ध यांना कशी मान्यता देतील? शतकानुशतकं चालत आलेल्या या समस्या मानवतेच्या छातीवर बसल्यात.

संपूर्ण मध्य-पूर्व मुस्लीम असल्यानं इस्त्राइलमध्ये या समस्यांनी ज्यलंत रूप धारण केलंय.

ज्यूंचा धर्म चार हजार वर्षांचा आहे. ख्रिश्चन धर्म दोन हजार वर्षांचा आहे, तर इस्लाम केवळ चौदाशे वर्षांचा आहे. याचा अर्थ हजरत महम्मदांच्या जन्माच्या किती तरी आधीच ज्यूंनी अरब देशांत प्रवेश करून आपलं बस्तान बसवलं होतं. मग ख्रिश्चन आले आणि त्यांनीही आपली मुळं खोलवर रुजवली.

अडचण काय आहे माहीत आहे? एक दगड, एक विशेष पाषाण. या पाषाणाला सालोमनच्या विशाल न्यू-मंदिराचं केंद्र मानलं जातं. ...ज्यूंच्या विरोधकांनी मंदिर तर केव्हाच उद्ध्वस्त केलं. आता तिथं फक्त एक पाषाण शिल्लक राहिलाय. हा मंदिराच्या मध्यभागी होता. त्याला 'रॉक ऑफ द डोम' असं म्हणतात.

ज्यूंच्या मते हे त्यांचं तीर्थस्थान आहे कारण तिथं त्यांचं प्राचीन, विशाल मंदिर होतं. पण ख्रिश्चनांचा असा दावा आहे की तिथंच येशूला सुळावर चढवलं गेलं म्हणून हे त्यांचं तीर्थस्थान आहे, पवित्र स्थळ आहे. ज्यूंचं नाही तर ख्रिश्चनांचं. आता राहिला तिसरा स्पर्धक! कथा मोठी विलक्षण आहे...

येशूनंतर सहाशे वर्षांनी महम्मदानं नवा धर्म स्थापन केला. कारण अरबवासीयांना स्वत:चा असा धर्म नव्हता. ते भटके, फिरस्ते लोक होते. त्यांचा असा संघटित धर्म नव्हता. महम्मदानं त्यांना मुस्लीम धर्माच्या नावानं संघटित केलं. महम्मद स्वत: अरब देशांतील असल्यामुळे त्याचा फार मोठा प्रभाव लोकांवर पडला. तो आयुष्यभर लढत राहिला. युद्धच युद्ध- एक दिवससुद्धा विश्रांती नाही आणि त्याच्या तलवारीवर लिहिलं होतं 'शांती हाच माझा संदेश'. शांतीचा संदेश तलवारीवर!

'हे जग सर्व तऱ्हेच्या विक्षिप्त लोकांच्या पकडीत सापडलंय' हे जॉर्ज बर्नार्ड शॉचं म्हणणं काही खोटं नव्हतं. जर शांती हा तुमचा संदेश आहे. त्यांचा असा विश्वासच होता की शांती हाच त्यांचा संदेश आहे- तर मग त्यांच्या अटी मान्य कराव्याच लागतील. सर्व जग मुसलमान झालं तर सगळीकडे शांती पसरेल. पण हे होणार कसं? मुस्लीम धर्म किंवा मोहम्मडेनिझम्' हे नाव महम्मदानं दिलेले नाही. त्यानं आपल्या धर्माला नाव दिलं होतं 'इस्लाम'. इस्लामचा अर्थ आहे शांती. पण ही तर फार विलक्षण शांती झाली! शांतीचा संदेश देणारा पैगंबर स्वत: आयुष्यभर लोकांना मारत राहिला. कापत राहिला, रक्तपात करत राहिला, हत्या करत राहिला आणि मेल्यावरही मागे उपद्रव सोडून गेला. त्याच्या मृत्यूची कहाणीही खूप मजेदार आहे.

अनेक अवतारी पुरुष, तीर्थंकर, मसीहा, पैगंबर आणि पुष्कळ जागृत लोक महम्मदाच्या आधी मेलेच होते. पण महम्मदानं आपला असा वेगळाच ढंग मरण्यासाठी निवडला. जिवंतपणे सरळ स्वर्गात गेला आणि तोही एकटा नाही. तर घोड्यावर स्वार होऊन. स्वर्गात जाताना विश्रांती घेण्यासाठी तो 'त्या' पाषाणावर बसला. विश्रांतीसाठी त्याला दुसरी कुठलीच जागा मिळाली नाही.

त्यामुळे 'तो' पाषाण तीन धर्माच्या लोकांमधील भांडणाला कारणीभूत झाला.

ज्यूं धर्म त्यावर स्वतःची मालकी असल्याचा दावा करतो. त्यासाठी ते मारायला आणि मरायलाही तयार आहेत. करोडो ज्यूंनी आपला जीव गमावलाय खिश्चन त्या 'रॉक ऑफ दी डोम'चा कबजा घेण्यासाठी सतत जिहाद करत आलेत, धर्मयुद्ध करत आलेत आणि त्या जागेला, बेटाला जसा समुद्र वेढतो, तसे मुसलमान घेरून बसलेत. मुसलमानांचा असा दावा आहे की पैगंबर शेवटचा निरोप घेऊन, घोड्यावर स्वार होऊन स्वर्गात जाताना इथं काही काळ थांबला होता. म्हणून ते त्यांचं पवित्र स्थळ आहे.

या चौदाशे वर्षात जवळ-जवळ रोजच युद्ध होत राहिलं आणि पहिल्या महायुद्धाच्या अखेरीला इंग्लंड आणि अमेरिका या दोन ख्रिश्चन धर्मीय देशांनी ज्यूंच्या विरुद्ध अत्यंत नीच खेळी केली.

सर्वात जास्त कष्ट झेलणाऱ्या जातींपैकी ज्यू एक आहे. अर्थात त्यांच्या दुःखात त्यांचाही स्वतःचा हात आहे, स्वतःचा भाग आहे. त्यांनीच सर्वप्रथम असा दावा केला की आम्ही ईश्वरानं ज्यांना निवडलं असे लोक आहोत. म्हणजेच आम्ही विशेष निवडक लोक आहोत आणि जगावर राज्य करण्याचा आम्हाला जन्मसिद्ध अधिकार आहे. दुसऱ्या जातीचे लोक खालच्या म्हणजेच निकृष्ट स्तरातील आहेत. यामुळेचं ज्यूंना सर्वात जास्त त्रास सोसावा लागला.

ज्यूंचा हा श्रेष्ठतेचा विचार, अर्थातच, इतरांना भडकवतो, उत्तेजित करतो. त्यामुळेच ते सतत मारले गेले. एकट्या ॲडॉल्फ हिटलरनं साठ लाख ज्यूंना ठार मारलं आणि हे असंच चालत राहिलंय... पण अमेरिका व इंग्लंड यांनी रचलेलं षड्यंत्र म्हणजे क्रूरतेचा कहर होता. त्यांचा कट ज्यूंनासुद्धा समजला नाही.

तो पाषाण जेरुसलेमला आहे आणि दुसऱ्या महायुद्धानंतर तिथं इस्त्राएल हा देश आहे, तो सर्व भाग अनेक शतकांपूर्वीच मुसलमानांच्या ताब्यात गेला होता. इस्त्राइलचं कधीच काही अस्तित्त्व नव्हतं. पॅलेस्टाइन देश व जेरुसलेम दुसऱ्या महायुद्धानंतर अमेरिका आणि ब्रिटन यांच्या फौजांच्या ताब्यात होते. अमेरिकनं अत्यंत घाणेरडी राजकीय खेळी काय केली याची तुम्हाला कल्पना येईल. तिनं सैन्यबळावर ज्यूंसाठी नवं राष्ट्र निर्माण केलं तेच इस्त्राइल.

हजरत मूसाच्या म्हणजेच मोझेसच्या काळी ज्यूंजवळ स्वतःची जमीन होती.

पण कालांतरानं मुसलमानांनी ती बळकावली. मग अनेक शतकं तिचं नामोनिशाणही नव्हतं. ख्रिश्चनांनी ती भूमी मिळविण्याचे आटोकाट प्रयत्न केले, पण त्यांना यश आलं नाही. ज्यूही अयशस्वी ठरले. ते यशस्वी होणं शक्यच नव्हतं. करण फक्त सहा टक्के जमिनीवर त्यांचा हक्क होता. बाकी चौऱ्याण्णव टक्के मुसलमानांच्या मालकीची होती. अशा परिस्थितीत इस्राइलला स्वतंत्र देश म्हणून मान्यता कशी देता येणार होती? पण शस्त्रांच्या जोरावर ते नवा देश निर्माण करण्यात सफल झाले.

हे एक मोठं कारस्थान होतं. आणि बहुधा माझ्याशिवाय कुणीच त्याकडे बोट दाखवलेलं नाही. अनेक वेळा मी एकटाच असल्याचं मला जाणवतं आणि कधी कधी माझ्या मनात विचार येतो की ज्या गोष्टींचा लोक विचारसुद्धा करत नाहीत, त्या गोष्टीची मी उगीचच काळजी करतो.

मला तरी असं वाटतं की अनंत काळ ज्यू संकटांत सापडावेत म्हणूनच अमेरिका व ब्रिटन या दोन ख्रिश्चन देशांनी हात मिळवणी करून ज्यू लोकांसाठी नवा देश निर्माण केला. हे सभ्य प्रकारच कपट-कारस्थान होतं.

ज्यू खूष झाले त्यांना वाटलं की अमेरिका व ब्रिटन त्यांच्या बाजूचे आहेत. त्यांना ते मदत करताहेत. जी जमीन मिळवण्याची त्यांची शतकानुशतकांची आकांक्षा होती ती त्यांना ही दोन राष्ट्र परत मिळवून देत आहेत. अमेरिकेनं मात्र एका दगडात दोन पक्षी मारले.

अमेरिकेत ज्यू सर्वांत जास्त श्रीमंत आहेत. म्हणून तिथल्या संसदेत त्यांचं वर्चस्व आहे. त्यांची स्वत:ची एक लॉबी आहे. निवडणुकीच्या खर्चासाठी राजकारणी श्रीमंतांच्या मदतीवर आणि आर्थिक हातभारावर सर्वस्वी अवलंबून असल्यामुळे ते श्रीमंत ज्यूंची उपेक्षा करूच शकत नाहीत. त्यांचं महत्त्व डावलू शकत नाहीत. ज्यू लोकांजवळ अफाट संपत्ती आहे. तेव्हा त्यांची बाजू घेऊन पैसा उकळण्याची एक चांगली संधी अमेरिकेला मिळाली.

अमेरिकेनं ज्यूंसाठी इस्राईल निर्माण करण्यात यश मिळवलं. पण हे यश मुसलमानांवर जोर-जबरदस्ती करून मिळवावं लागलं. मुसलमान हे सहन करणं शक्य नव्हतं. ते लोक मोठे हिंसक व असहिष्णू आहेत. त्यांना हा अपमान सहन होणारा नव्हता. म्हणूनच तिथं नेहमी युद्ध चालू असतं.

इस्राईलला अमेरिकेकडून युद्धसामग्री खरेदी करावी लागते आणि इस्राईलच्या संरक्षणासाठी अमेरिकेत राहणाऱ्या ज्यूंना करोडो डॉलर्स सतत पाठवावे लागतात. अशा प्रकारे अमेरिकेनं ज्यूंचा नाश करण्यात ॲडॉल्फ हिटलरपेक्षा जास्त यश मिळवलंय. पण अमेरिका त्यांना एका झटक्यात नष्ट करणार नाही. तर हळूहळू कायदेशीर मार्गानं अशी स्थिती निर्माण करून जी शतकानुशतकं ...ही परिस्थिती

इस्राइलमध्ये एकही ज्यू शिल्लक राहणार नाही तोपर्यंत राहील.

आणि लक्षात ठेवा अमेरिकी नेता केव्हाही मदत करणं थांबवू शकतो, आधार देण्यासाठी पुढे केलेला हात मागे घेऊ शकतो.

इस्राईलमध्ये ज्यूंसाठी त्यांनी नरक निर्माण करून ठेवलाय. तोही इतक्या हुशारीनं की मार्टिन बूवरसारख्या महाप्रतिभाशाली ज्यूलाही काही संशय आला नाही. 'ही राजकीय लबाडी आहे' हे सांगणारा जगात मी एकटाच आहे.

इंग्लंड आणि अमेरिका ज्यूंची बाजू घेत नाहीत. व्हॅटिकनच्या पोपनं इस्राईलला स्वायत्त देश, स्वतंत्र राष्ट्र म्हणून स्वीकारलेलं नाही, हाच याचा पुरावा आहे. एक तर ख्रिश्चन धर्म त्यांच्या देशाला मान्यता देत नाही आणि दुसरं म्हणजे इस्राईल देश असा निर्माण केलाय की तो चारीहीबाजूंनी मुसलमानांनी वेढलाय. हे असं मुद्दामच केलंय. यामुळे ज्यूंचा नाश होत राहील. त्यांना मारलं जाईल.

ज्यूंनी एका व्यक्तीला-येशूला-सुळावर चढवलं म्हणून ख्रिश्चन लोकांनी, मागील दोन हजार वर्षांत लाखो ज्यूंना सुळावर चढवलं. हे सुळी जाणारे ज्यू येशू इतकेच निर्दोष होते. पण त्यांच्या समकालीन लोकांनी त्यांना मारून टाकलं. आता दोन हजार वर्षांनंतर या ज्यूंचा त्या ज्यूंशी- येशूला सुळावर चढवणाऱ्यांशी काय संबंध आहे? पण त्यांना रशियात मारलं गेलं, जर्मनीत छळलं गेलं. ते कुठंही राहोत, त्यांना त्रास झाला आणि इस्राईलच्या नावावर जे काय केलं गेलं ते म्हणजे कपट-कारस्थानाची परिसीमा. त्यांना सतत म्हणजे इस्राईलचं अस्तित्त्व नष्ट होईपर्यंत छळण्याचं हे फार मोठं षड्यंत्र आहे.

टॉम रॉबिन्सना मी उत्तर पाठवलं. ते एक पुस्तक लिहीत होते आणि त्यांना या बाबतीत माझा दृष्टिकोन जाणून घ्यायचा होता. माझ्या उत्तरानं ते आश्चर्यचकित झाले असतील हे मला माहीत आहे. कारण ख्रिश्चन राजकारण्यांचं ज्यूंना नष्ट करण्याचं षड्यंत्र म्हणजे इस्राईल ही गोष्ट यापूर्वी कधी कुणी सांगितली नसणार. ते इस्राइलद्वारा ज्यूंना सरळ सरळ मारत नाहीत, तर अप्रत्यक्षपणे तशी परिस्थिती निर्माण करतात. म्हणजे मुसलमानांतर्फे ते ज्यूंचा नाश करणार आणि हे ख्रिश्चन प्रेमाचा मुखवटा घालून 'आम्ही शत्रूंनाही मदत करत होतो. 'शत्रूंवरही प्रेम करा,' या येशूच्या शिकवणुकीप्रमाणे आम्ही वागतो', असं सर्वांना सांगणार.

ज्यूंना मदत म्हणून ते पैसे व शस्त्रं देतात. पण ती शस्त्रं कालबाय झालेली असतात. ती खरं तर समुद्रात टाकून द्यायच्या लायकीची असतात. पण अगदीच टाकून देण्यापेक्षा इस्राईलला दिलेली बरी! अमेरिकन राजकारणी इस्राईलला मदत करण्याचं ढोंग करत असल्यानं अमेरिकेतील ज्यूही त्यांना सहकार्य करतात, त्यांच्या कृतीचं समर्थन करतात. अशा प्रकारे अमेरिकेतील राजकारणी अमेरिकेतील ज्यू व इस्राईलवादी यांच्या पैशाचं व मतांचं शोषण करतात.

एक योगायोगाची गोष्ट म्हणजे काल मी टॉम रॉबिन्सना पत्र लिहीत असतानाच मला एक बातमी कळली... ऑरेगॉनमधील आमच्या कम्यूनला बेकायदेशीरीत्या नष्ट केलं गेलं आणि काहीही कारण नसताना सरकारनं ती जागा आपल्या ताब्यात घेतली. म्हणून आम्ही ऑरेगनच्या सुप्रीम कोर्टात खटला भरला होता. आम्ही खटला जिंकल्याची ती बातमी होती. सुप्रीम कोर्टानं मुद्दाम हे स्पष्ट केलं आहे की कम्यूनची जमीन व इतर दुसऱ्या मालमत्ता सरकारनं ताब्यात घेणं पूर्णपणे बेकायदेशीर आहे... म्हणजे ती जमीन व मालमत्ता पुन्हा आम्हाला मिळाली.

'तुम्हाला खरोखरच ज्यूंना मदत करायची असेल तर ऑरेगॉन त्यांना अर्पण करा ...नवं इस्त्राईल म्हणून. इस्त्राइल मुसलमानांचं आहे. ते मुसलमानांना परत द्या. त्यांची जमीन बळकावणं असभ्यपणाचं व लाजिरवाणं आहे अशी सूचना मी टॉम रॉबिन्सना केली.

ज्यूंना इस्त्राईलमधून ऑरेगॉनला स्थानांतरीत करा. सुरवात म्हणून मी आणि माझे संन्यासी आमच्या कम्यूनची जागा त्यांना भेट म्हणून द्यायला तयार आहोत. ती जमीन कमीत कमी एक लाख लोकांना राहयला पुरेशी आहे. त्याशिवाय जेवढी स्थावर-जंगम-संपत्ती आहे- आमची तिथंली घरं, हॉटेल्स, रस्ते, तलाव व शेतं, सगळं काही- 'रैंचो-रजनीश' मध्ये जे काही आहे ते सगळं आम्ही एक पैसाही न घेता त्यांना मैत्रीच्या नात्यानं द्यायला तयार आहोत. आमची फक्त एकच अट आहे. नव्या इस्त्राईलची राजधानी 'रैंचो-रजनीश'च असली पाहिजे.

जर अमेरिकेला खरोखरच ज्यूंना मदत करायची असेल, तर आपलं खरं रूप दाखवण्याची ही चांगली संधी आहे... ऑरेगॉन राज्याच्या अर्ध्या जमिनीवर सरकारचा अधिकार आहे आणि उरलेल्या अर्ध्यावर अगदी विरळ लोकवस्ती आहे. म्हणजे काही प्रश्न नाही. सरकारनं आपल्या अधिकारातील अर्धी जमीन ज्यूंना द्यावी.

इस्त्राईलमधल्या ज्यूंवर एक नवं संकट आलंय. त्यांच्यातील काही हजरत मूसाच्या जमान्यापासून पिढ्या-न्-पिढ्या तिथंच राहात आलेत. ते अत्यंत रूढीवादी आणि परंपरांना घट्ट धरून बसणारे आहेत. त्यांनी बाहेरचं जग पाहिलेलंच नाही. ते कूपमंडूक वृत्तीचे आहेत. चार हजार वर्षांपूर्वी सारखेच ते जगताहेत.? त्यांची बुद्धी तिथंच अडकून पडलीय.

दुसरे काही ज्यू युरोपीय देशांतून आलेले आहेत. ते इतके कर्मठ नाहीत, थोडे वेगळे आहेत. कारण त्यांनी विसाव्या शतकातला प्रगत राष्ट्रांचा विकास पाहिलाय. ते रूढी आणि परंपरा विसरलेत.

आणखी काही अमेरिकेतून आलेले आहेत. ते ज्यूधर्मालाच पूर्णपणे विसरलेत.

आता हे सर्वच क्षुल्लक कारणांवरून आपापसात भांडत असतात. त्यांच्यामध्येच जोरजोरात सांप्रदायिक दंगे होत आहेत. चारी बाजूंनी मुसलमान त्यांना मारायला

टपून बसलेत आणि त्यांच्या आपापसातही मारामाऱ्या चालूच आहेत. तिथले रूढीवादी ज्यू इंग्लंड, अमेरिकेतून आलेल्या ज्यूंना म्हणतात, 'पळा इथून. तुम्ही आता सच्चे ज्यू राहिलेले नाही.'

उदाहरण घेऊनच सांगायचं झालं तर परंपरानिष्ठ ज्यू दर आठवड्याला शबाथपासून म्हणजे शुक्रवारच्या संध्याकाळपासूनच कामकाज बंद करतात. त्यांना अमेरिकेतून आणि युरोपमधून आलेल्या नव्या ज्यूंनीही असंच करावं असं वाटतं. म्हणजे या नव्या ज्यूंनी आपली हॉटेल्स, रेस्टॉरन्टस, सिनेमा, डिस्को सर्व शुक्रवारच्या संध्याकाळपासून बंद करावं. पण या नव्या ज्यूंना असा विचारसुद्धा शिवत नाही.

मी असं ऐकलंय की तीन रबाई आपापसात चर्चा करत होते. कुणाचा सिनेगॉग सर्वांत प्रगतिशील आहे हा त्यांच्या चर्चेचा विषय होता. एक म्हणाला, 'माझंच सिनेगॉग नक्कीच प्रगतिशील आहे. कारण मी सिनेगॉगमध्ये विडी-सिगारेट ओढायला परवानगी दिलीय. आम्ही ईश्वराच्या नावावर दारू पिणं, मादक पदार्थांचं सेवन करणं या सगळ्यांवरची बंधनं उठवलीत.'

दुसरा म्हणला, 'हे तर काहीच नाही. तुम्ही प्रगतिशील आहात हे विसराच. अरे, तुम्ही तर अगदी जुन्या फॅशनचे आहात. हे सगळं तर आमच्या इथं कित्येक वर्षांपासून सुरू आहे. आम्ही तर गर्ल फ्रेंडला आणायला परवानगी देतो आणि ती पत्नी आहे का आणखी कुणी हेही विचारत नाही. आमचं सिनेगॉग म्हणजे धार्मिक प्रकारचं सिनेमाचं थिएटर आहे. इथं लोक आपल्या बायकांबरोबर नाही तर मैत्रिणींबरोबर आलेले दिसतील. जर बायकोबरोबरच राहयचं असेल तर सिनेगॉगची गरजच काय? मग घरातच राहयला काय हरकत आहे?

टॉकिजमध्ये अंधार का असतो माहीत आहे? सिनेमा चांगला दिसावा म्हणून नाही तर प्रेक्षकांत जी प्रेम-प्रकरणं चालतात ती दिसू नाहीत म्हणून. ती सगळी प्रेम-प्रकरणं फक्त अंधारातच करणं शक्य असतं.

दुसरा रबाई पुढे म्हणाला, 'आम्ही गर्ल-फ्रेंड आणायला आणि नृत्य करायला परवानगी देतो. इतकंच नाही तर लोकांना प्रणय-क्रीडा करावीशी वाटली तर सिनेगॉगमध्ये ते करू शकतात. आम्ही तिकडं दुर्लक्ष करतो. त्यांच्यामध्ये हस्तक्षेप करत नाही.'

तिसरा म्हणाला, 'तुम्ही दोघं अगदी मागासलेले आणि मूर्ख आहात. आमचं सिनेगॉग २१ व्या शतकात पोहोचलंय याचा तुम्हाला पत्ताच नाही.'

आधीच्या दोघांनी चकित होऊन विचारलं 'आम्ही सांगितलं त्यापेक्षा जास्त काय करता येण्यासारखं आहे?'

''तुमच्यापेक्षा जास्तच. आम्ही नोटीस-बोर्ड लावलाय. 'सर्व ज्यू पर्वांच्या व सणांच्या दिवशी सिनेगॉग बंद राहील.' म्हणजे कुणाला यायचा त्रासच नको.'' ही

आहे धार्मिकतेची परमावधी!

तेव्हा ...ज्यूंचे तीन गट एकमेकांच्या माना कापताहेत.

अमेरिकेची चेष्टा करण्यासाठी नाही तर खरोखरीच माझा प्रस्ताव आहे... मला खरंच वाटतं... मी इस्त्राईलला संदेश पाठवत आहे. त्यांनी कम्यूनमध्ये यावं. तिथून सुरवात होऊ द्यात. मग तुम्ही अमेरिकन सरकारला सांगा की या भूमीवर इस्त्राईल वसवण्याची तुमची इच्छा आहे. हे सांगण्याचा तुम्हाला पूर्ण अधिकार आहे, हे लक्षात ठेवा. कारण तुम्ही राजकारणी लोकांना पैसे देत आलात. ते तुमचे पगारी नोकर आहेत.

एका पाषाणाची एवढी काळजी कशाला करता? पुन्हा सालोमनचं भव्य मंदिरच बांधा ना! जुन्यापेक्षा नवं चांगलं. नासलेल्या-कुजलेल्या गोष्टींची चिंता कशाला? धर्म म्हणजे दारू वाटते का तुम्हाला? जेवढी जुनी तेवढी चांगली. कृपा करून धर्माला इतक्या खालच्या पातळीवर आणू नका. अरे पुन्हा एक मोठं मंदिर बांधा-नवं, कोरं जगातलं सर्वांत मोठं मंदिर. आधुनिक वास्तुकलेचा नमुना. कधी काळी ते मंदिर जगातील सर्वांत मोठं मंदिर होतं. पण फुकटचा त्रास कशाला करून घ्यायचा? असा त्रास, अशी भानगड कधी न संपणारी. जिचा शेवट होण्याची शक्यताच दिसत नाही.

आता तुम्हाला अमेरिकेचं खरं रूप कळून येईल. इस्त्राएल आणि ज्यू यांच्याशी तिची किती मैत्री आहे हेही समजेल. ते पक्के रूढीवादी ख्रिश्चन आहेत. रोनाल्ड रीगन हुकूमशाहीवादी पारंपरिक ख्रिश्चन आहे. तो असं कधीही होऊ देणार नाही. इथंच त्यांच्या मैत्रीची उत्तम परीक्षा होईल.

माझा कुठल्याच धर्मावर विश्वास नाही. पण लोकांना उगीचच त्रास भोगायला लावू नये, सतत भीती, मारछाट, हत्या अशा भयंकर स्थितीत राहायला भाग पाडू नये, असं मला नक्कीच वाटतं आणि आता तर स्थिती अधिकच गंभीर झालीय. ज्यू आपापसात भांडताहेत, मुसलमानांनी चारी बाजूंनी घेरलंय, ते दहशतवादी झालेत, ते ज्यूंच्या राज्याची पाळं-मूळं खणून काढायला तयार आहेत, व्हॅटिकननं इस्त्राईलच्या स्वायत्ततेला औपचारिक मान्यता दिलेली नाही. यावरून ख्रिश्चनांच्या मनात खरं काय आहे ते कळतं.

ही पृथ्वी आम्हा सर्वांची आहे. पण फक्त माझे संन्यासीच काय ते बंधमुक्त आहेत. धर्म म्हणजे तुमचं बंधन. पाप-पुण्याचा विचार या तुमच्या बेड्या. ईश्वर तुमचा तुरुंग.

स्वातंत्र्य फक्त जागृततेतून निर्माण होतं.

जागरूक होऊन जगा. मग तुमची सर्व कर्मे स्वातंत्र्यातून निर्माण व्हायला लागतील. दुसऱ्याच्या स्वातंत्र्यात हस्तक्षेप न करता.

जो स्वत: स्वतंत्र असतो, त्यालाच दुसऱ्याच्या स्वातंत्र्याबद्दल आदर असतो. स्वातंत्र्य मिळावं म्हणून तुम्हाला काहीही करण्याची गरज नाही. ते तुमच्यात आहेच. फक्त आपल्या बेड्या तोडा. या बेड्यांचा तुम्हाला मोह आहे. त्यांची तुम्हाला सवय झालीय, अगदी घनिष्ठ परिचय आहे तुमचा आणि त्यांचा. आपल्या दु:खांना निरोप देताना थोडे कष्ट होणारच. खूप जुन्या बेड्या आणि सवय झालेली दु:ख, आपले जुने मित्र यांना सोडून स्वातंत्र्याच्या आणि जागृततेच्या नव्या लोकात प्रवेश करताना थोडं दुरावल्यासारखं होणारच. पण याशिवाय मानवतेला काही अशा नाही.

बस! थोडासा समजूतदारपणा आणि बुद्धिमत्ता यांची गरज आहे. पण तुम्हाला यापासूनही दूर ठेवलं गेलंय.

लोकांजवळ विवेक असावा, असं मला वाटतं. म्हणून पोप माझ्यावर नाराज आहे, इमाम रागावलाय, शंकराचार्य चिडलेत. या सर्वांना वाटतं की लोकांनी अगदी विवेकशून्य, बुद्धिहीन व प्रतिभाहीन असावं. म्हणजे त्यांना सहजासहजी गुलाम बनवून फसवता येतं, सतावता येतं, त्यांचा बळी घेता येतो आणि या सगळ्या अत्याचारांविरुद्ध ते आवाजही करू शकत नाहीत.

एक दिवस पॅडी गुत्त्यात गेला. त्याची नजर त्याच्या पलीकडच्या टेबलावर बसलेल्या सद्‌गृहस्थाकडे गेली. त्या गृहस्थाचे किंमती कपडे, परदेशी घड्याळ, हॅट आणि सुरेख टाय यांच्याकडे पॅडी टकमक पाहत राहिला. सर्वांत सुंदर होते ते त्या गृहस्थाचे बूट. असे चकचकीत बूट पॅडीनं पूर्वी कधी पाहिलेच नव्हते. शेवटी पॅडीला राहवलं नाही. त्यानं त्या गृहस्थाला विचारलंच, 'महाशय, असे सुंदर बूट मला कुठं मिळतील?' त्या गृहस्थानं उत्तरं दिलं, 'मी हे दक्षिण अमेरिकेतून आणलेत. हे ॲमेझॉन नदीतल्या मगरींचे आहेत. यांना 'क्रोकोडाइल-शूज' म्हणतात.'

पॅडीला बूट इतके आवडले होते ते की आपलं घर, दुकान विकून त्यानं रोख रक्कम जमा केली आणि तो दक्षिण अमेरिकेत जाऊन पोहोचला. तिथं त्यानं एक मोटरबोट घेतली आणि ॲमेझॉन नदीच्या पलीकडच काठ त्यानं गाठला. इथं घनदाट जंगल होतं. हा भाग मगरींसाठी व सुसरींसाठी प्रसिद्ध होता.

एक मगर दिसताच पॅडीनं तिच्यावर झेप घेतली. मगरीनं त्याला खाऊन टाकण्याचा वारंवार प्रयत्न केला. तासभर जोराची लढाई झाली. अखेर पॅडीनं मगरीला मारलं आणि फरपटत काठावर आणलं.

पॅडी धापा टाकत होता. त्याला बऱ्याच जखमा झाल्या होत्या आणि त्यांतून रक्त वाहत होतं. तरीही सर्व शक्ती पणाला लावून त्यानं मगरीला पालथं केलं आणि एक मिनिट तो तिच्या पायांकडे निरखून पाहत राहिला आणि अतिशय निराशेनं म्हणाला, 'शी! या मगरीनं तर बूट घातलेलेच नाहीत.'

◆

७

एकाग्रता : मनाची शिस्त
ध्यान : मनाचे विसर्जन

प्रिय भगवान,

ध्यान आणि एकाग्रता या दोन्हीत फरक काय आहे?

थोडक्यात सांगायचं तर ध्यान म्हणजे मनाला एका बाजूला ठेवणं, मनापासून अलग होणं.

ध्यान म्हणजेच मनाची शिस्त असं म्हणणं अगदी चूक आहे. ध्यान म्हणजे मनाची शिस्त नाही. कारण एकदा मनाला शिस्त लागली की ते पाहिल्यापेक्षाही जास्त शक्तिशाली होईल, अशा शिस्तबद्ध व बळकट मनाच्या पार जाणं सोपं नसतं. त्यासाठी फार मोठा संघर्ष करावा लागेल. कमकुवत व गैरशिस्त मनाला बाजूला सारणं त्यापेक्षा सोपं.

जे मन एकाग्र करतात त्यांना ध्यानमग्न होणं फार कठीण जातं. कारण एकाग्रता हा मनाचा अभ्यास आहे. त्यामुळे तुमची बुद्धी तीक्ष्ण होईल, सखोल विचार करण्यास सक्षम होईल, नीटनेटकी आणि निष्णात होईल. पण अशा मनापासून मुक्त होणं कठीण होईल, कारण तुम्हीच आपल्या मनाला ऊर्जा दिली, शक्ती दिली, त्याला क्रिस्टलाइज्ड केलं, सुसंघटित केलं.

एकाग्रता म्हणजे ध्यान नाही तर मनाची शिस्त आहे. ध्यान म्हणजे मनाला दूर सारणं. खरं बोलायचं झालं तर 'ध्याना'साठी इंग्लिशमध्ये जो 'मेडीटेशन' शब्द आहे तो काही बरोबर नाही. पश्चिमेकडे 'ध्यान' कधी केलं गेलंच नाही. म्हणून त्यासाठी योग्य शब्दही नाही. 'ध्यान' हा संस्कृत शब्द आहे. जेव्हा बौद्ध भिक्षू चीनला गेले तेव्हाही हाच प्रश्न त्यांना पडला. चिनी भाषेत ध्यानाला पर्यायी शब्द नसल्यामुळे त्याचं भाषांतर करणं शक्य होईना. मग त्यांनी 'ध्यान' हाच शब्द वापरला. चिनी लोकांनी त्याचा उच्चार 'झान' असा काहीतरी केला. चीनमधून जपानपर्यंत प्रवास

करेपर्यंत तो 'झेन' झाला... .तो ध्यान या शब्दाचं परिवर्तित रूप आहे.

तुम्ही कोणत्या तरी एका वस्तूवर मन केंद्रित करत आहात असा गैरसमज 'मेडिटेशन' हा शब्दामुळे होतो. 'मेडिटेशन' चा अर्थ एकाग्रता या शब्दाच्या अर्थापेक्षा फारसा वेगळा नाही. तुम्ही एखाद्या वस्तूशी एकाग्र होता म्हणजेच त्या वस्तूवर मन केंद्रित करता- इथं कुठलं ना कुठलं ऑब्जेक्ट, कुठला ना कुठला विषय असतोच. पण ध्यान म्हणजे सर्व विषयांपासून मुक्ती. ज्याचं चिंतन केलं जाऊ शकतं, ज्यावर मन केंद्रित केलं जाऊ शकतं, त्या सर्व गोष्टींपासून मुक्ती. सगळ्यापासून सुटका. मागं काही शिल्लक न राहणं- केवळ एकाग्रता साधणारं, चित्त केंद्रित करणारं चैतन्य तेवढं शिल्लक राहावं. ते निर्मळ चैतन्य म्हणजेच ध्यान.

इंग्लिशमध्ये 'ध्यान' या शब्दासाठी योग्य शब्द नाही. म्हणून आपण 'मेडिटेशन' हा शब्द वापरत आहोत, हे लक्षात ठेवलं पाहिजे. ध्यानाचा अर्थ आहे - अस्तित्त्वाची अशी स्थिती जिथं विचार नाही, स्वप्न नाही, विषय नाही, वासना नाही, काहीही नाही. फक्त शून्यता शिल्लक आहे. त्या शून्यतेतच सत्य प्रकट होतं, स्वत:ला जाणता येतं, आपल्या खऱ्या स्वरूपाची ओळख होते. संपूर्ण मौनच ध्यान आहे.

मनाला शिस्त लावण्याच्या जशा काही पद्धती आहेत. अगदी तशाच मनाला अलग करण्याच्याही काही पद्धती आहेत. पण पश्चिमेकडे, विशेषत: अमेरिकेत ...कारण अमेरिका प्रत्येक गोष्टीत पुढे आहे. पश्चिम मूर्ख आहे, तर अमेरिका मूर्ख-शिरोमणी आहे. कुठल्याही गोष्टीत अमेरिका मागे नाहीच. ...तेव्हा मी अमेरिकन पुस्तकं वाचलीत. आता नाही, मागील चार वर्षांत तर मी पुस्तकांना हातही लावलेला नाही. अमेरिकेत सर्वांत जास्त विकल्या जाणाऱ्या पुस्तकांत अधिकांश कुठल्या ना कुठल्या स्वरूपात मनाला शिक्षण आणि मनाची शिस्त यांची चर्चा करणारी आहेत. ...उदाहरणार्थ, इच्छाशक्ती कशी वाढवावी, लोकांवर प्रभाव कसा पाडावा, मित्रांची मनं कशी जिंकावीत, श्रीमंत कसे व्हाल, ऐहिकावर मनाचा विजय वगैरे वगैरे.

जर तुम्ही मनाला शिस्त लावलीत तर तुम्ही नक्कीच एक चांगले प्रतिस्पर्धी ठराल, आपल्या महत्त्वाकांक्षा सहजपणे पुऱ्या करू शकाल, दुसऱ्यांना उल्लू बनवाल, त्यांचं सहजपणे शोषण करू शकाल, आपल्या स्वार्थासाठी त्यांचा साधन म्हणून उपयोग करू शकाल.

फ्रेडरिक नीत्शेनं एक पुस्तकं लिहिलंय 'विल टु पॉवर!' यात पश्चिमेकडे चालू असलेल्या सर्व प्रयत्नांचं सार आहे— संकल्पातून शक्ती. शक्तीच्या धावेसाठी पहिली अनिवार्य अट आहे: संकल्प आणि संकल्प हे तुमच्या क्रिस्टलाइज्ड मनाचं, तुमच्या शिस्तबद्ध मनाचं दुसरं नाव आहे.

नाही. ध्यानासाठी या पद्धती उपयोगी ठरू शकत नाहीत. तुम्हाला मन:पार होण्याचे उपाय शिकले पाहिजेत. ते आधीच खूप बलवान आहे. त्याला जास्त शक्ती

पुरवू नका. कारण असं करून तुम्ही आपल्या शत्रूच्या मुळांनाच खतपाणी घालाल. ते मन आधीच मजबूत, प्रशिक्षित आणि सुसंघटित झाले आहे. तुमची शाळा, कॉलेजं, विश्वविद्यालयं सर्व त्याच्याच सेवेत गुंतली आहेत.

नऊ वर्ष एका विश्वविद्यालयात प्रोफेसर म्हणून काम केल्यावर मी राजीनामा दिला. तेव्हा मी उप-कुलगुरूंना म्हटलं, 'मी हे काम करू शकणार नाही. कारण शिक्षणाच्या नावाखाली जे काय चाललंय, त्यामुळे लोकांच्या जीवनाचा नाश होतोय.'

ते म्हणाले, 'तुम्हाला काय म्हणायचंय? शिक्षणामुळे नाश? - तुमच्या म्हणण्याचा अर्थ काय? विद्यार्थ्यांत तुम्ही लोकप्रिय आहात. ते तुम्हाला जाऊ देणार नाहीत आणि यापुढे आणखी लोकांचा नाश मला करायचा नाही, हे तुम्ही कुठल्या आधारावर म्हणताय, तेच मला समजत नाही.'

मी म्हणालो, 'तुम्ही ते समजू शकणार नाही. कारण जरी तुमचा जन्म भारतात झालेला असला तरी तुम्हाला भारताच्या आत्म्याची ओळख नाही. तुमचं शिक्षण पाश्चत्त्य देशांत झालंय'— त्यांचं जवळ-जवळ सगळं आयुष्य पाश्चात्य देशातच गेलं होतं— 'मानसशास्त्र व तत्त्वज्ञान' या विषयांवरची पुस्तकं मला माझ्या मनाविरुद्ध शिकवावी लागतात. या शिक्षणामुळे विद्यार्थ्यांचं नुकसान होतं हे मला चांगलं माहीत आहे. त्यांच्या मनाची अवस्था आधीच वाईट आहे. ते मानसिक रुग्ण आहेत. त्यांत मी आणखी भर घातली तर त्यांची अवस्था अधिक वाईट होईल. त्यांचा आजार वाढेल. हे शिक्षण आजाराला खतपाणी घालण्यासारखं आहे. त्यांच्या बेड्या जास्तच मजबूत होतील. त्यांची मानसिक गुलामी अधिकच वाढेल.'

'मनाला शिस्त लावणं' हा खोट्या धर्मांचा आधार आहे आणि 'मनाला अलग करणं, त्याच्याशी असलेल्या तादात्म्याचा भंग करणं' हे खऱ्या धर्माचं काम आहे आणि एका परीनं हे काम अगदी सरळ आहे. शिस्त लावण्याच्या पद्धती समजायला कठीण आहेत. मनाला एकाग्र करण्याचं शिक्षण कठीण आहे. कारण चंचलता हा मनाचा स्वभाव आहे. मन इकडं तिकडं पळतं आणि तुम्ही त्याला खेचून परत आणता. ते पुन:पुन्हा बंड करतं, पुन्हा आपल्या जुन्या वळणावर जातं. तुम्ही त्याला पुन्हा पकडून एकवटता, ज्या विषयाचं तुम्ही चिंतन करत असाल त्यावर केंद्रित करता, मोठ्या मुश्किलीनं ते एकाग्र होतं न होतं तोच तुम्ही स्वत: दुसऱ्याच कुठल्यातरी गोष्टीचा विचार करत असल्याचं तुमच्या लक्षात येतं. ...मग कोणत्या गोष्टीशी एकाग्र व्हायचा प्रयत्न करत होतो हेच विसरलं जातं. हे काम काही सोपं नाही.

पण मनाला एका बाजूला सारणं अजिबात कठीण नाही. जणू काही हे काम म्हणजे हातचा मळ. तुम्ही फक्त इतकंच करायचं. साक्षीदार होऊन पाहायचं. मनात

जे काय चाललंय त्यात हस्तक्षेप करायचा नाही, त्य ला डिवचायचं नाही. काहीही करायचं नाही. कारण तुम्ही काहीही करण्याचा प्रयत्न केलात की शिस्त सुरू होईल.

तेव्हा काहीही करू नका. फक्त पाहत राहा.

'पाहणं' ही क्रिया नाही हे लक्षात ठेवा. जसा तुम्ही सूर्यास्त पाहता, आकाशात तरंगणारे ढग पाहता किंवा रस्त्यावरून जाणाऱ्या लोकांना पाहता, अगदी तसंच मनाच्या रस्त्यावरून जाणाऱ्या विचारांच्या गर्दीकडे पाहा- आठवणी, स्वप्न, दुःस्वप्नांना पाहा. संगत, असंगत, सार्थक, व्यर्थ, निर्हेतुक जे काही चाललं असेल ते पाहा. एकच गोंधळ माजलाय. जणू नेहमीच कुंभ मेळा असतो. तुम्ही बाजूला उभे राहा आणि पाहा. गर्दीशी तुमचं काही घेणं नाही. फक्त पाहायचं, तटस्थ वृत्तीनं.

पोकळ, निरर्थक धर्म तुम्हाला तटस्थ राहण्याची परवानगी देत नाहीत. ते सांगतात की लोभ वाईट. म्हणून लोभाचा विचार मनात येताच त्याच्या छातीवर बसा, त्याला अटकाव करा, नाहीतर तुम्ही लोभी व्हाल. क्रोध वाईट आहे. तेव्हा क्रोधाचा विचार मनात येताच लगेच त्याला पकडून बाहेर हाकलून नाहीसा करायला बघा. त्याला घालवलंच पाहिजे. कारण तुम्हाला दयाळू आणि कृपाळू बनायचंय. तुम्ही स्वतःवर करता तसंच तुम्ही शत्रूवर प्रेम करायला पाहिजे. जर शेजाऱ्याबद्दल काही वाईट मनात आलं तर ...नाही, नाही. शेजाऱ्यावरही तुम्ही स्वतः इतकंच प्रेम केलं पाहिजे.

जुन्या धर्मांनी चूक काय आणि बरोबर काय हे तुम्हाला ठरवूनच दिलंय. जर मनाच्या रस्त्यावरून चुकीचा विचार जायला लागला तर त्याला थांबवावंच लागेल, तुम्हाला हस्तक्षेप करावाच लागेल. विचारांच्या गर्दीत उडी घेऊन वाईट विचारांना बाहेर काढा. बस! इथंच तर सगळं चुकतंय!

म्हणूनच मी चांगलं आणि वाईट यांच्याबद्दल बोलतच नाही. मी एवढंच सांगतो की तटस्थपणे पाहणं उत्तम. तटस्थ न राहणं चांगलं नाही.

मी अगदी सरळ, सोप्या शब्दांतून सूत्ररूपानं सार सांगितलंय. तटस्थ राहा. जर लोभ चालला असेल तर त्याला जाऊ द्या. त्याच्याशी तुमचा काहीही संबंध नाही. जर राग येत असेल तर येऊ द्या. त्याला आड येणारे तुम्ही कोण? तुमचं तुमच्या मनाशी एवढं तादात्म्य का-? 'मी लोभी आहे' 'मी रागीट आहे' असा विचार तुम्ही का करायला लागता? रागाचा एक विचार तर आलाय. बिचाऱ्याला जाऊ देत. तुम्ही फक्त भान ठेऊन त्याला पाहत राहा.

एक जुनी गोष्ट आहे. एक माणूस गावाला गेला होता. तो जेव्हा परतला तेव्हा त्याला समजलं की त्याच्या घराला आग लागली. त्या माणसाचं घर हे गावातील सर्वांत उत्तम घर होतं आणि त्याला घराबद्दल अतिशय लोभ होता. लोक ते घर विकत घ्यायला बघत होते, त्यासाठी दुप्पट किंमत द्यायला तयार होते. पण हा

माणूस अजिबात कशालाही तयार झाला नाही आणि आता तेच घर त्याच्या डोळ्यांसमोर राखेला मिळत होतं.

हजारो लोक जमले होते. पण आता काही करणं शक्य नव्हतं. आग इतकी भडकली होती की कितीही प्रयत्न केले तरी काहीही वाचणं अशक्य होतं. तो माणूस गर्दीत उभा होता. हात चोळत, उदास, डोळ्यांत पाणी आणून. तेवढ्यात त्याचा मुलगा धावत आला आणि त्याच्या कानात पुटपुटला, 'बाबा, वाईट वाटून घेऊ नका. कालच मी हे घर विकलंय. तिप्पट किंमतीला. मला माफ करा. तुम्ही बाहेरगावी गेला होतात. तेव्हा तुम्हाला न विचारताच मी घर विकलं. किंमत एवढी चांगली आली की मी तुमच्या परत येण्याची वाट पाहत थांबू शकलो नाही.'

'चला! हे तर फारच चांगलं झालं.' तो माणूस समाधानानं म्हणाला, 'मूळ खर्चापेक्षा तिप्पट किंमत मिळाली म्हणजे चांगलंच म्हणायचं.' मग तोही इतरांसारखा बघ्या झाला.

क्षणापूर्वी त्याचा घराशी घनिष्ठ संबंध होता आणि आता अचानक तो इतरांसारखाच प्रेक्षक झाला. घर तेच आहे, आग तीच आहे, सगळं काही तेच आहे. पण आता त्याचा त्याच्याशी काहीही संबंध नाही. जसे इतर लोक मजा बघताहेत, तसा तोही बघतोय.

काही वेळानंतर त्याचा दुसरा मुलगा धावत आला आणि म्हणाला, 'तुम्ही असं काय करताय? घरातून आगीचा लोळ उठलाय आणि तुम्ही हसताय?'

वडील हसून म्हणाले, 'बेटा, तुझ्या मोठ्या भावानं हे घर विकलंय, हे तुला माहीत नाही का?'

मधला मुलगा म्हणाला, 'दादानं विकण्याबाबत बोलणं केलं होतं. पण खरेदी करणाऱ्या माणसानं अजून पैसे दिले नाहीत. आता तो घर कसलं विकत घेतोय?' क्षणात सगळं वातावरण बदललं. सुकलेले आसू परत गळायला लागले. हसू पळालं, हृदयाचे ठोके वाढले, रक्तदाब वाढला. बघ्या म्हणून असलेल्या भावना बदलल्या. पुन्हा तादात्म्य आलं. इतक्यात सर्वांत धाकट्या मुलानं येऊन सांगितलं की तो घर खरेदी करणारा माणूस शब्दाचा पक्का आहे. मी आताच त्याला भेटून आलो. तो म्हणतोय की घर जळो अथवा राहो, त्याच्याशी मला काही देणं-घेणं नाही. हे घर माझं आहे आणि जे ठरलं त्याप्रमाणे मी पैसे देईन. करण भविष्य कुणाला कळलंय? आज घराला आग लागणार आहे हे न तुम्हाला माहीत होतं न मला.'

पुन्हा तो दर्शक झाला. तादात्म्य विरून गेलं. खरं तर काहीही बदल झालेला नाही. फक्त 'मी मालक आहे. हे घर माझं आहे' या तादात्म्य भावाचं अंतर आहे. त्या भावामुळे सगळा फरक पडतो. एका क्षणात त्याला असं वाटायला लागलं, की

आता या घराशी माझा काय संबंध? दुसऱ्या कुणीतरी ते विकत घेतलंय. मला काय करायचंय? जळतय तर जळू देत.

'माझा त्याच्याशी काही संबंध नाही' या वृतीनं तटस्थ राहून दर्शक म्हणून मनाकडे पाहण्याची साधी-सरळ युक्ती सर्व काही बदलून टाकील. ज्या विचारांना तुम्ही तुमचे स्वत:चे समजता त्यातील बहुतेक सर्व विचार तुमचे आई-वडील, तुमचे शिक्षक, मित्र, पुस्तकं, वर्तमानपत्र, सिनेमा आणि टेलिव्हिजन यांचे असतात. एखाद्या दिवशी तुमच्या मनात येणाऱ्या विचारांपैकी किती तुमचे आहेत; याचा हिशेब केलात तर तुम्ही चकित व्हाल. त्यातील एकही तुमचा नसेल. सगळे वेगवेगळ्या मार्गांनी आलेले आहेत, सगळे उधार आहेत. एक तर ते विचार दुसऱ्यांनी तुमच्या खोपडीत भरलेत किंवा तुम्ही स्वत:च मूर्खांसारखे ते स्वत:च्या खोपडीत भरून घेतले आहेत, पण त्यांत तुमचं स्वत:चं काही नाही.

मन कॉम्प्युटरप्रमाणं काम करतं. खरं तर तो बायोकॉम्प्युटर आहे. खोपडीच्या आत असलेला एक जैविक कॉम्प्युटर. कॉम्प्युटर बरोबर तुम्ही तादात्म्य पावू शकत नाही. जरी कॉम्प्युटर गरम झाला, तरी तुम्ही गरम होत नाही; उत्तेजित होत नाही. जरी कॉम्प्युटर रागवला आणि त्याच्या पडद्यावर घाणेरड्या शिव्या आल्या तरी तेव्हाही तुम्हाला काही त्रास होत नाही. हं! चूक काय झाली, गडबड कुठं झाली, हे तुम्ही शोधाल. पण तुम्ही अलिप्तच राहाल.

बस! थोडसं कौशल्य पाहिजे. ... मी त्याला कर्मकांडसुद्धा म्हणू इच्छित नाही. कारण त्यामुळे त्यात गांभीर्य येतं, जडत्त्व येतं. म्हणून मी फक्त कौशल्यच म्हणतो, कलासुद्धा नाही. करता करता अचानक एक दिवस तुम्हाला ते कौशल्य तुमच्यात आल्याचं कळेल. अनेकदा अपयश येईल, पण काळजी करण्याचं कारण नाही, काही अडचण नाही, हे अगदी स्वाभाविक आहे. पण दर्शक म्हणून पाहता पाहता एक दिवस घटना घडल्याचं तुमच्या लक्षात येईल.

एकदा जरी असं घडलं, एका क्षणासाठी जरी तुम्ही दर्शक झालात तरी दर्शक होण्यातलं रहस्य तुम्हाला कळेल, दूर असलेल्या पर्वताच्या शिखरावर उभ्या असलेल्या अलिप्त दर्शकाप्रमाणे कसं व्हायचं हे तुम्हाला समजून येईल. संपूर्ण मन तेव्हाही तिथं असेल. खोल दरीच्या अंधारात पण तुम्हाला त्याचा विचार करण्याचं कारण नाही. तुम्ही आता फक्त दर्शक आहात.

आणि मनाची सर्वात अद्भुत गोष्ट म्हणजे तुम्ही त्याच्याकडे एक दर्शक म्हणून पाहू लागलात की ते विलीन व्हायला लागतं. दिवा लावताच अंधार नाहीसा होतो. अगदी तसंच. दर्शकाचा भाव येताच मन लुप्त होतं- सर्व विचार, आठवणी, कल्पना, विश्वास, भावना आणि इतर गोष्टींसहीत- थोडक्यात ज्या गोष्टींपासून मनाची निर्मिती झालीय त्या सर्व गोष्टींसहित मन निरोप घेतं.

तेव्हा ध्यान म्हणजे साक्षीभाव, जागृतता. बस! भानावर येताच सर्व रहस्यांचा भेद होतो. जे आहे ते उघड होतं. हा तपास किंवा शोध नाही. केवळ सत्याचं अनावरण आहे, उद्‌घाटन आहे आणि सत्य म्हणजे काय? तुम्हाला समजून येईल की तुम्ही एका अपरिमित शून्यतेत प्रवेश केलाय. ही शून्यता एका शांतीनं, एका प्रकाशानं, एका सुगंधानं आणि असीम सौंदर्यानं पूर्ण भरलेली आहे. याचाच अर्थ तुम्ही ईश्वराच्या राज्यात प्रवेश केलाय. माझ्या शब्दांत तुम्ही 'भगवत्तेत प्रविष्ट झाला', 'भगवत्तेत बुडलात.'

एकदा भगवत्तेत-देवत्त्वात- डुबकी मारून बाहेर आलात की तुम्ही दुसरीच व्यक्ती व्हाल. एक अगदी नवा माणूस. सर्व मुखवटे गळून पडतील आणि तुमच्यापाशी तुमचा खराखुरा, मौलिक चेहरा असेल. या जगातच तुम्ही राहाल, पण पूर्वीच्या तऱ्हेनं नाही, याच लोकात राहाल, पण जुन्या जीवनसरणीप्रमाणे नाही, त्याच जुन्या दृष्टिकोनाप्रमाणे नाही, त्या पूर्वीच्या पद्धतीप्रमाणे नाही.

तुम्ही पाण्यातल्या कमळाप्रमाणे व्हाल. पाण्यात असूनही पाण्यापासून पूर्णपणे अस्पर्शित.

स्वत:च्या आंतरातल्या या कमळाचा शोध म्हणजेच धर्म.

◆

८

जागृती तुमचा स्वभाव आहे

प्रिय भगवान,
जास्त श्रम न करता, आरामात डुलक्या घेता घेता, अगदी सहजपणे ज्ञान प्राप्त होणं शक्य आहे का?

हेच तर माझं पूर्ण तत्त्वज्ञान आहे. तुम्ही काही प्रयास करू नये, आराम करावा आणि तुम्हाला ज्ञान मिळेल. जेव्हा तुम्ही खरोखरच निष्क्रिय तणावरहित, प्रयत्न-शून्य असता तेव्हाच हे घडतं. ...त्याच क्षणी ज्ञानाची बरसात होते. हजारो फुलांच्या वर्षावाप्रमाणे.

परंतु ज्ञान किंवा जागृती ही अत्यंत कठीण गोष्ट आहे, असंच सर्व धर्म तुम्हाला शिकवतात. आयुष्यभर तपश्चर्या करावी लागेल, कदाचित अनेक जन्म घ्यावे लागतील आणि तरीही खातरी नाही, गॅरंटी नाही. तुम्ही बुद्धत्त्वापासून पावलावर असाल तेव्हाही तुम्ही मार्गावरून भरकटू शकता. बुद्ध कुठं आहे, त्याच्याकडे जाणाऱ्या मार्गाचा तुम्हाला पत्ता नाही, तेव्हा तुम्ही भरकटण्याची, चुकीच्या मार्गाला लागण्याची खूपच शक्यता आहे.

योगायोगानं एखाद-दुसराच बुद्धत्त्व मिळवतो, अचानक तिथंपर्यंत पोहोचतो. याला अपघातच समजलं पाहिजे. कारण लाखो लोक जिवापाड प्रयत्न करतात आणि त्यांना काही मिळत नाही, त्यांच्या हाताला काही लागत नाही. ते करत असलेल्या शोधामुळे त्यांना खूप ताण आलाय, त्यांच्या प्रयत्नांमुळे अशी परिस्थिती निर्माण झालीय, बुद्धत्त्व घडून येणं कठीण झालंय, हे त्यांना कळत नाही.

जेव्हा तुम्ही मौन पाळता, अगदी शांत आणि निष्क्रिय होता, जणू काही तुम्ही नाहीच आहात... फक्त एक निर्मळ शून्यता शिल्लक राहते... आणि त्याच क्षणी विस्फोट होतो. तुमच्या आत्मप्रकाशाचा विस्फोट.

ज्यांनी बुद्धत्त्वाला कठीण आणि दुर्बोध मानलं, त्यांनी आपल्या बुद्धीचा आणि

शरीराचा नाश तर केलाच, पण त्यांना बुद्धत्त्व प्राप्त झालं असेल असं मला वाटत नाही. ज्या थोड्या व्यक्तींना बुद्धत्त्वाची प्राप्ती झाली ती त्यांना परम विश्रांतीच्या अवस्थेतच झाली. विश्रामरूपी भूमीतच बुद्धत्त्वाची फुलं फुलतात.

तुम्हाला निष्काळजी व्हायचंय, काही परिश्रम करायचे नाहीत. आरामात डुलक्या घ्यायच्यात ही तर उत्तम गोष्ट आहे- अरे, हीच तर खुबी आहे ज्ञानी होण्याची. तुम्ही आजसुद्धा बुद्ध होऊ शकता कारण बुद्धत्त्व तुमचा आत्मा आहे, तुमचा गाभा आहे. पण तुम्ही मात्र इकडं तिकडं पळताय, शोध घेताय, काही ना काही करण्यात इतकं गुंतून जाता की स्वत:च्या आत्म्यालाच विसरून जाता. जेव्हा तुम्ही निष्क्रिय असता तेव्हा काहीच करत नाही, कुठंही जात नाही आणि तेव्हाच तुम्हाला झेन म्हण अनायासे घडताना दिसते. 'गवत आपलं आपण उगवतं' द ग्रास ग्रोज बाय इटसेल्फ.'

आवश्यकता आहे फक्त जागरणाची, प्रतिभेची, चैतन्याची - आणि हे प्रयत्न नाहीत. आवश्यकता आहे केवळ प्रामाण्याची, द्रष्टेपणाची- हे तणाव नाहीत उलट अत्यंत आनंददायी अनुभूती आहेत. या गोष्टी तुम्हाला थकवा आणीत नाहीत, तर अत्यंत शांती देतात. तुमच्या तथाकथित संत-महात्म्यांमध्ये थोडीसुद्धा बुद्धिमता असल्याचं दिसत नाही. कारण त्यांनी स्वत:च्या मूढ प्रयत्नांमुळे प्रतिभेचा पूर्णपणे नाश केलाय.

माझं सांगणं आहे की बुद्धत्त्व मिळवण्यासाठी केले गेलेले सर्व प्रयत्न मूर्खपणाचे आहेत.

बुद्धत्त्व तुमचा स्वभाव आहे. तुम्हाला माहीत असो वा नसो, पण तुम्ही पहिल्यापासूनच बुद्ध आहात. माझ्या दृष्टीनं तुम्ही सर्व बुद्ध आहातच. कारण तुमच्या आत पेटलेल्या ज्योतीचं तेज मला दिसतंय. जेव्हा मी तुम्हाला पाहतो तेव्हा तुमचं रंग, रूप, आकार पाहत नाही, तर तुमच्यातील चैतन्य पाहतो. ते तेजस्वी आहे, एका सुंदर ज्योतीच्या स्वरूपात आहे.

असं म्हणतात की गौतमबुद्धाला परम ज्ञान प्राप्त झालं तेव्हा तो चकितच झाला. ज्या क्षणी तो बुद्ध झाला, त्या क्षणी अखिल अस्तित्त्वही बुद्धत्त्वानं ओतप्रोत भरून गेलं. कारण त्याची स्वत:चीच दृष्टी बदलली, तीत परिवर्तन झालं.

तो स्वत:च्या गाभ्याला पाहू शकला. इतकंच नाही तर दुसऱ्यांच्या गाभ्यालाही खोलात जाऊन पाहू शकला. यांत वृक्ष, पशू, हेही होते. त्यानं पाहिलं सर्वचजण बुद्धत्त्वाकडे जाताहेत. कारण प्रत्येकाला आपल्या स्वभावाची ओळख व्हायलाच पाहिजे. त्याशिवाय जीवनात आनंद असणार नाही, जीवन एक उत्सव होणार नाही.

फक्त थोडे बुद्धिमान व्हा. विवेकानं वागा बुद्धत्त्व अपोआप येईल. तुम्ही त्याच्याबद्दल विचार करण्यची आवश्यकता नाही.

एक बाई बँकेत शिरते आणि सरळ मॅनेजरच्या केबिनमध्ये जाते. मॅनेजरच्या

टेबलावर मूठ आपटून ती म्हणते, 'हे बघा नॅनेजर साहेब. मी दहा हजार रुपयांची पैज लावायला आली आहे.'

'पैज!' बँक मॅनेजरनं रागानं तिच्याकडे पाहिलं, 'बाई, आमची बँक पैजाबिजा लावण्यचा धंदा नाही करत. तुम्ही आम्हाला जुगारी समजता की काय?' 'माफ करा. मी बँकेबरोबर नाही, तुमच्याबरोबर पैज लावयाला आलीय', त्या खोडसाळ बाईनं सांगितलं, 'उद्या सकाळी दहा वाजता तुमचं जननेंद्रिय हिरवं होईल, जर माझं भविष्य खोटं ठरलं तर, मी तुम्हाला ताबडतोब दहा हजार रुपये देईन.

'मॅडम, तुमचं डोकं ठिकाणावर आहे ना? बँक मॅनेजरनं थोडं रागातच विचारलं, 'काय फालतू बकवास करताय! असं बोलायला लाज नाही वाटत? असं होऊच कसं शकेल? हिरवं...

हिरवा रंग होणार नाही याची तुम्हाला पक्की खातरी असेल तर लावा ना पैज!' ती बाई हट्टालाच पेटली.

मॅनेजर आता चांगलाच संतापला. म्हणाला, 'ठीक आहे. उद्या सकाळी या. लागली पैज.'

दुसऱ्या दिवशी बरोबर नऊ वाजून पंचावन्न मिनिटांनी एक ब्रीफकेस घेऊन ती बाई बँकेत आली. ब्रीफकेस उघडून त्यातील दहा हजार रुपये तिनं मॅनेजरला दाखवले. त्या बाईबरोबर एक उंच, सज्जन दिसणारे गृहस्थही होते. त्यांच्या हातात मोठी ब्रीफकेस होती.

बँक मॅनेजरनं विचारलं, 'हे कोण?'

त्या बाईनं उत्तरं दिलं, 'हे माझे वकील आहेत. काही गडबड, घोटाळा होऊ नये म्हणून मी यांना बरोबर घेऊन आलीय.'

बँकेतील इतर कर्मचारीसुद्धा उत्सुकतेनं तिथं जमले होते. घड्याळात दहाचा ठोका पडताच मॅनेजरनं पँटची बटनं काढली आणि पँट खाली सरकवली आणि मोठ्या खुषीत त्या बाईकडची दहा हजार रुपयांनी भरलेली ब्रीफकेस मागितली.

जमलेल्या कर्मचारी वर्गानं टाळ्या पिटल्या. पण एक अजब गोष्ट घडली. मॅनेजरनं पँट काढताच त्या बाईबरोबर आलेले गृहस्थ अस्वस्थ झाले. त्यांनी आपल्याजवळची ब्रीफकेस त्या बाईच्या हातात दिली. त्यांना घाम सुटला आणि ते बेशुद्ध पडले.

मॅनेजरनं विचारलं 'यांना काय झालं?'

बाई हसत हसत म्हणाली 'कदाचित हार्ट- ॲटॅक आला असेल. मी या गृहस्थांबरोबर, पन्नास हजार रुपयांची पैज लावली होती. पैज अशी होती की मी बँक मॅनेजरला सर्वांसमोर नागडं करीन. या गृहस्थांच्या मते ही गोष्ट अगदी अशक्य होती. '

-बस! थोडं डोकं चालवायला शिका.

एक ख्रिश्चन मिशनरी धर्म-प्रचार करण्यासाठी आफ्रिकेतील आदिवासींच्यात गेला. तिथं काही नरभक्षक आदिवासींनी त्याला पकडलं. जेव्हा ते त्याला भाजायची तयारी करत होते, तेव्हा त्यांचा सरदार तिथं आला. त्या सरदाराला पाहून मिशनऱ्याला आश्चर्याचा धक्काच बसला. त्यानं टाय बांधला होता आणि तो अस्खलीत इंग्लिश बोलत होता. त्याच्याशी बोलताना मिशनऱ्याला हेही समजलं की तो पाच वर्षं लंडनला राहिला होता आणि तिथल्या विद्यापीठात शिकलाही होता.

जेव्हा ते आदिवासी मिशनऱ्याला जळत्या लाकडांच्या ढिगाकडे न्यायला लागले तेव्हा त्यानं त्या सरदाराला विचारलं, 'मला मारण्यापूर्वी एका प्रश्नाचं उत्तरं दे. तू शिकलेला आहेस. सभ्य समाजात राहिलेला आहेस. तरीही नरभक्षक आहेस. तुझ्यावर शिक्षणाचा काहीच परिणाम झाला नाही का?' 'खूप परिणाम झालाय', नरभक्षक सरदार गर्वानं म्हणाला, 'आता आम्ही काट्याचमच्यांनी खातो.'

जरा डोक्यानं काम करायला शिका. ही दुनिया मूर्ख आहे आणि लोक मूर्खपणानं एकमेकांना दु:ख देण्यासाठी नव्या नव्या युक्त्या योजतात. एकमेकांना प्रसन्न आणि आनंदी व्हायला मदत करण्याऐवजी ते एकमेकांचे पाय ओढतात. अधिक अंधारात, जास्त चिखलात आणि संकटांत पाडण्यासाठी.

असं वाटतं की जगात फक्त एकच सुख आहे. ते म्हणजे दुसऱ्यांना दु:खी करण्याचं. म्हणून तर दु:खाच्या काळ्या ढगांनी हे जग व्यापून गेलंय. असं नसतं तर अहोरात्र उत्सव असता, रोज दिवाळी असती— आणि सर्वसाधारण प्रकाश नाही, तर तुमच्या आत्म्याच्या ज्योती पाजळल्या असत्या, आतच दिवाळी असती.

बुद्धत्त्व अत्यंत कठीण गोष्ट आहे. ...जवळ-जवळ अशक्य असं माणसाला मानायला लावायला पंडित-पुरोहितांना यश कसं आलं? त्याचं कारण तुमचं मन! तुमचं मन नेहमी अवघड कामं करायला, अशक्यतेला शक्य करायला उत्सुक असतं. कारण त्यामुळे मनाला आव्हान मिळतं, त्याचा अहंकार पोसला जातो. अहंकार फुला-फळायला आव्हानांची फार गरज असते.

म्हणूनच 'बुद्धत्त्व प्राप्त करणं म्हणजे काही खेळ नाही. जवळ-जवळ ते अशक्य काम आहे', असं पंडितांना तुम्हाला पटवून देता आलंय. लाखो-करोडोमध्ये एखाद्याला बुद्धत्त्व प्राप्त होतं. तुम्ही बुद्ध होऊ नये म्हणून त्यांनी खबरदारी घेतली आणि त्यासाठी मोठ्या चलाखीनं एक युक्ती योजली. त्यांनी तुमच्या अहंकाराला आव्हान दिलं. तुमच्यात तपस्या आणि आत्मक्लेश देणाऱ्या कर्मकांडाबद्दल उत्सुकता निर्माण केली, तुमचं जीवन जास्तीत जास्त दु:खी कसं होईल ते पाहिलं.

पण लक्षात ठेवा आत्म्याला क्लेश देणारे, स्वत:चं जीवन नरक बनवणारे लोक कधीही बुद्ध-ज्ञानी-जागृत होत नाहीत. हं! पण ते बुद्दू नक्कीच होतील. त्यांचं जीवन

प्रकाशानं भरण्याऐवजी अंधारानं भरेल आणि अंधारात रांगणारे लोक अगदी सहजपणे गुलाम होतात. कारण त्यांनी आपली बुद्धिनत्ता हरवलीय, उलटसुलट तपश्चर्या करून आपलं चैतन्य गमावलंय, ते आपली विवेकबुद्धीही हरवून बसलेत.

तुम्ही थंडीच्या दिवसांत ऊन खात बसलेल्या कुत्र्याला पाहिलंय काय? तो आपली शेपटी पाहतो आणि 'हे आहे तरी काय' म्हणून त्यांचं कुतूहल जागं होतं. तो उडी मारून शेपूट पकडायला बघतो. पण त्यानं उडी मारताच शेपूटही उडतं. त्यांच्यामधलं अंतर आहे तेवढंच राहतं. तो गोल गोल फिरतो आणि शेवटी वेड्यासारखा होतो. त्याला कळत नाही की हे भानगड काय आहे? फारच कठीण दिसतोय मामला!

मी पाहून ठेवलंय की शेपूट जेवढी मागे मागे जाते तेवढा तो हट्टाला पेटतो, ती काही ना काही करून पकडण्याच्या मागे लागतो, सर्व बाजूंनी प्रयत्नांची शिकस्त करतो. पण त्या बिचाऱ्या कुत्र्याला कळत नाही की शेपूट हा त्याच्या शरीराचाच भाग आहे. ती पकडणं शक्य नाही. तो उडी मारेल तशी शेपूटही उडून दूर जाईल.

बुद्धत्त्व कठीण गोष्ट नाही, अशक्य गोष्ट नाही. ते मिळवायला तुम्हाला काहीही करायला नको. ते तुमचा मूलभूत स्वभाव आहे, आत्मा आहे. फक्त इतकंच करायचं की क्षणभर सर्व प्रयत्न विसरायचे, सगळी कामंही विसरायची आणि अगदी निष्क्रिय, शांत व्हायचं, सर्व गोंधळ, काळज्या दूर सारायच्या. चैतन्य असं पूर्णपणे निष्क्रिय झालं की त्याला अचानक भान येतं की अरे, मी बुद्ध आहे.

बुद्धत्व ही या जगातील सर्वांत सरळ चीज आहे. पण सर्व जग बुद्ध व्हावं असं धर्माच्या ठेकेदारांना कधीच वाटलं नाही. कारण मग ख्रिश्चन, कॅथॉलिक, हिंदू किंवा मुसलमान कोण झालं असतं? म्हणून लोकांना त्यांच्या स्वतःच्या स्वभावाबाबतच अंधारात ठेवायचं, बुद्धत्त्वापासून दूर ठेवायचं.

यासाठी पंडित-पुरोहितांनी फार चांगला मार्ग काढला. त्यांना फार काही करावं लागलं नाही. फक्त बुद्धत्त्व कठीण आहे, दुष्कर आहे, असंभव आहे, अशी त्यांनी लोकांची समजूत करून दिली. लगेच तुमचा अहंकार जागा झाला. जे समोर असतं त्याबद्दल अहंकाराला उत्सुकता नसते. मग ते तुम्ही स्वतः का असेना! त्यात त्याला रुची नसते. त्याला फक्त दूर असलेल्या गोष्टी आवडतात. लक्ष्य जेवढं दूर तेवढी अहंकाराची उत्सुकता जास्त.

पण बुद्धत्त्व हे काही लक्ष्य नाही. ते तुमच्यापासून इंचावरसुद्धा नाही. ते तुम्हीच आहात. ज्याचा शोध चाललाय, ते शोधणाऱ्याच्यातच लपलंय. ज्याला समजून घ्यायचंय तो समजून घेणारा स्वतःच आहे. ज्ञाताच ज्ञेय आहे. फक्त पाहणाऱ्यालाच पाहयचंय.

बुद्धत्त्व हा तुमचा स्वभाव आहे. हे एकदा तुम्हाला समजलं ...वस्तुतः

संस्कृतमध्ये 'धर्म' शब्दाचा अर्थ आहे - स्वभाव, तुमची मूळ प्रकृती. धर्माचा संबंध मंदिर, मशीद किंवा चर्चशी नाही तसाच सिद्धान्त किंवा मत यांच्याशीही नाही. त्याचा अर्थ स्पष्ट आहे- तुमचा स्वभाव. उदाहरणार्थ, अग्नीचा धर्म काय? तर गरम होणं. पाण्याचा धर्म काय? तर उताराकडे वाहणं. माणसाचा स्वभाव काय? माणसाचा धर्म काय? तर बुद्ध होणं. स्वत:तील देवत्त्व जाणून घेणं.

जर तुम्ही तुमच्या स्वभावाची प्राप्ती श्रमाशिवाय आहे हे समजलात, त्यातील सरळपणा समजून घेतलात तरच मी तुम्हाला समजूतदार म्हणीन. जर ही सरळ गोष्ट तुम्हाला समजली नाही, तर तुम्हीही बुद्धिमान नाही. इतरांसारखे अहंकारी आहात— काहीजण सर्वांत श्रीमंत होण्याचा प्रयत्न कारताहेत, काही सर्वांत उच्च पद मिळवण्याच्या प्रयत्नात आहेत, तसेच तुम्हीही परमज्ञानाच्या प्राप्तीसाठी प्रयत्न करतात.

पण परमज्ञानाची किंवा बुद्धत्त्वाची प्राप्ती अहंकाराला शक्य नाही. धन, पद किंवा प्रतिष्ठा मिळवणं शक्य आहे- जरी कठीण आहे, खूप कठीण आहे, तरी शक्य आहे, हे लक्षात ठेवा.

तणावरहित, शांतिपूर्ण समर्पणाची भावनांची आवश्यकता आहे. अस्तित्त्वाची एक अशी स्थिती की जिथं संपूर्ण मौन आहे. ...आणि अचानक एक स्फोट होतो.

तुम्ही भले ओळखा की ओळखू नका, तुम्ही जन्मजात बुद्ध आहातच. तुम्हाला तुमच्यातील बुद्धत्त्वाची ओळख व्हावी हे समाजाला मान्य नाही, धर्मांना पसंत नाही, राजकारण्यांना तर अजिबात हे नकोय. कारण हे त्यांच्या स्थायी स्वार्थांच्या विरुद्ध आहे. तुम्ही तुमच्यातील बुद्धत्त्वाबद्दल जागृत नसल्यामुळे ते तुमचं रक्त पितात आणि जगतात. ते संपूर्ण मनुष्य जातीवर मूर्खपणानं लेबलं चिकटवण्यात यशस्वी झालेत- हिंदू, मुसलमान, ख्रिश्चन - जसं काही तुम्ही वस्तू आहात. सामान आहात. तुम्ही कोण आहात याचं लेबल त्यांनी तुमच्या कपाळावर चिकटवलंय.

भारतात कपाळावर चिन्ह धारण करणारे म्हणजेच टिळा लावणारे ब्राह्मण तुम्हाला दिसतील. त्यांच्या टिळ्यावरून त्यांची जात तुम्हाला कळेल. कपाळावरच लेबल आहे- हा माणूस आहे की सामान? कदाचित तुमचं चिन्ह तुमच्या कपाळावर नसेल पण आत, तुमच्या आत्म्यावर ते खोदलंय हे तुम्हाला माहीत आहे— त्यावरून कळतं तुम्ही ख्रिश्चन आहात की बौद्ध का हिंदू?

जर तुम्ही बुद्ध झालात तर तुम्ही तेजस्वी व्हाल, हलकेफुलके व्हाल, स्वत:साठी आणि दुसऱ्यासाठी आनंद व्हाल, स्वत:साठी आणि संपूर्ण अस्तिस्वासाठी वरदान व्हाल. आशीर्वाद व्हाल, परममुक्त व्हाल.

मग कुणीही तुमचं शोषण करू शकत नाही. कोणत्याही प्रकारे तुम्हाला? 'गुलाम बनवू शकत नाही- हीच तर अडचण आहे. म्हणून तर कुणालाही तुम्ही बुद्ध

व्हायला नको. जर ही गोष्ट तुम्हाला नीट समजली नाही तर जे बांडगुळ आहेत, ज्यांचं काम तुमचं रक्त पिणं आहे, त्यांच्या स्थायी स्वार्थांच्या हातांतली तुम्ही खेळणी व्हाल.

जर तुम्हाला स्वातंत्र्य हवं असेल तर बुद्धत्त्वच एकमेव मुक्ती आहे. तुम्हाला स्वत्त्व हवं असेल तर बुद्धत्त्वच एकमात्र स्वत्त्व आहे. जर आशीर्वादांनी भरलेलं जीवन हवं असेल तर बुद्धत्त्व एकमेव तसा अनुभव आहे.

आणि ही गोष्ट सरळ आहे, अगदी सरळ आहे, हे लक्षात ठेवा. -ज्या गोष्टी मिळवायला काहीही करावं लागत नाही अशातली ही एक गोष्ट आहे. कारण ही गोष्ट पहिल्यापासून आहेच. फक्त शांत आणि निष्क्रिय होऊन तिला पाहयचं आहे.

म्हणूनच भारतात पाश्चात्य फिलॉसॉफीच्या समान असं काही नाही. फिलॉसॉफी म्हणजे सत्याच्या संबंधी चिंतन, ज्ञानाबद्दल प्रेम. भारतात आमच्याजवळ 'दर्शन' आहे. ती संपूर्ण वेगळी गोष्ट आहे. दर्शन म्हणजे चिंतन, मनन नाही तर दर्शन म्हणजे पाहणं.

तुम्हाला सत्याबद्दल विचार करायचा नाही, तर सत्य पाहयचंय - ते तुमच्या आत आहेच. त्याला शोधायला तुम्हाला कुठं जायला नको. तुम्हाला त्याबद्दल विचार करायला नको. उलट सर्व विचार थांबवायचेत. म्हणजे मग ते सत्य तुमच्या आत प्रकट होऊ शकेल.

आतल्या आकाशाला ढगांनी न व्यापलेल्या निरभ्र आकाशाची आवश्यकता आहे. म्हणजे तुमच्या गाभ्यात लपलेला प्रकाश पसरेल आणि त्या प्रकाशानं तुमचा आत्मा भरून जाईल. तो प्रकाश फक्त तुमच्या आत्म्याला भरून राहत नाही, तर तुमच्यातून बाहेर फाकायला लागतो. तुमचं संपूर्ण जीवन परम सौंदर्यानं भरून जातं.

हे सौंदर्य देहाचं नसतं तर चैतन्याचं असतं, ते आतून बाहेर फाकलेलं असतं.

◆

९

मौनाचा रसास्वादः धार्मिकतेची अनुभूती

प्रिय भगवान,
आपल्या सान्निध्यात सहजरीत्या मौन कसं साधलं जातं?

इथं मी हाच तर प्रयत्न करतोय. तुमच्या बरोबर चर्चा करता करता तुम्हाला कळावं की गौतमबुद्धाप्रमाणे तुम्हालाही मौन साधता येतं, मनाच्या पलीकडे जाण्यात त्याच्या इतकेच तुम्हीही सक्षम आहात. ही फक्त काही लोकांनाच मिळणारी प्रतिभा किंवा विशिष्ट गुणवत्ता नाही.

प्रत्येकजण चित्रकार होऊ शकत नाही. प्रत्येकजण कवीही होऊ शकत नाही. या प्रतिभा आहेत, टॅलेन्टस् आहेत. प्रत्येकजण अती बुद्धिमान नसतो. ही सगळी जन्मजात वैशिष्ट्यं आहेत. पण प्रत्येकजण बुद्धत्त्वापर्यंत पोहोचू शकतो. साम्यवादी विचारसरणीशी तंतोतंत जुळणारी ही एकच गोष्ट आहे आणि आश्चर्याची गोष्ट म्हणजे नेमक्या याच गोष्टीला साम्यवाद नकार देतो.

बुद्धत्त्व ही अशी अनुभूती आहे की जिथं सगळे समान आहेत, सर्व सारखेच सक्षम आहेत.

बुद्धत्त्व तुमच्या कर्मांवर, प्रार्थनांवर वा तुम्ही ईश्वरावर विश्वास ठेवता की नाही याच्यावर अवलंबून नाही. हे फक्त एकाच गोष्टीवर अवलंबून आहे आणि ती म्हणजे थोडासा स्वाद... फक्त थोडीशी झलक. त्याच क्षणी 'आपण सक्षम आहोत,' 'समर्थ आहोत' असा आत्मविश्वास मनात भरून राहतो.

मी तुमच्याशी बोलतोय हे भाषण नाही. मी तुम्हाला कोणतीही शिकवण देत नाही किंवा एखादं तत्त्व समजावून सांगत नाही. माझं बोलणं म्हणजे एक उपाय आहे, एक युक्ती आहे. यामुळे तुम्हाला मौनात रुची वाटेल, विश्वास वाटायला लागेल की बुद्धत्त्व टॅलेन्ट नाही, प्रतिभा नाही. त्याच्यावर ज्ञानी, तपस्वी आणि

स्वत:ला पुण्यात्मा समजणाऱ्यांचाच एकाधिकार नाही. त्यासाठी विशिष्ट शिक्षणाची आवश्यकता नाही. मोठं तप, व्रत, उपवास यांची गरज नाही. ही संपत्ती -विना अट- प्रत्येकाजवळ आहे. तुम्हाला आपल्या या गुणवत्तेची जाण व्हायला पाहिजे. हाच माझा तुमच्याशी बोलण्याचा हेतू आहे.

'तुम्ही मौन धारण करू शकता' हे एकदा तुम्हाला कळलं की तुमचा संपूर्ण दृष्टिकोनच बदलून जाईल. इथं शिस्तीची गरज नाही की प्रार्थनांची. ईश्वर किंवा इतर मूर्खपणांच्या गोष्टींवर विश्वास ठेवण्याचा प्रश्नच इथं येत नाही. प्रश्न आहे फक्त स्वत:तील शक्यतांच्या जाणिवेचा. एकदा क तुम्हाल तुम्ही काय करू शकता हे समजलं, तुमच्यातला आत्मविश्वास जागा झाला की तुमच्या दृष्टीनं धर्माचा संपूर्ण रंगच बदलून जाईल.

धर्म म्हणजे मौन, शांती, जागृतता आणि आनंद. त्याचा पापपुण्य, पश्चाताप यांच्याशी काही संबंध नाही. अस्तित्त्व तुमच्या पापांचा हिशेब ठेवत नाही आणि तुम्ही भले किती पापं कराल? काय पाप कराल? बिचाऱ्या माणसांना शेवटी शिक्षा तरी किती मिळायला पाहिजे? लहान -मोठ्या पाप साठी धर्मानं शाश्वत नरकाची व्यवस्था केलीय. अरे न्याय म्हणून काही असायला पाहिजे ना.

बर्ट्रांड रसेलनं आपल्या पापांचा जमा-खर्च लिहिला - सगळ्या पापांचा, त्यानं केलेल्या, न केलेल्या, पण त्याबद्दल विचार केलेल्या आणि स्वप्नांत केलेल्या पापांचाही. एक लांबलचक यादी तयार करून त्यानं तो ख्रिश्चन थिऑलॉजियन्सना दिली आणि त्यांना प्रश्न विचारला ...अर्ध्या शतकाहूनही जास्त काळ गेला, पण त्याच्या प्रश्नाला उत्तर मिळालं नाही. पन्नास वर्षं त्यानं वाट पाहिली. आता तर तो बिचारा या जगातही नाही.

त्याचा प्रश्न असा होता : या सगळ्या गोष्टींची पापांत गणना होते. त्यांतील काही मी केल्या, काहींचा नुसताच विचार केला, तर काही स्वप्नांत केल्या. या सगळ्याबद्दल मला किती शिक्षा होऊ शकते? कठोरातला कठोर न्यायाधीश मला साडेचार वर्षांपेक्षा जास्त काळ तुरुंगात ठेऊ शकणार नाही. ख्रिश्चन धर्म मला नेहमीसाठीच नरकाच्या आगीत फेकायला निघालाय.

अनंतकाळपर्यंत शिक्षा होण्यासाठी अनंतकाळ पाप करत राहण्याची संधी मिळायला पाहिजे. नाही तर तो न्याय होणारच नाही.

बर्ट्रांड रसेलचा जन्म ख्रिश्चन कुटुंबात झाला होता. पण ख्रिश्चन धर्मज्ञान, धर्मासंबंधीच्या विचारसरणीतील मूर्खपणा याच्याबद्दल जेव्हा तो जागरूक झाला तेव्हा त्यानं 'व्हाय आय ॲम नॉट ए ख्रिश्चन?' — मो ख्रिश्चन का नाही?' — या नावाचं पुस्तक लिहिलं. या पुस्तकात त्यानं अनेक प्रश्न उपस्थित केले. पण आजपर्यंत त्याला एकाही प्रश्नाचं उत्तर मिळाले नाही. प्रत्यत्तर म्हणून पोपनं त्याच्या

पुस्तकावर बंदी घातली. पोपतर्फे जी ब्लॅकलिस्ट दरवर्षी छापली जाते त्यामध्ये या पुस्तकाचीही नोंद झाली. पोप अशी ब्लॅकलिस्ट कॅथॉलिक ख्रिश्चनांसाठी दरवर्षी छापतो. त्यात अमुक अमुक पुस्तकं कॅथॉलिकांनी वाचू नयेत, अशी ताकीद असते.

मी मोठा भाग्यशाली आहे. कारण त्या काळ्या सूचीत माझ्याही पुस्तकांचा उल्लेख आहे.

जशी जशी तुमची जागृतता, चैतन्य हे वाढत जाईल, तशी तशी तुमची जीवनशैली, आयुष्याचं स्वरूप हे बदलून जाईल. धर्मानं ज्याला पाप म्हटलंय ते नाहीसं होईल आणि ज्याला पुण्य म्हटलं जातं ते तुमच्यातून तुमच्या कृतींतून वाहयला लागेल.

पण ते तुम्हाला नेमकं उलटं शिकवतात. प्रथम कृती बदला, आचरण बदला... समजा तुम्ही अंधाऱ्या खोलीत आहात आणि फर्निचरशी किंवा इतर सामानाशी ठोकरा खाताय. तेव्हा तुम्हाला सांगायचं आधी ठोकरा खाणं थांबवा मगच उजेड येईल... असंच हे सांगणं आहे.

मी तुम्हाला सांगतो की आधी आत प्रकाश आणा. तुमचं ठोकरा खाणं बंद होईल. जर उजेड असेल तर तुम्ही कशाला धडपडाल? प्रत्येक ठोकरीमुळे दुखतं. भिंतीवर डोकं आपटलं तर वेदना होतात. हे दुःखच त्याची शिक्षा आहे— प्रत्येक चुकीचं कृत्य स्वतःच स्वतःची शिक्षा आहे. कोणीही बसून तुमच्या कर्मांचा जमा-खर्च लिहीत नाही. सुंदर कृत्य स्वतःच स्वतःचं बक्षीस असतं, हेही लक्षात ठेवा. पण सर्वप्रथम आपल्या जीवनात प्रकाश आणा.

ध्यान जीवनात प्रकाश, आल्हाद, मौन आणि आनंद यांचा वर्षाव करण्याचा प्रयत्न आहे. ध्यानाच्या सौंदर्यपूर्ण जगात एकदा तुमचा प्रवेश झाला की कोणतीही अशुभ गोष्ट करणं तुम्हाला शक्य होणार नाही.

म्हणजे मी संपूर्ण गोष्टीला कलाटणी दिली. धर्मांनी कृत्यांवर, आचरणांवर जोर दिला तर मी जागरणावर. आणि जागृतता केवळ मौनातूनच विकसित होऊ शकते. चैतन्याच्या विकासाला मौनाची भूमी परिपूर्ण आहे. जेव्हा तुम्ही उद्दीपित असता तेव्हा तुम्ही जास्त जागृत व चैतन्यपूर्ण होऊ शकत नाही. जेव्हा तुम्ही जागृत असता, चैतन्यपूर्ण असता तेव्हा तिथं कोलाहल असू शकत नाही. चैतन्य व कोलाहल या दोन गोष्टी एकत्र येऊ शकत नाहीत.

तर माझ्या बोलण्याची, गप्पांची गणना इतर प्रकारच्या भाषणबाजीत केली जाऊ नये. माझं बोलणं हा एक उपाय आहे, एक बहाणा आहे. तुमच्यात विश्वास जागवायचा. तुमच्यातला विश्वास धर्मांनी हिरावून घेतलाय. आत्म-विश्वासाच्या ऐवजी त्यांनी तुमच्यात अपराध भाव जागवलाय. हा अपराध भाव तुम्हाला दुःखी करतो, खाली ओढतो.

जे बुद्धाला शक्य झालं ते सगळं मलाही शक्य आहे, असा विश्वास तुम्हाला आला की तुम्ही स्वत:ला हीन, पापी समजणार नाही. भाग्यशाली समजाल. अस्तित्त्वानं तुम्हाला चैतन्याच्या उच्च शिखरांपैकी एक होण्यासाठी तयार केलंय, याची तुम्हाला जाणीव होईल. पण तुम्ही कधी असे जगलाच नाही. तुम्ही पंडित-पाद्र्यांचं ऐकत आलात. त्यांनी तुमची प्रतिष्ठा आणि गौरव नष्ट करून टाकलाय.

तुमच्यात काहीही कमी नाही, कोणतंही काही अशुभ नाही. यांबाबतीत तुम्ही पूर्णपणे निश्चिंत व्हावं, असं मला वाटतं. अशुभाच्या विचाराचे हे विष तुम्हाला पाजलं गेलंय.

मी 'फोकस'च पूर्णपणे बदललाय. हे पाप, ते पुण्य, हे असं करायला पाहिजे आणि तसं नको, असं मी सांगत नाही. मी फक्त तुम्हाला जागृत व्हायला सांगतो. मौनात, आनंदात डुंबा, बाकी सगळं आपोआप होईल. एकट्याला तुम्हाला थोडा वेळ लागेल. पण जसा जसा तुमचा आत्मविश्वास वाढेल, तसतसे तुम्ही एकटेही मौन साधायला समर्थ व्हाल.

एक उत्तम मानवता निर्माण करण्यात धर्मांनी सहकार्य केले नाही. त्यांनी फक्त माणसांत जे सुंदर होतं, शुभ होतं, ते नष्ट केलं. त्यांनी माणसाचा विकास थांबवला, त्याची मुळंच कापून टाकली. चैतन्याच्या जगात माणूस खूप खुजा झाला.

पण जेव्हा तुम्ही माझ्याबरोबर असता तेव्हा मौनात मग्न होणं सोपं जातं. याचं कारण मी स्वत: मौन आहे. जेव्हा मी बोलतो तेव्हाही मी गप्प असतो, माझे आंतर-चैतन्य अस्पर्शितच असतं. ते इनव्हॉल्व्ह होत नाही.

माझं बोलणं मला ताण, ओझं किंवा हस्तक्षेप वाटत नाही. मी जेवढं होता येईल तितका आरामात असतो. बोलण्यानं किंवा न बोलण्यानं काही फरक पडत नाही.

ही स्थिती स्वाभाविकपणे चटकन पसरणारी आहे. माझं बोलणं ऐकताना, मला पाहताना, इथं माझ्यासमोर उठता-बसताना, माझ्या डोळ्यांत निरखून पाहताना... एवढंच नाही तर माझ्या हातांकडे पाहताना तुम्हाला 'हे मौन व्यक्तीचे हावभाव आहेत' हे कळू शकतं. हळूहळू तुम्हालाही या संसर्गजन्य रोगाची लागण होते, रोगाचं संक्रमण होतं.

मौनात बुडालेल्या व्यक्तीच्या चारी बाजूला एक विशेष प्रकारचं ऊर्जा-क्षेत्र निर्माण होतं.

तुम्ही एक छोटासा प्रयोग करून पाहू शकता. एका ताटलीत थोडीशी रेती पसरा. जेव्हा एखादं वाद्य वाजवलं जात असेल तेव्हा ही ताटली त्या वाद्याजवळ ठेवा. एक विशिष्ट स्वर रेतीचा एक विशिष्ट पॅटर्न तयार करतो, हे पाहून तुम्ही चकित व्हाल. प्रत्येक स्वराबरोबर हा पॅटर्न बदलतो. शास्त्रीय संगीताचे स्वर वाळूच्या कणांना

अतिशय सुंदर तऱ्हेने, शांतीच्या रूपात पसरवतात, एक प्रकारचा 'हारमोनियस पॅटर्न' तयार होतो. तीच ताटली- तीच रेती. पण मूर्खपणानं भरलेलं कुठचंही आधुनिक संगीत वाजवा- झाज ते स्किन हँडस् पर्यंत काहीही- सगळी रेती अव्यवस्थितपणे पसरलेली पाहून तुम्ही चकित व्हाल. तिची लयबद्धता नाहीशी झालेली आहे, शांततेचा भंग झाला आहे, असं दिसेल आणि रेतीचे जे पॅटर्नस् तयार होतील ते पाहून कुणीही सांगेल की ते अशांत, लयहीन व अव्यवस्थित आहेत.

मौनात बुडालेल्या व्यक्तीभोवती एका विशेष प्रकारच्या ऊर्जा लहरी निर्माण होतात. तुम्ही संवेदनशील असाल, तुमच्यात ग्रहण करण्याची क्षमता असेल तर त्या लहरी तुमच्या हृदयाला स्पर्श करू लागतात.

कधी तुम्ही असा विचार केलाय का की एखादे पति-पत्नी खरोखरच प्रेमानं जगले-एकमेकांवर मालकी हक्क न सांगता, द्वेष, मत्सर न करता- तर काय होतं? जर त्या दोघांनी एकमेकांना पूर्ण स्वातंत्र्य दिलं, एकमेकांचा योग्य आदर राखला आणि आपापल्या स्वत्त्वाप्रमाणे जीवन जगण्यास सहकार्य केलं, तर तुम्हाला आश्चर्य वाटेल की पन्नास-साठ वर्षं एकत्र राहिल्यावर, म्हणजेच बराच काळ एकमेकांबरोबर घालवल्यावर ते जवळजवळ सारखे दिसायला लागतात, सारखे वाटायला लागतात. हे तथ्य युगानुयुगं सर्वांना चांगल्या प्रकारे माहीत आहे. त्यांचा आवाज, डोळे, चेहरा, भाव, हावभाव- सगळ्यांतच खूप सारखेपणा येतो, एकसूर येतो.

आणि सद्गुरू आणि शिष्य यांच्यात तर ही गोष्ट नक्कीच घडते. लाखो पटीनं अधिक घडते. कारण त्या दोघांत कुठल्याही प्रकारचा संघर्ष नसतो. विशेष करून माझ्यासारख्या माणसाबरोबर तर अजिबात नाही. कारण मी तुम्हाला शिष्य व्हायला कुठल्याही तऱ्हेनं भाग पाडत नाही. कुणी मला सोडून जाऊ लागला तर मी त्याला अडवत नाही. तुम्ही इथं आलात तर तुमचं स्वागत आहे. तुम्ही मला सोडून गेलात तरी तुमचं स्वागत आहे. माझ्या प्रेमात काहीही फरक पडत नाही. तुम्ही माझ्यापासून दूर जाऊ शकता. मला धोका देऊ शकता. पण माझं प्रेम आहे तसंच राहतं. माझ्यात आणि तुमच्यात कोणताच अनुबंध नाही, कॉन्ट्रक्ट नाही. तुम्ही इथं आलात ते तुमच्या मर्जीनं तेव्हा इथून केव्हाही जाऊ शकता. मी माझ्या मर्जीनं इथं आलोय. तुमचं माझ्यावर काहीही बंधन नाही.

स्वातंत्र्याच्या अशा स्थितीत गुरू-शिष्य जवळ येऊ शकतात, अत्यंत जवळीक निर्माण होऊ शकते आणि पाणी जसं पर्वत-शिखरावरून दरीकडे वाहतं, तशीच अगदी स्वाभाविकपणे शक्ती वरून खाली वाहयला लागते. म्हणूनच लाओत्सेनं आपल्या जीवन-दर्शनाला 'वॉटरकोर्स-वे' म्हटलंय-जलप्रवाहाचा मार्ग.

जेव्हा गुरू आणि शिष्य खरोखरीच लयबद्ध होतात. एक ताल, एक स्वर होतात. कारण दोघांत कोणतंही बंधन नाही, दोघंही आपल्या स्वातंत्र्याला धरून

आहेत आणि लक्षात ठेवा की खरा गुरू स्वत:ला शिष्यापेक्षा उच्च कधीच समजत नाही, पण शिष्य मात्र गुरूला नेहमीच परमोच्च शिखराप्रमाणे मानतो. तेव्हा या लयबद्धतेत, आत्म्याच्या आतील गाभ्यापर्यंत शक्ती-स्रोत वाहयला लागतो. ध्यान तर जवळजवळ 'बाय-प्रॉडक्ट' प्रमाणे होतं. मौन स्वत:च रूप घ्यायला लागतं. तुमचं हृदय सद्गुरूबरोबर नाचायला लागतं.

मी वॉल्ट व्हिटमनचं एक भाषण वाचत होतो. या एकाच अमेरिकन माणसाबद्दल मला आदर आहे. तो म्हणतो, 'मी स्वत:लाच गातो. स्वत:चाच उत्सव साजरा करतो.' मी या त्याच्या म्हणण्याशी सहमत आहे.

प्रत्येक सद्गुरू स्वत:लाच गातो, स्वत:चाच उत्सव सादर करतो आणि ज्याला शौक आहे तो नृत्यात भाग घेतो. हळूहळू गुरू व शिष्य लोप पावतात. फक्त नृत्य शिल्लक राहतं, उत्सव शिल्लक राहतो.

पण हा केवळ अर्धा भाग झाला. पुढच्या अर्ध्या भागाशी मी सहमत नाही. तिथं त्याची खिश्चॅनिटी दिसून येते. 'जे मी मानतो, ते तुम्हीही मानलं पाहिजे.' इथं सगळा गडबड घोटाळा झाला. इथं त्यानं पुन्हा तेच सांगितलं की मी ज्याच्यावर विश्वास ठेवतो, तुम्हाला त्याच्यावरच विश्वास ठेवला पाहिजे. जे मला मान्य आहे ते तुम्हीही मान्य केलं पाहिजे. इथं पुन्हा दुसऱ्यावर मालकी सांगण्याची भावना आली. नाही. ही गोष्ट मला मान्य नाही.

वॉल्ट व्हिटमनच्या सर्वच गोष्टी मान्य करणं मला आवडलं असतं, पण मी सत्याच्या विरोधात जाऊ शकत नाही. 'मी स्वत:ला गातो आणि आपलाच उत्सव साजरा करतो' हे पुरेसं आहे. जर तुम्हाला आवडलं तर तुम्हीही सामील व्हा.

जे मला मान्य आहे तेच तुम्ही मान्य करा, माझ्या विश्वासाला तुमचा विश्वास माना, म्हणजेच कोणत्याही प्रकारे माझ्यावर अवलंबून राहा, असं म्हणण्याचा प्रश्नच येत नाही. तुम्ही का सामील झालात, तर तुम्हाला नृत्य आवडतं, तुम्हाला उत्सव आवडतो. हे का तर आयुष्यात प्रथमच तुम्ही अशा माणसाला भेटला आहात की ज्याला जीवन ओझं किंवा शिक्षा न वाटता, उत्सव वाटतं, महोत्सव वाटतं.

मी असलो की तुम्ही स्वत:ला विसरता, तुमचा अहंकार विसरता. जोर 'माझ्या'वर नाही, 'तुमच्या' वर हवा. माझ्या उपस्थितीत तुम्ही माझ्या प्रेमानं भरून जाता, श्रद्धा आणि आदर यांनी भरून जाता. म्हणून तुम्ही आपलं चिलखत काढून ठेवता. अहंकार तुमचं चिलखत आहे.

मी हजर असताना तुम्ही मौनात का बुडता, या गोष्टीवर अधिक लक्ष द्या. तुम्ही तुमची शांती आणि मौन यांच्यासाठी पूर्णपणे मला कारणीभूत ठरवू नका. नाहीतर एक अडचण येईल. तुम्ही एकटे असताना काय कराल? माझी उपस्थिती मग एखाद्या नशेच्या सवयीसारखी होईल. तुम्हाला माझी सवय लागावी असं मला वाटत नाही.

मी तुमच्यासाठी एका मादक द्रव्यासारखा होऊ इच्छित नाही.

सर्व जगातील तथाकथित धर्मगुरू- मी जवळ-जवळ सर्व प्रकारच्या, तऱ्हेतऱ्हेच्या गुरूंना भेटलोय- आपल्या अनुयायांना स्वत:चे आश्रित बनवायला पाहतात, स्वत:ची सवय लावायला बघतात, त्यांच्यावर शिष्यांनी अवलंबून राहवं असं त्यांना वाटतं, ही सत्तेची भूक आहे, मालकीपणाची आकांक्षा आहे. मला अशी आकांक्षा नाही. मी तुमच्यावर प्रेम करतो. मग तुम्ही माझ्याबरोबर राहा अथवा राहू नका.

तुम्ही स्वत:च मौनाचे बहुमूल्य क्षण मिळवण्याइतकं स्वावलंबी व्हावं, तुमच्यात तेवढा आत्मविश्वास यावा असं मला वाटतं. जर माझ्या उपस्थितीत तुम्ही मौन साधू शकत असाल तर मी नसताना का साधता येणार नाही? मी कारण नाही, निमित्त आहे.

जेव्हा तुम्ही माझं बोलणं ऐकता, तेव्हा काय घडतं ते समजावून घ्या. तुम्ही तुमच्या मनाला दूर सारता, वेगळं करता. समुद्रात उचंबळणाऱ्या लाटांचा आवाज किंवा ढगात वीज चमकून होणारा गडगडाट अथवा आषाढातला मुसळधार पाऊस हे ऐकूनही तुम्ही ते करू शकता. फक्त आपल्या अहंकाराला थोडा वेळ वेगळं ठेवा. कारण त्याची अजिबात गरज नाही... हा समुद्र तुमच्यावर हल्ला करणार नाही, वृक्ष तुमच्यावर आक्रमण करणार नाहीत किंवा पाऊस तुमचा शत्रू नाही. तेव्हा सुरक्षिततेची जरुरी नाही.'

जीवन, अस्तित्त्व यांना आपल्या हृदयाचं दार उघडून जसं आहे तसंच स्वीकारा. म्हणजे ते बहुमूल्य क्षण तुम्हाला सतत मिळत राहतील आणि लवकरच ते तुमचं संपूर्ण जीवन बनतील.

◆

ओशो – एक परिचय

आपल्यासारख्या भेदाभेद करणाऱ्या माणसांसाठी 'अर्थपूर्ण जाणीव' किंवा 'समजूत' म्हणू या हवं तर, पण तो अर्थबोध करून देण्याचं ओशोंचं मोठं योगदान आहे. ओशोंमध्ये एक गूढवादी तसंच एक वैज्ञानिकही आहे. त्यामुळे एक क्रांतिकारी म्हणता येईल, असं चैतन्य त्यांच्या अस्तित्वात आहे. म्हणूनच जीवनाचा नवीन मार्ग शोधण्याच्या निव्वळ गरजेसाठी 'सजग माणूसकी'ची गरज आहे, हे त्यांनी वारंवार जाणवून दिलंय. तीच त्यांची तीव्र इच्छा आहे.

या सुंदर आणि अलौकिक अशा पृथ्वीतलावर आपण आपल्या रोजच्या जगण्यात गतकाळानुसार सतत भीतीच्या छायेखाली वावरत असतोच.

प्रत्येकानं स्वत: बदलत राहणं, मग आपण सर्वांनी बदलत राहणं हा त्यांचा प्रमुख मुद्दा आहे. 'आपण सर्वांनी' म्हणजेच आपला समाज, आपली संस्कृती, आपल्या श्रद्धा एकूणच आपलं सर्व जग हे बदलणं आलं. त्या सर्व बदलाचं प्रवेशद्वार म्हणजे – ध्यान! मेडिटेशन!

आधुनिक जीवनपद्धतीतली अस्वस्थता जेव्हा हळूहळू शांत होत जाईल, तेव्हा प्रत्यक्ष कृती आपोआपच शांततेनं फक्त ऐकून घेण्याच्या मन:स्थितीत विरघळून जाईल. खऱ्याखुऱ्या 'मेडिटेशन'च्या आरंभाची ही एक गुरुकिल्लीच असणार आहे. या दुसऱ्या पायरीसाठी आधार म्हणून ओशोंनी नीट ऐकून घेण्याच्या प्राचीन कौशल्याचं सूक्ष्म पद्धतशीर भाषणांमध्ये रूपांतर केलं आहे. इथं 'शब्द' म्हणजे संगीत बनतं. ऐकणारा जे काही ऐकतो, त्यातून जागरूकतेची अनुभूती घेतो. या

सगळ्या नाजूक घडामोडींमध्ये शांतता जसजशी वाढू लागते, तसतसं पटकन मनापर्यंत पोहोचेल अशा गोष्टी ऐकण्याची गरज असते. ती गरज एखाद्या जादूप्रमाणे पूर्ण होते. नेहमीप्रमाणे मनाचे इतर अडथळे दूर होतात आणि सुंदर जादूमय घडामोडी घडू लागतात.'

लंडनच्या 'संडे टाइम्स'नं विसाव्या शतकातल्या जग बदलून टाकणाऱ्या एक हजार व्यक्तींमध्ये त्यांची गणना केलेली आहे. टॉम रॉबिन्स या अमेरिकन लेखकानं तर त्यांना 'जिझस ख्राईस्ट' नंतरचं सर्वांत 'खतरनाक' व्यक्तिमत्त्व असं बिरुद त्यांना बहाल केलंय. भारताचं भाग्य बदलवणाऱ्या गांधी, नेहरू आणि बुद्ध यांच्या बरोबरीनं भारतातील 'संडे-मिडडे'नं त्यांचा गौरव केला आहे.

आपल्या कार्याविषयी ते म्हणतात,'नवीन आधुनिक मनुष्याच्या जन्मासाठी मी 'भूमी' तयार करतो आहे.' या नवीन मनुष्याला ते 'झोरबा द बुद्ध' म्हणतात. झोरबा अशा की, ज्यामध्ये पृथ्वीवरची सर्व सुखं उपभोगण्याची क्षमता असेल, तसंच बुद्धांची शांत, सौम्य अशी प्रवृत्ती असेल. ओशोंच्या सर्वांगीण विचारांमध्ये जीवन-दर्शनाचा एक झुळझुळता प्रवाह आहे. त्यामध्ये पूर्वेकडची कालातीत असलेली प्रज्ञा आणि पश्चिमेकडचं विज्ञान, तसंच तंत्रज्ञानाच्या सर्वोच्च शक्यतांचा समावेश आहे.

आंतरिक परिवर्तनाच्या शास्त्रात 'ओशो' म्हणजे क्रांतिकारी उपदेशासाठी उत्तम पर्याय आहेत. तसंच ध्यानाच्या विविध पद्धतीचे प्रसारक आहेत. आत्ताच्या आधुनिक वेगवान जीवनशैलीला अनुसरून या पद्धती त्यांनी निर्माण केल्या आहेत.

सक्रिय ध्यानपद्धती अशापद्धतीनं तयार केलीय की, त्यामध्ये शरीर आणि मन या दोन्हीमध्ये एकत्रितपणे ताणतणावांचा निचरा होऊ शकेल आणि रोजच्या जीवनात सहज स्थिर मनोवृत्ती प्राप्त होऊ शकेल आणि गाढ शांतीचा अनुभव येईल.

ओशो हे कोणत्याच अवकाशात मावणारे नाहीत. माणसाच्या व्यक्तिगत शोधापासून ते समाजातल्या सर्व सामाजिक तसंच राजकीय प्रश्नांवर प्रकाश टाकणारी अशी त्यांची प्रवचनं आहेत. ओशोंनी स्वत:ही पुस्तकं लिहिलेली नाहीत. जागतिक स्तरावर सर्व श्रोत्यांसमोर दिलेल्या प्रवचनांच्या ऑडिओ व्हिडीओच्या वार्तांकनांचं संकलन म्हणजे त्यांची पुस्तकं आहेत. ते म्हणतात ''मी जे काही सांगतो ते केवळ तुमच्यासाठीच नसून भविष्यातल्या पिढींसाठी सांगत असतो.

ओशोंची दोन आत्मकथात्मक पुस्तकं याप्रमाणे.

१) 'ऑटोबायोग्राफी ऑफ ए स्पिरिच्युअली इनकरेक्ट मिस्टीक', सेंट मार्टिस प्रेस, यूएसए.

२) 'ग्लिम्प्सेस ऑफ ए गोल्डन चाइल्डहूड', ओशो मीडिया इंटरनॅशनल, पुणे, भारत.

♦

ओशो इंटरनॅशनल मेडिटेशन रिझॉर्ट

शंभरपेक्षाही जास्त अशा निरनिराळ्या देशांमधून हजारो पर्यटक दरवर्षी या रिसॉर्टला भेट देतात. इथला अनुपम असा परिसर उत्साहानं परिपूर्ण, शांत-निवांत असा असून काहीतरी सर्जनात्मक असं नवीन जीवन जगण्याविषयी प्रेरणा देणारा आहे. संपूर्ण वर्षभर चोवीस तास चालणारे निरनिराळे उपक्रम इथे आहेत. अर्थात काहीही न करता नुसतं शांत बसणं, हाही त्यातलाच एक भाग!

इथल्या सर्व कार्यक्रमांच्या रचनेत ओशोंच्या 'झोरबा द बुद्ध'ची आंतरदृष्टी समाविष्ट आहे. यामध्ये एका नवीन मनुष्याच नवीन ढंग आहे. जो माणूस रोजचं दैनंदिन जीवन सर्जनात्मक पद्धतीनं जगूनसुद्धा मौन तसंच ध्यानामध्ये मग्न होण्याची क्षमता राखतो.

ठिकाण : मुंबईपासून शंभर मैलावर दक्षिणपूर्वेला असलेल्या संपन्न अशा आधुनिक पुणे शहरात सुट्टी घालवण्याचं एक सुरेख असं स्थान म्हणजे, 'ओशो इंटरनॅशनल मेडिटेशन रिसॉर्ट!'' घनदाट झाडीमध्ये लपलेलं हे रिसॉर्ट सर्वांपेक्षा वेगळं असून अठ्ठावीस एकराच्या बगिचामध्ये पसरलेलं आहे.

इथली कार्यक्रमपद्धती :

ध्यान : दिवसभर चालणाऱ्या ध्यान कार्यक्रमांमध्ये सक्रिय तसंच निष्क्रिय, परंपरागत तसंच क्रांतिकारक, खासकरून 'ओशो डायनॅमिक मेडिटेशन'पद्धतीनुसार, प्रत्येक व्यक्तीनुसार अनेक ध्यानपद्धती उपलब्ध आहेत. या सर्व ध्यानपद्धती जगातल्या सर्वांत भव्य अशा 'ओशो ऑडिटोरियम' ध्यान सभामंडपात पार पाडल्या जातात.

विविधता : इथल्या विविध व्यक्तिगत सेशन्समध्ये, शिबिरात सर्जनशील अशा कलांपासून ते संपूर्ण स्वास्थ्यापर्यंत, तसंच व्यक्तिगत परिवर्तन, व्यक्तिगत संबंध, जीवनातील अग्रक्रम, कार्यध्यान, गुह्यविज्ञान, खेळ, मनोरंजन या सर्व गोष्टीत अगदी 'झेन पद्धती'चा सुद्धा समावेश आहे. इथल्या (मल्टिव्हर्सिटी) विविध गोष्टींच्या यशाचं रहस्य म्हणजे इथले सर्वप्रकार पूर्णपणे ध्यानाशी जोडलेले आहेत. त्यामुळे इथल्या माणसांमध्ये हा विचार घट्टपणे रुजवला जातो की, 'मनुष्य म्हणजे फक्त शरीराशी निगडीत नसून त्यापलीकडेही खूप आहे.'

बाशो स्पा : हिरव्यागार झाडांच्या सान्निध्यात, मोकळ्या हवेत असलेला भव्य असा, पाण्यात मनसोक्त तरंगण्याचा आनंद देणारा जलतरण तलाव म्हणजे मोठं आकर्षण आहे. वैशिष्ट्यपूर्ण तयार केलेली मोठी झकूझी, सौना, जीम, टेनिसकोर्ट या सर्वांचा समावेश इथे केलेला आहे.

भोजन : निरनिराळ्या पद्धतींनी बनवलं जाणारं इथलं स्वादिष्ट भोजन पूर्णपणे शाकाहारी असून ते पाश्चात्त्य तसंच आशियाई ढंगामध्ये उपलब्ध आहे. मेडिटेशन रिसॉर्टसाठी विशेषत्वानं लागवड केलेल्या सेंद्रिय भाज्याच इथं वापरल्या जातात. ब्रेड आणि केक रिसॉर्टच्या स्वत:च्याच बेकरीत बनवले जातात.

संध्याकाळचे कार्यक्रम : या कार्यक्रमांची यादी तर खूप मोठी आहे. पण सर्वांत पहिल्या स्थानावर आहे नृत्य! इतर कार्यक्रमात चांदण्यारात्रीतलं ध्यान, विविध मनोरंजक कार्यक्रम, संगीताचे कार्यक्रम तसंच रोजच्या जीवनासाठी ध्यान हे सम्मिलित आहे.

याव्यतिरीक्त प्लाझा कॅफेमध्ये मित्र-परिवारा बरोबर गाठीभेटी तसंच रात्रीच्या शांतवेळी या परिकथेसारख्या वाटणाऱ्या वातावरणात भटकण्याचा आनंदही घेऊ शकतो.

सोयी : रोजच्या उपयोगाच्या वस्तू आपण रिसॉर्टच्या दुकानांमधून खरेदी करू शकता. मल्टिमीडिया सभागृहात ओशोंची सर्व 'मीडिया' सामुग्री मिळू शकते. बँक ट्रॅव्हल एजन्सी तसंच सायबरकॅफेची सोयही इथे आहे. खरेदीची आवड असणाऱ्यांना पुण्यामध्ये भरपूर गोष्टी उपलब्ध आहेत. अगदी पारंपरिक भारतीय वस्तुंपासून ते आंतरराष्ट्रीय बँडपर्यंतची सर्व दुकाने आहेत.

राहाण्यासाठी : ओशो गेस्टहाउसमध्ये एखादी छानशी खोली मिळू शकते. खूप दिवस राहायचं असेल, तर 'लिव्हिंग-इन'चं पॅकेज घेऊ शकता. याव्यतिरिक्त आसपास बरीच चांगली हॉटेल्स आणि सर्व्हिस्ड अपार्टमेंट सुद्धा आहेत.

www.OSHO.com/meditationresort
www.OSHO.com/guesthouse
www.OSHO.com/livingin

अधिक माहितीसाठी

सध्या सोशल नेटवर्किंगद्वारा संपूर्ण माहिती मिळू शकते. हे माध्यम फक्त तरुण वर्गच वापरतो असं नाही. काळ बदलतोय तसंच आम्हीही बदलतोय.

* विविध वेबसाइट – www.OSHO.com
* हिंदीसाठी – www.OSHO.com/hindi
* ओशो लायब्ररीमध्ये आपल्या आवडत्या विषयांसाठी
  www.OSHO.com/library
  www.OSHO.com/library-hindi
* संपूर्ण ओशो ध्यानपद्धती आणि संबंधित संगीतासाठी
  www.OSHO.com/Meditation
* ओशोंचं संपूर्ण हिंदी-इंग्रजी साहित्य आणि इ-बुक्ससाठी
  www.OSHO.com/shop
  www.OSHO.com/shop-hindi
  www.OSHO.com/ebooks
* ऑडिओ प्रवचनांसाठी MP3 व इतर
  www.OSHO.com/hindiAudiobooks
* रिसॉर्टला येण्यासाठी माहितीखातर
  www.OSHO.com/MeditationResort
* ओशो इंटरनॅशनल न्यूजलेटरच्या मोफत सदस्यत्वासाठी
  www.OSHO.com/newsletters
  www.OSHO.com/hindinewsletters
* ओशो टॅराकार्ड ऑनलाइन वाचनासाठी
  www.OSHO.com/tarot
* ओशो हिंदी रेडिओसाठी पाहा.
  www.OSHOtalks.info
  radiohindi.OSHO.com
* इथल्या कार्यक्रमांसाठी, उत्सवांसाठी माहिती घेण्यासाठी

www.facebook.com/OSHO.International

* विविध उपक्रम, कार्यक्रमांसाठी माहिती
www.facebook.com/OSHO.International.Meditation.Resort

* ओशो व्हिडीओ चॅनल, कुठेही केव्हाही
www.youtube.com/OSHO.International

* दिवसाची सुरुवात ओशोंच्या संदेशानं
www.twitter.com/OSHOtimes

* या साइट्सवर रजिस्ट्रेशन तसंच ब्राउज करण्यासाठी थोडा वेळ काढा. ओशोंबद्दल भरपूर माहिती मिळेल.

* या व्यतिरिक्त आणखीनही निरनिराळ्या रोचक पद्धतीनं आपण शोधू शकता ज्यायोगे 'ओशोंना जगभरात' प्राप्त करता येईल.

∎

ओशो का हिंदी साहित्य

उपनिषद
सर्वसार उपनिषद
कैवल्य उपनिषद
अध्यात्म उपनिषद
कठोपनिषद
ईशावास्य उपनिषद
निर्वाण उपनिषद
आत्म-पूजा उपनिषद
केनोपनिषद

महावीर
महावीर-वाणी (दो भागों में)
जिन-सूत्र (दो भागों में)
महावीर या महाविनाश
महावीर : मेरी दृष्टि में
ज्यों की त्यों धरि दीन्हीं चदरिया

कृष्ण
गीता-दर्शन
(आठ भागों में अठारह अध्याय)
कृष्ण-स्मृति

बुद्ध
एस धम्मो सनंतनो (बारह भागों में)

अष्टावक्र
अष्टावक्र महागीता (नौ भागों में)

लाओत्से
ताओ उपनिषद (छह भागों में)

च्वांगत्सु
संसार और मार्ग
सत्य असत्य

मीरा
मैंने राम रतन धन पायो
झुक आई बदरिया सावन की

जगजीवन
नाम सुमिर मन बावरे
अरी, मैं तो नाम के रंग छकी

कबीर
सुनो भई साधो
कस्तूरी कुंडल बसै
कहै कबीर दीवाना
मेरा मुझमे कुछ नही
गुंगे केरी सरकारा
क़है कबीर मैं पूरा पाया
होनी होय सो होय

शांडिल्य
अथातो भक्ति जिज्ञासा (दो भागों में)

दादू
सबै सयाने एक मत
पिव पिव लागी प्यास

पलटू
अजह्यचेत गंवार
सपना यह संसार
काहे होत अधीर

दरिया
कानों सुनी सो झूठ सब
अमी झरत बिगसत कंवल

सुंदरदास
हरि बोलौ हरि बोल
ज्योति से ज्योति जले

धरमदास
जस पनिहार धरे सिर गागर
का सोवै दिन रैन

मलूकदास
कन थोरे कांकर घने
रामदुवारे जो मरे

बाउल संत
प्रेम योग
आनंद योग

अन्य रहस्यदर्शी
भक्ति-सूत्र (नारद)
शिव-सूत्र (शिव)
भजगोविन्दम् मूढ़मते (आदिशंकराचार्य)
एक ओंकार सतनाम (नानक)
जगत तरैया भोर की (दयाबाई)
बिन घन परत फुहार (सहजोबाई)
नहीं सांझ नहीं भोर (चरणदास)
संतो, मगन भया मन मेरा (रज्जब)
कहै वाजिद पुकार (वाजिद)
मरौ हे जोगी मरौ (गोरख)
सहज-योग (सरहपा-तिलोपा)
बिरहिनी मंदिर दियना बार (यारी)

प्रेम-रंग-रस ओढ़ चदरिया (दूलन)
दरिया कहै सब्द निरबाना (दरियादास
बिहारवाले)
हंसा तो मोती चुगैं (लाल)
गुरु-परताप साध की संगति (भीखा)
मन ही पूजा मन ही धूप (रैदास)
झरत दसहुं दिस मोती (गुलाल)
अकथ कहानी प्रेम की (फरीद)

**झेन, सूफी और उपनिषद
की कहानियां**
बिन बाती बिन तेल
सहज समाधि भली
दीया तले अंधेरा
मनुष्य होने की कला
सदगुरु समर्पण
उस पथ के पथिक
अंतर्यात्रा के पथ पर

विचार-पत्र
क्रांति-बीज
पथ के प्रदीप

पत्र-संकलन
अंतर्वीणा
प्रेम की झील में अनुग्रह के फूल
ढाई आखर प्रेम का
पद घुंघरू बांध
प्रेम के फूल
प्रेम के स्वर
पाथेय

बोध-कथा
मिट्टी के दीये

ध्यान, साधना

ध्यान विज्ञान
ध्यानयोग : प्रथम और अंतिम मुक्ति
मैं कौन हूं
चित चकमक लागे नाहिं
समाधिके द्वार पर
तृषा गई एक बूंद से
तृषा गई एक बूंद से
जीवन सत्यकी खोज
माटी कहै कुम्हार सूं
माटी कहै कुम्हार सूं
जीवन रस गंगा
अमृत की दिशा
अमृत की दिशा
समाधि के तीन चरण

साधना-शिविर

साधना-पथ
साधना-पथ
अंतर्यात्रा
प्रभूकी पगडंडियां
साक्षी की साधना
साक्षी की साधना
साक्षी का बोध
मैं मृत्यु सिखाता हूं
जिन खोजा तिन पाइयां
समाधि के सप्त द्वार (ब्लावट्स्की)
साधना-सूत्र (मेबिल कॉलिन्स)
ध्यान-सूत्र
जीवन ही है प्रभु
असंभव क्रांति
ध्यान दर्शन
ध्यान के कमल
शून्य की नाव
शून्य के पार
सत्य की खोज
संभावनाओं की आहट
समाधि कमल
जो घर बारे आपना
प्रेम दर्शन
गिरह हमारा सुन्न में
अपने माहिं टटोल
जीवन संगीत
रोम-रोम रस पीजिए

योग

पतंजलि : योग-सूत्र (पांच भागों में)
योग : नये आयाम

तंत्र

संभोग से समाधि की ओर
संभोग से समाधि की ओर
युवक और यौन
क्रांती सूत्र
तंत्र-सूत्र (पांच भागों में)

राष्ट्रीय और सामाजिक समस्याएं

फिर अमरित की बूंद पड़ी
एक एक कदम
देख कबीरा रोया
देख कबीरा रोया
अस्वीकृति में उठा हाथ
भारत के जलते प्रश्न
समाजवाद से सावधान
समाजवाद अर्थात आत्मघात
स्वर्ग पाखी था जो कभी
नये समाज की खोज

नये समाज की खोज
नये भारत का जन्म
भारत का भविष्य

अंतरंग वार्ताएं
संबोधि के क्षण
प्रेम नदी के तीरा
सहज मिले अविनाशी
उपासना के क्षण
अनंत की पुकार

प्रश्नोत्तर
नहिं राम बिन ठांव
प्रेम-पंथ ऐसो कठिन
उत्सव आमार जाति, आनंद आमार गोत्र
मृत्योर्मा अमृतं गमय
प्रीतम छवि नैनन बसी
रहिमन धागा प्रेम का
उड़ियो पंख पसार
सुमिरन मेरा हरि करैं
पिय को खोजन मैं चली
साहेब मिल साहेब भये
जो बोलैं तो हरिकथा
बहुरि न ऐसा दांव
ज्यूं था त्यूं ठहराया
ज्यूं मछली बिन नीर
दीपक बारा नाम का
अनहद में बिसराम
लगन महूरत झूठ सब
सहज आसिकी नाहिं
पीवत रामरस लगी खुमारी
रामनाम जान्यो नहीं
सांच सांच सो सांच
आपुई गई हिराय

बहुतेरे हैं घाट
कोंपलें फिर फूट आईं
क्या सोवै तू बावरी
कहा कहूं उस देस की
पंथ प्रेम को अटपटो
फिर पत्तों की पांजेब बजी
मैं धार्मिकता सिखाता हूं, धर्म नहीं
ओशो उपनिषद
एक नई मनुष्यता का जन्म
भविष्य की आधारशिलाएं

विविध
अमृत-कण
अमृत वाणी
कुछ ज्योतिर्मय क्षण
नये संकेत
चेति सकै तो चेति
हसिबा, खेलिबा, धरिबा ध्यानम्
धर्म साधना के सूत्र
मैं कहता आंखन देखी
जीवन क्रांति के सूत्र
जीवन रहस्य
करुणा और क्रांति
विज्ञान, धर्म और कला
प्रभु मंदिर के द्वार पर
तमसो मा ज्योतिर्गमय
प्रेम है द्वार प्रभु का
अंतर की खोज
अमृत वर्षा
अमृत द्वार
एक नया द्वार
प्रेम गंगा
समुंद समाना बुंद में

सत्य की प्यास

शून्य समाधि

व्यस्त जीवन में ईश्वर की खोज

अज्ञात की ओर

धर्म और आनंद

जीवन-दर्शन

जीवन की खोज

क्या ईश्वर मर गया है

क्या मनुष्य एक यंत्र है

नानक दुखिया सब संसार

नये मुनष्य का धर्म

धर्म की यात्रा

स्वयं की सत्ता

सुख और शांति

नारी और क्रांति

सम्यक शिक्षा

शिक्षा में क्रांति

गहरे पानी पैठ

ज्योतिष विज्ञान

नव संन्यास क्या

सत्य का अन्वेषण

सत्य का दर्शन

घाट भुलाना बाट बिनु

पथ की खोज

जीवन अलोक

जीवन की कला

जीवन क्रांती की दिशा

जीवन गीत

मन का दर्पण

आंखों देखी सांच

आनंद की खोज

स्वर्णिम बचपन

ओशोंच्या साहित्यासंबंधी माहितीसाठी तसेच मागणीकरिता संपर्क :

ओशो मिडिया इंटरनॅशनल

१७ कोरेगाव पार्क, पुणे ४११००१ (महाराष्ट्र-भारत)

फोन नं. +९१ (२०) ६६०१९९८१

Email : distribution@osho.net

ओशोंच्या ऑडियो व्हिडियो प्रवचनांसंबंधी माहितीसाठी तसेच मागणीकरिता संपर्क :

ओशो मल्टिमीडिया ॲन्ड रिसॉर्ट्स प्रा. लि.

१७, कोरेगाव पार्क, पुणे ४११००१ (नहाराष्ट्र-भारत)

फोन नं. +९१ (२०) ६६०१९९८१

Email : distribution@osho.net

श्रोत्यांसमोर प्रत्यक्ष दिलेल्या तत्कालीन प्रवचनांचा समावेश असणारी ही ओशोंची पुस्तकं आहेत. ओशोंची सर्व प्रवचनं, पुस्तकरूपात तसंच ऑडिओ रेकॉर्डिंगच्याрूपात उपलब्ध आहेत. ही रेकॉर्डिंग्ज तसंच पुस्तकं यांच्यासाठी www.OSHO.com/library या संकेतस्थळावर संपर्क साधता येईल.

ध्यानसूत्र

ओशो

अनुवाद
माधव कर्वे

महाबळेश्वरच्या निसर्गसंपन्न वातावरणामध्ये ओशोंनी संचालित केलेल्या ध्यानशिबिरामधल्या प्रवचनांचं तसंच ध्यानाच्या प्रयोगांचं संकलन असलेलं हे पुस्तक आहे. शरीर, विचार आणि भावना यांच्या एकेका पापुद्र्यांनी पेशीपेशींना विलीन करण्याची अद्भुत कला समजवताना ओशो आपल्याला संपूर्ण स्वास्थ्य, तसंच संतुलनाकडे घेऊन जातात.

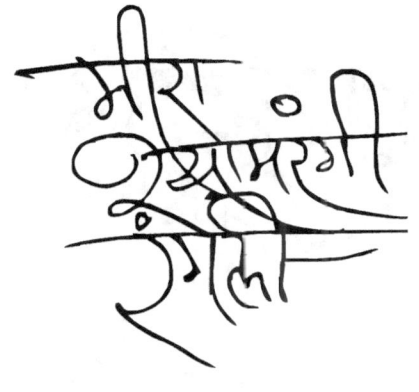

मीरा श्यामरंगी रंगली

ओशो

अनुवाद
स्वाती चांदोरकर

जेव्हा दुःखाचा भडिमार होतो तेव्हा सामान्य मनुष्य ईश्वराला दोष देतो, वेठीला धरतो आणि मीरा मात्र ईश्वराचे आभार मानते. 'सर्व मोहपाशातून सुटका केलीस,' असं म्हणते. 'ईश्वराराधना व्हावी म्हणूनच अशी तजवीज केलीस.' असं म्हणते. ती ईश्वराराधनेत कधी रममाण होते, हे तिचं तिलाही कळत नाही. ईश्वराराधना म्हणजे फक्त कृष्णाची आराधना. पंचवीस हजार वर्षांपूर्वी अवतरलेल्या कृष्णावर ती पंचवीस हजार वर्षांनंतर स्वतःला समर्पित करू शकते.

अशा भक्तीला नावं ठेवली जातात, कलंक लावला जातो, जीवे मारण्याचा यत्न केला जातो. तरीही प्रसन्नता, शांतता, सुमधुर हास्य विलसत राहतं. न पाहिलेल्या मीरेचं रूप नजरेसमोर तरळत राहतं. शिल्पकारांनी त्यांच्या कल्पनेनुसार घडवलेली मीरा नजरेसमोर येते आणि वाटून जातं, 'खचितच, मीरा अशीच दिसत असणार. शांत, सुंदर, जगाचं भान नसलेली, कृष्णमय झालेली.'

मृत्यू अमृताचे द्वार

ओशो

अनुवाद
मीना टाकळकर

''सारे जग ज्या मृत्यूला घाबरते त्याच मृत्यूने माझे मन आनंदित होते.''
— कबीर

जे अज्ञानी आहेत तेच मृत्यूला घाबरतात.
ज्यांनी मृत्यू ओळखला आहे, त्यांनी जीवन जिंकले आहे.
मृत्यूसारखी परम सुंदर गोष्टच नाही या जगात.
जर तुमची सावली नष्ट करायची असेल तर तुम्ही एका जागी स्थिर होता,
सावली आपोआप नाहीशी होते.
जसे प्रत्येक समस्येकडे डोळे उघडून पहाता, समस्या आपोआप संपून जाते.
मृत्यूचेही तसेच आहे.
मृत्यूपासून पळायचा प्रयत्न केलात तर तो पाठलाग करेल. पण त्याकडे
निर्भयपणे पहाल तर तो अमृतासमान भासेल.
थांबा आणि मृत्यूला सामोरे जा.
मृत्यू ओळखायला शिका. तुम्हाला परमेश्वर भेटेल.

कबिरांच्या सुंदर दोह्यांमधून ओशो जीवनाचा नवा अर्थ शोधू पाहतात.
ओशोंच्या रसाळ भाषेतले हे अर्थ वाचून कदाचित आपल्यालाही जीवन
समजेल.